ಇಚಿಗೊ ಇಚಿಯೆ

ಇಚಿಗೊ ಇಚಿಯೆ

ಪ್ರತಿಯೊಂದು ಕ್ಷಣವನ್ನೂ ಜೀವಂತವಾಗಿಸುವ ಜಪಾನಿಯರ ಕಲೆ

ಹೆಕ್ಟರ್ ಗಾರ್ಸಿಯಾ ಮತ್ತು ಫ್ರಾನ್ಸಿಸ್ಕ್ ಮಿರಾಯೆಸ್

ಇಚಿಗೊ ಇಚಿಯೆ

ಪ್ರತಿಯೊಂದು ಕ್ಷಣವನ್ನೂ ಜೀವಂತವಾಗಿಸುವ ಜಪಾನಿಯರ ಕಲೆ

Ichigo Ichie ಈ ಆಂಗ್ಲ ಪುಸ್ತಕದ ಕನ್ನಡ ಅನುವಾದ

ISBN: 978-93-90132-17-1

First Edition : April 2024
Publisher : WOW Publishings Pvt. Ltd., India

Printed and bound by Trinity Academy, Pune, INDIA

Pages : 120
Price : ₹150/-

Ichigo Ichie - Pratiyondu Kshanavannoo Jeevantavaagisuva Japaaniyara Kale

by Hector Gracia and Francesc Miralles

ಪರಿವಿಡಿ

ಇಚಿಗೊ ಇಚಿಯೆ ಕೃತಿ– ಪ್ರತಿಯೊಂದು ಕ್ಷಣವನ್ನೂ ಜೀವಂತವಾಗಿಸುವ ಜಪಾನಿಯರ ಕಲೆ.

ಇಚಿಗೊ ಇಚಿಯೆ ಒಂದು ಜಪಾನಿ ನಾಣ್ಣುಡಿ. ಸಿಕ್ಕ ಒಂದು ಅವಕಾಶವನ್ನು ಸಂಪೂರ್ಣವಾಗಿ, ಸಮರ್ಥವಾಗಿ ಸದುಪಯೋಗಪಡಿಸಿಕೊಂಡು ನಮ್ಮ ಏಳಿಗೆ ಕಾಣಬೇಕು. ಏಕೆಂದರೆ, ಅವಕಾಶ ಎಂಬುದು ಜೀವನದಲ್ಲಿ ಬರುವುದು ಒಂದೇ ಸಲ; ಅದನ್ನು ಕೈಚೆಲ್ಲಿದರೆ ಮತ್ತೆಂದೂ ಅದು ಮರುಕಳಿಸದು ಎಂಬ ಜೀವನಸತ್ಯವನ್ನು ಪರಿಚಯಿಸುವ ನಾಣ್ಣುಡಿ ಇದಾಗಿದೆ.

ಪ್ರಸ್ತಾವನೆ

ಒಂದು ಹಳೇ ಚಹಾ ಮನೆಯ ಸುತ್ತ

ಆ ಮಧ್ಯಾಹ್ನ ಅಳಿದುಳಿದ ಗೀಷಾ[1]ಗಳ ತವರಾದ ಕ್ಯೋಟೊ ನಗರದ ಹೃದಯಭಾಗದಲ್ಲಿರುವ ಗಿಯಾನ್[2]ನ ಬೀದಿಗಳನ್ನು ಒಂದು ಚಂಡಮಾರುತ ಕಲಸಿಹಾಕುತ್ತಿತ್ತು. ನಮಗೆ ಇನ್ನೂ ಗೊತ್ತಿಲ್ಲದೇ ಇದ್ದರೂ, ಈ ಪುಸ್ತಕವು ಹುಟ್ಟುವುದರಲ್ಲಿತ್ತು. ಮಳೆಯಿಂದಾಗಿ ಖಾಲಿ ಹೊಡೆಯುತ್ತಿದ್ದ ಚಾಶಿಸ್ತು ಎಂಬ ಚಹಾ ಮನೆ ನಮ್ಮ ಕಣ್ಣಿಗೆ ಬಿತ್ತು.

ಅದರ ಕಿಟಕಿಯ ಬಳಿಯ ಒಂದು ತಗ್ಗು ಮೇಜಿನಲ್ಲಿ ಕುಳಿತಾಗ, ಧಾರಾಕಾರ ಸುರಿದ ಮಳೆಯ ಪರಿಣಾಮವಾಗಿ ಇಕ್ಕಟ್ಟಾದ ಬೀದಿಗಳಲ್ಲಿ ರಭಸವಾಗಿ ಹರಿಯುತ್ತಿದ್ದ ನೀರಿನೊಂದಿಗೆ ಚೆರ್ರಿ ಮರದಲ್ಲಿ ಅರಳುತ್ತಿದ್ದ ಸಕುರಾ ಹೂವಿನ ದಳಗಳೂ ಕೊಚ್ಚಿಕೊಂಡು ಹೋಗುತ್ತಿರುವುದು ಕಂಡಿತು.

ವಸಂತವು ಚಿಗುರೊಡೆದಿತ್ತು, ಇನ್ನೇನು ಬೇಸಿಗೆಯೂ ಕಾಲಿಡುವುದರಲ್ಲಿತ್ತು. ಸ್ವಲ್ಪ ದಿನಗಳಲ್ಲಿಯೇ, ಜಪಾನಿಯರಲ್ಲಿ ಅತ್ಯಂತ ಉತ್ಸಾಹವನ್ನು ತುಂಬಿ ಪ್ರೇರೇಪಿಸುವ ಆ ಬಿಳಿಯ ದಳಗಳಲ್ಲಿ ಯಾವವೂ ಉಳಿದಿರುವುದಿಲ್ಲ.

ಕಿಮೋನೊ[3] ಧರಿಸಿದ ಒಬ್ಬ ವಯಸ್ಸಾದ ಮಹಿಳೆ ನಿಮಗೇನು ಬೇಕು ಎಂದು ಕೇಳಿದಾಗ, ಮೆನುವಿನಿಂದ ಅತ್ಯಂತ ವಿಶಿಷ್ಟ ಬಗೆಯ– ಜಗತ್ತಿನಲ್ಲೇ ಅತ್ಯುತ್ತಮ ಚಹಾ ಬೆಳೆಯುವ ಸ್ಥಳ ಎನ್ನಲಾಗುವ, ಜಪಾನಿನ ದಕ್ಷಿಣ ಭಾಗದಲ್ಲಿರುವ ಯುರೇಸಿನೊದ ಗ್ಯೊಕುರೊ ಚಹಾವನ್ನೇ ಆರಿಸಿಕೊಂಡೆವು.

---

[1]ಗೀಷಾ–ಜಪಾನಿ ವೃತ್ತಿಪರ ಹೆಣ್ಣು ಮನರಂಜಕರು, ಅತಿಥೇಯರು, ನಾಟ್ಯ–ಸಂಗೀತ ಕಲಾವಿದರು, ಇನ್ನೂ ಅನೇಕ ಜಪಾನಿ ಕಲೆಗಳಲ್ಲ ಪರಿಣಿತರು, ಸಂವಾದ ಕಲೆಯಲ್ಲಿಯೂ ಸಹ.

[2]ಗಿಯಾನ್(ಮನರಂಜನೆಯ ಸ್ಥಳ–ಅಲ್ಲಿ ಸಾಂಪ್ರದಾಯಿಕ ಹಳೆಯ ಚಹಾಮನೆಗಳು, ರೆಸ್ಟೊರಂಟ್‌ಗಳು ಇವೆ)

[3]ಕಿಮೋನೊ–ಜಪಾನಿನ ಸಾಂಪ್ರದಾಯಿಕ ಉಡುಪು

ಹಬೆಯಾಡುವ ಚಹಾಕುಡಿಕೆ ಮತ್ತು ಕಪ್‌ಗಳನ್ನು ಎದುರು ನೋಡುತ್ತಿರುವಾಗ, ಜಪಾನ್‌ನ ಹಿಂದಿನ ರಾಜಧಾನಿ(ಈಗಿನ ಕ್ಯೋಟೊ)ಯ ಬಗ್ಗೆ ನಾವು ನಮ್ಮ ಅನಿಸಿಕೆಗಳನ್ನು ಹಂಚಿಕೊಂಡೆವು. ಫಿಲಡೆಲ್ಫಿಯಾಗಿಂತಲೂ ಕಡಿಮೆ ಜನಸಂಖ್ಯೆಯನ್ನು ಹೊಂದಿರುವ ಈ ನಗರದ ಸುತ್ತಮುತ್ತಲ ಗುಡ್ಡಗಳಲ್ಲಿ ಎರಡು ಸಾವಿರ ದೇವಾಲಯಗಳಿವೆ ಎಂಬುದು ನಮಗೆ ಅಚ್ಚರಿಯ ಸಂಗತಿಯಾಗಿತ್ತು.

ಬಳಿಕ ನಾವು, ಕಲ್ಲು ಮಣ್ಣುಗಳ ಮೇಲೆ ಬೀಳುವ ಮಳೆಯ ಸದ್ದಿಗೆ ಕಿವಿಗೊಡುತ್ತಾ ಮೌನವಾಗಿ ಕುಳಿತೆವು.

ಆ ವಯಸ್ಸಾದ ಮಹಿಳೆ ಚಹಾ ಟ್ರೇನೊಂದಿಗೆ ಬಂದರು. ಚಹಾದ ಆ ಘಮಘಮಿಸುವ ಸುವಾಸನೆಯು ನಮ್ಮನ್ನು ಆ ಸಣ್ಣದಾದ ಮತ್ತು ಅಹ್ಲಾದಕರವಾದ ನಿಷ್ಕ್ರಿಯತೆಯಿಂದ ಹೊರತಂದಿತು. ಕಹಿ ಮತ್ತು ಸಿಹಿ ಸ್ವಾದವುಳ್ಳ ಆ ಚಹಾದ ಮೊದಲ ಗುಟುಕು ಹೀರುವ ಮೊದಲು ಅದರ ಪ್ರಕಾಶಮಾನವಾದ ಹಸಿರು ಕಷಾಯವನ್ನು ಕಣ್ತುಂಬಿಕೊಳ್ಳಲು ನಾವು ನಮ್ಮ ಚಹಾ ಕಪ್‌ಗಳನ್ನು ಕೈಗೆತ್ತಿಕೊಂಡೆವು.

ಅದೇ ಹೊತ್ತಿಗೆ ಸರಿಯಾಗಿ, ಕೊಡೆ ಹಿಡಿದುಕೊಂಡು ಬೈಸಿಕಲ್‌ನಲ್ಲಿ ಚಹಾ ಅಂಗಡಿಯ ಮುಂದೆ ಹಾದು ಹೋದ ಒಬ್ಬ ಯುವತಿ ನಮ್ಮನ್ನು ನೋಡಿ ನಾಚಿಕೆಯಿಂದ ನಮ್ಮತ್ತ ಮುಗುಳ್ನಕ್ಕು ಆ ಕಿರಿದಾದ ಬೀದಿಯಲ್ಲಿ ಕಣ್ಮರೆಯಾದಳು.

ತಲೆ ಎತ್ತಿ ನೋಡಿದಾಗ, ಕಂದು ಬಣ್ಣದ ಕಂಬದ ಮೇಲಿನ ಮರದ ಫಲಕ ಕಣ್ಣಿಗೆ ಬಿದ್ದದ್ದೂ ಆಗಲೇ. ಅದರಲ್ಲಿನ ಶಾಸನ ಹೀಗಿತ್ತು:

一期一会

"Ichigo ichie" (*ಇಚಿಗೊ ಇಚಿಯೆ*) ಎಂದು ಉಚ್ಚರಿಸಲ್ಪಡುವ ಈ ಪದಗಳನ್ನು ನಾವು ಅರ್ಥಮಾಡಿಕೊಳ್ಳಲು ಪ್ರಾರಂಭಿಸುತ್ತಿರುವ ಹೊತ್ತಿನಲ್ಲಿ ತೀವವಾದ ಗಾಳಿಯು ಈ ಚಹಾಮನೆಯ ಸೂರುಗಳಿಂದ ನೇತಾಡುವ ಸಣ್ಣ ಗಂಟೆಯನ್ನು ಅಲುಗಾಡಿಸಿತು, ಅದು ಸದ್ದು ಮಾಡಿತು. ಇಚಿಗೊ ಇಚಿಯೆಯ ಅರ್ಥವು ಸ್ವಲ್ಪ ಮಟ್ಟಿಗೆ ಹೀಗಿರುತ್ತದೆ: ***ನಾವು ಇದೀಗ ಅನುಭವಿಸುತ್ತಿರುವುದೇನಿದ್ದರೂ ಅದು ಮತ್ತೆಂದೂ ಸಂಭವಿಸುವುದಿಲ್ಲ, ಇದು ಒನ್ಸ್ ಇನ್ ಎ ಲೈಫ್ ಟೈಮ್ ಮೊಮೆಂಟ್***. ಆ ಕಾರಣದಿಂದಾಗಿ, ನಾವು ಪ್ರತಿ ಕ್ಷಣಕ್ಕೂ ಸುಂದರ ನಿಧಿಯಂತೆ ಬೆಲೆಕೊಡಬೇಕು.

ಕ್ಯೋಟೋದ ಹಳೆಯ ಪಟ್ಟಣದಲ್ಲಿ, ಆ ಮಳೆಯ ಮಧ್ಯಾಹ್ನದಲ್ಲಿ ನಾವು ಅನುಭವಿಸಿದ್ದನ್ನು ಈ ಸಂದೇಶವು ಸಮರ್ಪಕವಾಗಿ ವಿವರಿಸುತ್ತದೆ.

ನಾವು ಅಂತಹ ಇತರ ಅನನ್ಯ, ಪುನರಾವರ್ತನೆಯಾಗದ ಕ್ಷಣಗಳ ಬಗ್ಗೆ ಮಾತನಾಡಲು ಪ್ರಾರಂಭಿಸಿದೆವು. ಭೂತ–ಭವಿಷ್ಯಗಳ ಬಗ್ಗೆ ಮತ್ತು ವರ್ತಮಾನದಲ್ಲಿನ ಚಿತ್ತಚಾಂಚಲ್ಯದ ಬಗ್ಗೆ ನಾವು ಹೆಚ್ಚು ತಲೆಕೆಡಿಸಿಕೊಂಡಿದ್ದ ಕಾರಣ ಆ ಕ್ಷಣಗಳ ಬಗ್ಗೆ ಗಮನ ಕೊಟ್ಟಿರಲಿಲ್ಲ.

ಬೆನ್ನಿಗೆ ಬ್ಯಾಗ್ ನೇತುಹಾಕಿಕೊಂಡು, ಕೈಯಲ್ಲಿದ್ದ ಸೆಲ್‌ಫೋನಿನಲ್ಲಿ ಏನನ್ನೋ ಹುಡುಕುತ್ತಿದ್ದ ವಿದ್ಯಾರ್ಥಿ ಆ ಮಳೆಯಲ್ಲಿಯೇ ನಡೆದಿದ್ದ. ವರ್ತಮಾನದಲ್ಲಿನ ಚಿತ್ತಚಾಂಚಲ್ಯದ ಸ್ಪಷ್ಟ ನಿದರ್ಶನದಂತಿದ್ದ ಅವನು ಹೆನ್ರಿ ಡೇವಿಡ್ ಥೋರೊ ಅವರ 'ನೀವು ಶಾಶ್ವತತೆಗೆ ಹಾನಿಯುಂಟುಮಾಡದೆಯೇ ಸಮಯವನ್ನು ಹಾಳು ಮಾಡಲು ಸಾಧ್ಯವೇ?' ಎಂಬ ಉಲ್ಲೇಖವನ್ನು ನೆನಪಿಸುವಂತಿದ್ದ. (ಈ ಹೇಳಿಕೆಯ ತಾತ್ವಿಕ ಅರ್ಥವೇನೆಂದರೆ ಶಾಶ್ವತತೆಯು ಸಮಯಾತೀತವಾದುದು ಮತ್ತು ಸಮಯವನ್ನು ಕ್ಷುಲ್ಲಕಗೊಳಿಸಿ ಹಾಳುಮಾಡುವುದರಿಂದ ಮನುಷ್ಯನು ಆ ಶಾಶ್ವತತೆಗೆ ಗಾಯವನ್ನುಂಟುಮಾಡುತ್ತಾನೆ.)

ಆ ವಸಂತ ಋತುವಿನ ಮಧ್ಯಾಹ್ನ, ಪ್ರೇರಣೆಯ ಹಠಾತ್ ಮಿಂಚಲ್ಲಿ ನಾವು, ಮುಂಬರುವ ತಿಂಗಳುಗಳಿಗೆ ನಮಗೆ ಚಿಂತನೆಗೆ ಬೇಕಾದ ಆಹಾರವನ್ನು ಒದಗಿಸಿದ ಒಂದು ಸಂಗತಿಯನ್ನು ಅರ್ಥ ಮಾಡಿಕೊಂಡೆವು. ಸಂಪೂರ್ಣ ಚಿತ್ತಚಾಂಚಲ್ಯದ ಈ ಯುಗದಲ್ಲಿ ಮತ್ತು ನಮ್ಮ ತ್ವರಿತ ಸಂತೃಪ್ತಿಯ ಸಂಸ್ಕೃತಿಯಲ್ಲಿ, ನಾವು ಆಗಾಗ್ಗೆ ಕಿವಿಗೊಡಲು ಸೋತಾಗ ಮತ್ತು ನಮ್ಮ ಸುತ್ತಲಿನ ಪರಿಸರದೊಂದಿಗೆ ತೋರಿಕೆಗೆ ಎಂಬಂತೆ ತೊಡಗಿಸಿಕೊಂಡಾಗ, ಪ್ರತಿಯೊಬ್ಬ ವ್ಯಕ್ತಿಯೂ, ತನ್ನ ಗಮನ, ಇತರರೊಂದಿಗೆ ಸೌಹಾರ್ದತೆ ಮತ್ತು ಪ್ರೇಮಮಯ ಜೀವನವನ್ನು ತೆರೆಯುವ ಕೀಲಿಕೈಯನ್ನು ಹೊಂದಿರುತ್ತಾನೆ.

ಆ ಕೀಲಿಕೈಯೇ ಇಚಿಗೊ ಇಚಿಯೆ.

ನಮ್ಮ ಬದುಕಲ್ಲಿ ಎದುರಾಗುವ ಪ್ರತಿಯೊಂದು ಕ್ಷಣವನ್ನೂ ಅತ್ಯುತ್ತಮವಾಗಿಸಿಕೊಳ್ಳುವ ಬಗೆ ಹೇಗೆ ಎಂಬುದನ್ನು ನಾವು, ವಿಶಿಷ್ಟವಾದ ಮತ್ತು ಪರಿವರ್ತನೀಯ ಅನುಭವಗಳ ಮೂಲಕ ಮುಂದಿನ ಪುಟಗಳಲ್ಲಿ ಹಂಚಿಕೊಂಡಿದ್ದೇವೆ.

–ಹೆಕ್ಟರ್ ಗರ್ಸಿಯಾ ಮತ್ತು ಫ್ರಾನ್ಸಿಸ್ಕ್ ಮಿರಾಯೆಸ್

ಇಚಿಗೊ ಇಚಿಯೆ

ಈ ಕೃತಿಯ ಪ್ರಮುಖ ಪರಿಕಲ್ಪನೆ ಜಪಾನಿ ಅಕ್ಷರಗಳಿಂದ ಕೂಡಿರುವ ಕಾರಣ ಅದಕ್ಕೆ ಕನ್ನಡದಲ್ಲಿ ನಿಖರವಾದ ಪದ ಇರುವುದಿಲ್ಲ. ಆದರೆ ಎರಡು ವ್ಯಾಖ್ಯಾನಗಳ ನೆರವಿನೊಂದಿಗೆ ಅದನ್ನು ಅರ್ಥ ಮಾಡಿಕೊಳ್ಳುವ ಪ್ರಯತ್ನ ಮಾಡೋಣ.

Ichigo ichie– *ಇಚಿಗೊ ಇಚಿಯೆ*ಯನ್ನು ನಾವು 'ಒಂದು ಸಲ, ಒಂದು ಭೇಟಿ' ಅಥವಾ 'ಈ ಕ್ಷಣದಲ್ಲಿ, ಒಂದು ಅವಕಾಶ' ಎಂದು ಅನುವಾದಿಸಬಹುದು. ಅದು ನಮಗೆ ಹೇಳುವುದೇನೆಂದರೆ, *ಪ್ರತಿ ಭೇಟಿಯೂ, ಪ್ರತಿಯೊಂದು ಅನುಭವವೂ ಯಥಾಪ್ರಕಾರ ಮತ್ತೆಂದೂ ಪುನರಾವರ್ತನೆಯಾಗದ ವಿಶಿಷ್ಟವಾದ ಸಂಪತ್ತು.* ಹಾಗಾಗಿ ಆನಂದಿಸದೇ ಆ ಕ್ಷಣವನ್ನು ಕಳೆದುಕೊಂಡರೆ ಆ ಕ್ಷಣ ಶಾಶ್ವತವಾಗಿ ಕಳೆದುಹೋದಂತೆ ಎಂದು.

ಈ ಅಕ್ಷರಗಳ ಅರ್ಥವೇನೆಂದರೆ,
一 (ಒಂದು)
期 ಸಮಯ/ ಕಾಲಾವಧಿ
一 (ಒಂದು)
会 (ಭೇಟಿ/ ಅವಕಾಶ)

ಶಾಂಭಲಾದ ಹೆಬ್ಬಾಗಿಲುಗಳು

ಈ ಪರಿಕಲ್ಪನೆಯನ್ನು ಟಿಬೆಟ್‌ನ ದಂತಕತೆಯೊಂದು ಬಹಳ ಸ್ಪಷ್ಟವಾಗಿ ಚಿತ್ರಿಸಿದೆ. ಹಿಮಾಲಯದ ದಟ್ಟ ಮಂಜಿನ ತುತ್ತತುದಿಯಲ್ಲಿ ಬೇಟೆಗಾರನೊಬ್ಬ ಜಿಂಕೆಯೊಂದನ್ನು ಬೆನ್ನಟ್ಟುತ್ತಾ ಹೋಗುತ್ತಿದ್ದಾಗ, ಅಲ್ಲಿ ಒಂದು ಅಗಾಧ ಪರ್ವತವು ಎರಡು ಕವಲುಗಳಾಗಿ ವಿಭಜನೆಗೊಂಡಿದ್ದನ್ನು ಕಂಡನು. ಆ ವಿಭಜನೆಯಿಂದ ಅವನಿಗೆ ಪರ್ವತದ ಆಚೆ ಬದಿಯಲ್ಲಿ ಏನಿದೆ ಎಂದು ತಿಳಿದುಕೊಳ್ಳಲು ಸಾಧ್ಯವಾಯಿತು. ಪರ್ವತದ ಕವಲು ಶುರುವಾಗುವ ಒಂದು ಬದಿಯಲ್ಲಿ, ಉದ್ದದ ಗಡ್ಡಧಾರಿಯಾಗಿದ್ದ ವೃದ್ಧರೊಬ್ಬರು, ಬೆಚ್ಚಿಬಿದ್ದು ನೋಡುತ್ತಿದ್ದ ಬೇಟೆಗಾರನನ್ನು ಹತ್ತಿರ ಬಂದು ನೋಡುವಂತೆ ಸನ್ನೆ ಮಾಡಿದರು.

ಬೇಟೆಗಾರನು ಹಾಗೇ ಮಾಡಿದನು. ಆ ಬಿರುಕು ಒಬ್ಬ ಮನುಷ್ಯನು ಆರಾಮವಾಗಿ ಹಾದುಹೋಗುವಷ್ಟು ಅಗಲವಾಗಿತ್ತು. ಅದರೊಳಗೆ ಇಣುಕಿ ನೋಡಿದಾಗ ಅವನು ಕಂಡ ದೃಶ್ಯದಿಂದ ಅವನಿಗೆ ಎಷ್ಟೊಂದು ಆಶ್ಚರ್ಯ ಹಾಗೂ ಆನಂದ ಉಂಟಾಯಿತೆಂದರೆ ಅವನಿಗೆ ಉಸಿರೇ ಕಟ್ಟಿದಂತಾಯಿತು.

ಇನ್ನೊಂದು ಬದಿಯಲ್ಲಿ ಸಮೃದ್ಧವಾದ ಉದ್ಯಾನವಿದ್ದು, ಸೂರ್ಯನ ಬಿಸಿಲಿನಿಂದ ಮಿಂದೇಳುತ್ತಾ, ಅದು ಶಾಶ್ವತತೆಯ ನೋಟವನ್ನು ಕಟ್ಟಿಕೊಡುವಂತಿತ್ತು. ಅದು ಅನಂತವಾಗಿ ಹರಡಿಕೊಂಡಿತ್ತು. ಸೌಂದರ್ಯ, ಪ್ರಶಾಂತತೆ ಮತ್ತು ಸಮೃದ್ಧಿಯಿಂದ ಕೂಡಿದ್ದ ಆ ಲೋಕದಲ್ಲಿ ಹಣ್ಣುಗಳಿಂದ ತುಂಬಿದ್ದ ಮರಗಳ ನಡುವೆ ಮಕ್ಕಳು ಆಟವಾಡುತ್ತಿದ್ದರೆ, ಪ್ರಾಣಿಗಳು ಸ್ವಚ್ಛಂದವಾಗಿ ವಿಹರಿಸುತ್ತಿದ್ದವು. ಈ ಸ್ಥಳವನ್ನು ಶಾಂಭಲಾ[4] ಎನ್ನಬಹುದು.

"ನೀನೇನು ನೋಡುತ್ತಿದ್ದೀಯೋ ಅದು ನಿನಗೆ ಇಷ್ಟವಾಯಿತೇ?" ಎಂದು, ದಿಗ್ಮೂಢನಾಗಿ ನೋಡುತ್ತಾ ನಿಂತಿದ್ದ ಬೇಟೆಗಾರನನ್ನು ಆ ವೃದ್ಧರು ಕೇಳಿದರು.

"ಖಂಡಿತವಾಗಿಯೂ ನನಗೆ ಇಷ್ಟವಾಯಿತು. ಇದೊಂದು ಸ್ವರ್ಗವೇ ಸರಿ!"

"ನಿಶ್ಚಿತವಾಗಿಯೂ ಇದು ಸ್ವರ್ಗವೇ. ನಿನಗೆ ಅದು ಸಿಕ್ಕಿದೆ. ನೀನ್ಯಾಕೆ ಒಳಬರಬಾರದು? ಇಲ್ಲಿ ನೀನು ಸದಾ ಕಾಲ ಸಂತೋಷದಿಂದ ಬಾಳಬಹುದು"

ಆನಂದತುಂದಿಲನಾಗಿದ್ದ ಬೇಟೆಗಾರನು ಆಗ, "ಖಂಡಿತವಾಗಿಯೂ ಹಾಗೇ ಮಾಡುವೆ. ಆದರೆ ಅದಕ್ಕೂ ಮೊದಲು ನಾನು ನನ್ನ ಸಹೋದರರು ಮತ್ತು ಆಪ್ತಮಿತ್ರರನ್ನೂ ಇಲ್ಲಿಗೆ ಕರೆತರುವೆ. ನಾನು ಶೀಘ್ರವೇ ಅವರೊಂದಿಗೆ ಮರಳಿ ಬರುತ್ತೇನೆ".

"ನಿನ್ನಿಷ್ಟದಂತೆ ಆಗಲಿ. ಆದರೆ ನೆನಪಿಡು. ಶಾಂಭಲಾದ ಹೆಬ್ಬಾಗಿಲುಗಳು ಜೀವನದಲ್ಲಿ ಒಂದು ಬಾರಿ ಮಾತ್ರ ತೆರೆಯುತ್ತವೆ" ಎಂದು ಹುಬ್ಬುಗಳನ್ನು ಗಂಟಿಕ್ಕಿ ಆ ವೃದ್ಧರು ಎಚ್ಚರಿಸಿದರು.

"ನಾನು ಹೆಚ್ಚು ಕಾಲ ತೆಗೆದುಕೊಳ್ಳುವುದಿಲ್ಲ" ಎಂದು ಹೇಳಿ ಬೇಟೆಗಾರ ಓಡತೊಡಗಿದ.

ಆಗ ತಾನೇ ತಾನು ನೋಡಿದ ದೃಶ್ಯದಿಂದ ಸಡಗರದಿಂದಿದ್ದ ಅವನು, ಕಣಿವೆಗಳು, ನದಿಗಳು ಮತ್ತು ಬೆಟ್ಟಗಳಲ್ಲಿ ತಾನು ಕ್ರಮಿಸಿದ್ದ ದಾರಿಯನ್ನು ನೆನಪುಮಾಡಿಕೊಳ್ಳುತ್ತಾ ತನ್ನ ಹಳ್ಳಿಯನ್ನು ತಲುಪಿದ. ಅಲ್ಲಿ ತನ್ನ ಇಬ್ಬರು ಸಹೋದರರು ಹಾಗೂ ಮೂವರು ಬಾಲ್ಯಸ್ನೇಹಿತರಿಗೆ ತಾನು ಕಂಡುಕೊಂಡ ಸಂಗತಿಯನ್ನು ವಿವರಿಸಿದ.

ಇಡೀ ತಂಡವೇ ತಕ್ಷಣ ಸನ್ನದ್ಧವಾಗಿ ಹೊರಟು, ಬೇಟೆಗಾರನ ಮಾರ್ಗದರ್ಶನದಂತೆ, ಶಾಂಭಲಾ ಇರುವ ಪರ್ವತದ ಶೃಂಗವನ್ನು ಸೂರ್ಯ ಮುಳುಗುವುದಕ್ಕೂ ಮೊದಲೇ ತಲುಪಿತು. ಆದರೆ ಪರ್ವತದ ಕಣಿವೆಯು ಇನ್ನೆಂದೂ ತೆರೆಯಲಾರದಂತೆ ಮುಚ್ಚಲ್ಪಟ್ಟಿತ್ತು. ಆ ಅದ್ಭುತವಾದ ಜಗತ್ತನ್ನು ಪತ್ತೆ ಹಚ್ಚಿದ್ದ ಆ ವ್ಯಕ್ತಿಯು ಇನ್ನು ತನ್ನ ಜೀವನಪರ್ಯಂತ ಬೇಟೆಯಾಡುತ್ತಲೇ ಕಾಲ ಕಳೆಯಬೇಕಾಯಿತು.

---

[4]ಶಾಂಭಲಾ, ಇದು ಸಂಸ್ಕೃತ ಪದ.ಇದರರ್ಥ – ಶಾಂತಿಯ ಸ್ಥಳ. ಇದನ್ನು ಪುರಾಣದಲ್ಲಿ ಉಲ್ಲೇಖಿಸಲಾಗಿದೆ. ಇಲ್ಲಿ ಕೇವಲ ಪರಿಶುದ್ಧಮನಸ್ಸಿನ ಅಂದರೆ ಆತ್ಮಸಾಕ್ಷಾತ್ಕಾರಿಗಳು ವಾಸಿಸಬಹುದು, ಅಲ್ಲಿ ಪ್ರೀತಿ ಮತ್ತು ವಿವೇಕವು ತುಂಬಿ ತುಳುಕುತ್ತದೆ, ಅಲ್ಲಿಯ ಜನರು ಯಾವುದೇ ಕಷ್ಟಗಳಿಗೆ, ಆಸೆಗಳಿಗೆ ಮತ್ತು ವೃದ್ಧಾಪ್ಯಕ್ಕೆ ಒಳಗಾಗುವುದಿಲ್ಲ.

ಈಗ ಅಲ್ಲದಿದ್ದರೆ ಇನ್ನೆಂದೂ ಇಲ್ಲ (NOW or NEVER)

ಇಚಿಗೊ ಇಚಿಯೆಯ ಮೊದಲ ಭಾಗವನ್ನು (一期), ಬೌದ್ಧರ ಧರ್ಮಗ್ರಂಥದಲ್ಲಿ, ನಮ್ಮ ಹುಟ್ಟಿನಿಂದ ಸಾವಿನವರೆಗೆ ನಾವು ಕಳೆಯುವ ಕಾಲವನ್ನು ಉಲ್ಲೇಖಿಸಿ ಬಳಸಲಾಗಿದೆ. ಟಿಬೆಟಿಯನ್ ದಂತಕತೆಯಲ್ಲಿ ನಾವು ನೋಡಿದಂತೆ, ನಮ್ಮ ಬದುಕಿನ ಅವಕಾಶ ಅಥವಾ ಮುಖಾಮುಖಿ ಎಂದರೆ, ನಮಗೆ ಈ ಕ್ಷಣ ದಕ್ಕುವಂತಹುದು. ಆ ಕ್ಷಣವನ್ನು ನಿಮ್ಮದಾಗಿಸಿಕೊಳ್ಳದೇ ಇದ್ದರೆ, ಅದು ಶಾಶ್ವತವಾಗಿ ಕಳೆದುಹೋದಂತೆ.

ಪ್ರಸಿದ್ಧವಾದ ಒಂದು ಮಾತಿನಂತೆ, ನೀವು ಒಂದು ಬಾರಿ ಮಾತ್ರ ಜೀವಿಸುತ್ತೀರಿ. ಪ್ರತಿಯೊಂದು ವಿಶಿಷ್ಟ, ಪುನರಾವರ್ತನೆಯಾಗದ ಕ್ಷಣಗಳೆಲ್ಲವೂ ಶಾಂಭಾಲಾದ ತೆರೆದ ಹೆಬ್ಬಾಗಿಲು ಆಗಿರುತ್ತವೆ ಮತ್ತು ಅದರೊಳಗೆ ನಡೆದುಹೋಗಲು ಎರಡನೇ ಅವಕಾಶ ಎಂದಿಗೂ ಸಿಗದು. ಇದು ಪ್ರತಿಯೊಬ್ಬರಿಗೂ ತಿಳಿದಿರುವ ಸಂಗತಿಯೇ ಆಗಿದ್ದರೂ, ನಮ್ಮ ದೈನಂದಿನ ದುಃಖಗಳು ಮತ್ತು ಹೊಣೆಗಾರಿಕೆಗಳಲ್ಲಿ ನಮ್ಮನ್ನು ನಾವು ಬಂಧಿಗಳಾಗಿಸಿಕೊಂಡಿರುವ ನಾವು ಇದನ್ನು ಸುಲಭವಾಗಿ ಮರೆತುಬಿಡುತ್ತೇವೆ.

ಇಚಿಗೊ ಇಚಿಯೆ ಬಗ್ಗೆ ಜಾಗೃತರಾಗಿದ್ದಾಗ, ನಾವು ಕಳೆಯುವ ಪ್ರತಿ ಮುಂಜಾನೆಯೂ, ನಮ್ಮ ಮಕ್ಕಳೊಂದಿಗೆ ಮತ್ತು ಪ್ರೀತಿಪಾತ್ರರೊಂದಿಗೆ ನಾವು ಕಳೆಯುವ ಪ್ರತಿ ಕ್ಷಣವೂ ಅಮೂಲ್ಯವಾದದ್ದು ಮತ್ತು ನಾವು ಸಂಪೂರ್ಣವಾಗಿ ಗಮನ ಕೊಡಬೇಕಾದದ್ದು ಎಂಬುದನ್ನು ನೆನಪಿನಲ್ಲಿಟ್ಟುಕೊಳ್ಳಬೇಕು.

ಇದು ಮೊದಲ ಮತ್ತು ಬಹಳ ಮುಖ್ಯವಾದ ಪ್ರಕರಣ ಏಕೆಂದರೆ, ಜೀವನವು ಯಾವಾಗ ಕೊನೆಗೊಳ್ಳುತ್ತದೆ ಎಂದು ನಮಗೆ ತಿಳಿದಿಲ್ಲ. ಪ್ರತಿದಿನವೂ ನಮ್ಮ ಕೊನೆಯ ದಿನ ಆಗಿರಬಹುದು. ರಾತ್ರಿ ಮಲಗಲು ಹೋದವರು ಬೆಳಿಗ್ಗೆ ಮತ್ತೆ ಕಣ್ಣು ಬಿಡುತ್ತಾರೆ ಎಂದು ಯಾರೂ ಖಚಿತವಾಗಿ ಹೇಳಲಾರರು.

ಸ್ಪೇನ್‌ನಲ್ಲಿ ಒಂದು ಮಠ ಇದೆ. ಅಲ್ಲಿ ದಾರಿಯಲ್ಲಿ ಸನ್ಯಾಸಿಗಳು ಒಬ್ಬರಿಗೊಬ್ಬರು ಎದುರಾದಾಗ ಹೇಳಿಕೊಳ್ಳುತ್ತಾರೆ, "ಸಹೋದರ, ಒಂದು ದಿನ ನೀವು ಸಾಯುತ್ತೀರಿ ಎಂಬುದು ನೆನಪಿರಲಿ" ಎಂದು. ಈ ಪದ್ಧತಿಯು ಅವರನ್ನು ಪ್ರಸ್ತುತ ಶಾಶ್ವತತೆಯಲ್ಲಿ ಇರಿಸುತ್ತದೆ ಅದು ಅವರಿಗೆ ದುಃಖ ಅಥವಾ ಚಿಂತೆಯನ್ನು ತರುವುದಿಲ್ಲ, ಬದಲಾಗಿ ಅವರ ಜೀವನದ ಪ್ರತಿ ಕ್ಷಣವನ್ನು ಆನಂದದಿಂದ ಕಳೆಯಲು ಪ್ರೇರೇಪಿಸುತ್ತದೆ.

ಮಾರ್ಕಸ್ ಆರೆಲಿಯಸ್ ತಮ್ಮ 'ಮೆಡಿಟೇಷನ್ಸ್'(ಧ್ಯಾನಗಳು) ಎಂಬ ಆಳವಾದ ಮತ್ತು ಸಮಯಾತೀತವಾದ ಪುಸ್ತಕದಲ್ಲಿ ಬರೆಯುತ್ತಾರೆ, ಏನೆಂದರೆ, "ಅಸ್ತಿತ್ವದ ನಾಟಕವೆಂದರೆ ಅದು ಮರಣವಲ್ಲ, ಬದಲಿಗೆ(ನಿಜವಾಗಿ), *ಬದುಕಲು ಎಂದಿಗೂ ಪ್ರಾರಂಭಿಸಿಯೇ ಇಲ್ಲ ಎಂಬುದು".*

ಇಚಿಗೊ ಇಚಿಯೆ ಎಂಬುದು, 'ಈಗ ಅಲ್ಲದಿದ್ದರೆ ಎಂದಿಗೂ ಇಲ್ಲ' ಎಂಬುದಕ್ಕೆ ಸ್ಪಷ್ಟ ಆಹ್ವಾನವಾಗಿದ್ದು, ನಾವು ಅನೇಕ ವರ್ಷ ಬದುಕಲು ಸಾಧ್ಯವಾದರೂ, ಪ್ರತಿ ಭೇಟಿಗೂ ವಿಶಿಷ್ಟವಾದ ಸಾರ ಇದ್ದು, ಅದೆಂದಿಗೂ ಪುನರಾವರ್ತನೆಯಾಗದು.

ಹೆಚ್ಚಿನಂಶ, ನಾವು ಒಂದೇ ಜಾಗದಲ್ಲಿ ಅದೇ ಜನರನ್ನು ಮತ್ತೆ ಭೇಟಿಯಾಗಬಹುದು ಆದರೆ ನಮಗೆ ಹೆಚ್ಚು ವಯಸ್ಸಾಗಿರಬಹುದು, ನಮ್ಮ ಪರಿಸ್ಥಿತಿ, ನಮ್ಮ ಹಾಸ್ಯಪ್ರಜ್ಞೆ ವಿಶಿಷ್ಟವಾಗಿರಬಹುದು; ನಾವು ಇತರ ಆದ್ಯತೆಗಳು ಮತ್ತು ಅನುಭವಗಳನ್ನು ಹೊಂದಿದವರಾಗಿರಬಹುದು. ಈ ಬ್ರಹ್ಮಾಂಡವು ನಿರಂತರ ಹರಿವಿನ ಸ್ಥಿತಿಯಲ್ಲಿರುವಂತೆ ನಾವೂ ಇದ್ದೇವೆ. ಹಾಗಾಗಿಯೇ ಯಾವುದೂ ಕೂಡಾ ಮತ್ತೆ ಅದೇ ರೀತಿಯಲ್ಲಿ ಘಟಿಸುವುದಿಲ್ಲ.

ಆ ಶಬ್ದ ರೂಪದ ಮೂಲಗಳು

ಇಚಿಗೊ ಇಚಿಯೆಗೆ ಸಂಬಂಧಿಸಿದಂತೆ, ಮೊದಲ ಲಿಖಿತ ಉದಾಹರಣೆ ನಮಗೆ ಸಿಗುವುದು ಯೆಮೆನೊ ಸೋಜಿ ಎಂಬ ಟೀ ಮಾಸ್ಟರ್ 1588ರಲ್ಲಿ ಬರೆದುದು. ಅದು ಹೇಳುವುದೇನೆಂದರೆ,

ನಿಮ್ಮ ಅತಿಥಿಗೆ ನೀವು ಜೀವನದಲ್ಲಿ ಒಂದೇ ಬಾರಿ ಭೇಟಿಯಾಗುತ್ತೀರಿ ಎಂಬಂತೆ ಆತಿಥ್ಯ ಮಾಡಬೇಕು.

ನಾವು ಪ್ರಸ್ತುತ ಜಪಾನಿ ಪದವನ್ನು ಅನುವಾದಿಸದೇ ಬಿಟ್ಟರೆ, ನಾವು ಆ ನುಡಿಗಟ್ಟನ್ನು ಈ ರೀತಿ ಮಾಡಬಹುದು: 'ನಿಮ್ಮ ಅತಿಥಿಗೆ ಇಚಿಗೊ ಇಚಿಯೆಯಂತೆ ಆತಿಥ್ಯ ಮಾಡಿ'.

ಯೆಮೆನೊ ಸೋಜಿ ಈ ನುಡಿಗಟ್ಟನ್ನು ತನ್ನ ಟಿಪ್ಪಣಿಯಲ್ಲಿ ಯಾವಾಗ ಸೇರಿಸಿದನೋ, ಆಗ ಅವನು ತಾನು ರಿಕ್ಯೂ ಎಂಬ ಮಾಸ್ಟರ್ ಅವರಿಂದ ಚಹಾ ಕೂಟದ ಮೂಲಕ ಕಲಿತುದನ್ನು ಬರೆಯುತ್ತಿದ್ದನು. ರಿಕ್ಯೂ ಅವರನ್ನು, ಎಲ್ಲಕ್ಕಿಂತಲೂ ಹೆಚ್ಚಾದ ಸರಳತೆಯನ್ನು ಹೊಂದಿರುವ ಚಹಾ ಸಮಾರಂಭವೆನ್ನಲಾಗುವ 'ವಾಬಿ– ಚಾ'ದ ಸ್ಥಾಪಕರೆಂದು ಪರಿಗಣಿಸಲಾಗಿದೆ.

ಆದರೂ, ಈ ಪರಿಕಲ್ಪನೆಯನ್ನು ವ್ಯಕ್ತಪಡಿಸಲು, ಸೋಜಿ ಹಳೆಯ ಜಪಾನೀಸ್, ಅಂದರೆ **一期一度** ಅನ್ನು ಬಳಸಿದ. ಅದು ತನ್ನ ಮೂಲರೂಪವಾದ **一期一会** ನಂತೇ ಇರುತ್ತದೆ. ಆದರೆ, ಕೊನೆಯ ಪದ ಮಾತ್ರ 'ಭೇಟಿ'ಯ ಬದಲಿಗೆ, 'ಸಮಯ' ಎಂಬುದಾಗಿ ಇರುತ್ತದೆ.

ಈ ಬದಲಾವಣೆ ಮುಖ್ಯ. ಏಕೆಂದರೆ, ಚಹಾ ಕೂಟವನ್ನು ಮೀರಿ, ಪ್ರತಿ ಕ್ಷಣದ ಅನನ್ಯ ಸ್ವಭಾವವನ್ನು ಅರ್ಥೈಸಿಕೊಳ್ಳಲು ಅದು ಅನುವು ಮಾಡಿಕೊಡುತ್ತದೆ. ಅದರ ತಾತ್ವಿಕ ಆಳವನ್ನು ಅರ್ಥ ಮಾಡಿಕೊಳ್ಳುವ ಉದ್ದೇಶಕ್ಕಾಗಿ ನಾವು ಒಂದು ಇಡೀ ಅಧ್ಯಾಯವನ್ನು ಮೀಸಲಿಡಲಿದ್ದೇವೆ.

ಸಮಯವಿರುವುದು ಈಗಲೇ

ಚಹಾ ಸಮಾರಂಭವು ಇಚಿಗೊ ಇಚಿಯೆ ಆಗಿರುವ ಕಾರಣ, ಅಂದರೆ, ಕಾಲದೊಂದಿಗೆ ವಿಶಿಷ್ಟವಾದ ಮುಖಾಮುಖಿಯಾದ ಕಾರಣ, ಅದಕ್ಕೆ ಸಂಪೂರ್ಣ ಗಮನ ಕೊಡಬೇಕಾಗುತ್ತದೆ. ಆಯೋಜಕ ಮತ್ತು ಅತಿಥಿ ಒಂದು ವೇಳೆ ಪ್ರತಿದಿನವೂ ಮುಖಾಮುಖಿಯಾಗುತ್ತಿದ್ದರೂ, ಆ ಸಮಾವೇಶವು ಯಥಾಪ್ರಕಾರ ಮತ್ತೆಂದೂ ಪುನರಾವರ್ತನೆಯಾಗದು.

ಪ್ರತಿ ಕ್ಷಣದ ಅಸಾಧಾರಣವಾದ ಸ್ವಭಾವವನ್ನು ನಾವು ಪರಿಗಣಿಸಿದರೆ, ಪ್ರತಿ ಮುಖಾಮುಖಿಯೂ ಜೀವನದಲ್ಲಿ ಒಂದೇ ಬಾರಿ ಘಟಿಸುವ ಸಂದರ್ಭವಾಗಿರುತ್ತದೆ ಎಂಬುದು ನಮಗೆ ಅರಿವಾಗುತ್ತದೆ.

ಆತಿಥೇಯರು ಹೀಗೆ ನಿಜವಾದ ಪ್ರಾಮಾಣಿಕತೆಯನ್ನು ತೋರಿಸಬೇಕು ಹಾಗೂ ಪ್ರತಿ ವಿವರಗಳೊಂದಿಗೆ ಹೆಚ್ಚಿನ ಕಾಳಜಿಯನ್ನು ವಹಿಸಬೇಕು. ಪ್ರತಿಯೊಂದೂ ಸರಾಗವಾಗಿ ಮತ್ತು ಅಡೆತಡೆಯಿಲ್ಲದೆ ಸಾಗುತ್ತಿದೆ ಎಂಬುದನ್ನು ಖಚಿತಪಡಿಸಿಕೊಳ್ಳಬೇಕು.

ತಮ್ಮ ಪಾಲಿಗೆ ಅತಿಥಿಗಳೂ ಸಹ ಈ ಮುಖಾಮುಖಿ ಮತ್ತೆಂದೂ ಸಂಭವಿಸುವುದಿಲ್ಲ ಎಂಬುದನ್ನು ಅರ್ಥ ಮಾಡಿಕೊಳ್ಳಬೇಕು, ಮತ್ತು ಆತಿಥ್ಯ ವಹಿಸಿದ ಸಮಾರಂಭದ ಪ್ರತಿಯೊಂದು ವಿವರವನ್ನು ಪ್ರಶಂಸೆ ಮಾಡಿ, ಸಹಜವಾಗಿ, ತುಂಬು ಮನಸ್ಸಿನಿಂದ

ಪಾಲ್ಗೊಳ್ಳಬೇಕು.

ಇವೆಲ್ಲವೂ 'ಇಚಿಗೊ ಇಚಿಯೆ' ಎಂಬುದರ ಅರ್ಥ.

–ಐಇ ನೌಸೂಕೆ, ಟೊಕುಗಾವ ಶೋಗುನಾಟೆಯ 'ಗ್ರೇಟ್ ಎಲ್ಡರ್'(ಅತ್ಯಂತ ಹಿರಿಯ ಎಂಬ ಪದವಿ), ತಮ್ಮ ಚನೊಯು ಇಚಿ–ಯೆ–ಶು ಎಂಬ ಪುಸ್ತಕದಲ್ಲಿ (1858)

ಇಚಿಗೊ ಇಚಿಯೆಯ ಪ್ರಸ್ತುತ ಉಪಯೋಗ

ಚಹಾ ಕೂಟದ ವ್ಯವಸ್ಥೆಯಿಂದಾಚೆಗೂ ಇಂದು ಜಪಾನಿಯರು ಎರಡು ಸನ್ನಿವೇಶಗಳಲ್ಲಿ ಇಚಿಗೊ ಇಚಿಯೆಯ ಪದರೂಪವನ್ನು ಬಳಸುತ್ತಾರೆ.

1. ಅಪರಿಚಿತರನ್ನು ಮೊದಲ ಬಾರಿಗೆ ಭೇಟಿಯಾದಾಗ.

2. ಪರಿಚಯಸ್ಥರನ್ನು ಭೇಟಿಯಾಗುವಾಗ, ಪ್ರತಿ ಸಂದರ್ಭವೂ ವಿಶಿಷ್ಟ ಎಂದು ಒತ್ತಿಹೇಳಲು.

ಉದಾಹರಣೆಗೆ, ನೀವು ಕ್ಯೋಟೊದ ಬೀದಿಗಳಲ್ಲಿ ಕಳೆದುಹೋಗಿ, ಯಾರಲ್ಲೋ ನೆರವು ಕೇಳುತ್ತೀರಿ. ಆ ವ್ಯಕ್ತಿ ಸ್ವಲ್ಪ ಸಮಯದಿಂದೀಚೆ ಅಮೆರಿಕದಲ್ಲಿ ನೆಲೆಸಿದ್ದ ಕಾರಣ, ನೀವಿಬ್ಬರೂ ಸುಮಾರು ಹತ್ತು ನಿಮಿಷ ಮಾತನಾಡುತ್ತಾ ಉಳಿದುಬಿಡುತ್ತೀರಿ. ನೀವು ಅವರಿಂದ ಬೀಳ್ಕೊಡುವಾಗ, ಗುಡ್ ಬೈ ಹೇಳಲು ಇಚಿಗೊ ಇಚಿಯೆಯೇ ಸಮರ್ಪಕ ರೀತಿಯಾಗಿರುತ್ತದೆ. ಅಂದರೆ, ಅದು ಅತ್ಯಂತ ಆಹ್ಲಾದಕರವಾದ ಮುಖಾಮುಖಿಯಾಗಿದ್ದು, ಜೀವನದಲ್ಲಿ ಈ ಕ್ಷಣ ಮತ್ತೆಂದೂ ಪುನರಾವರ್ತನೆಯಾಗದು ಎಂದು ತಿಳಿಸುತ್ತೀರಿ.

ಎರಡನೆಯ ಉಪಯೋಗವು ನಾವು ಈಗಾಗಲೇ ಚಹಾ ಕೂಟದಲ್ಲಿ ನೋಡಿರುವುದಕ್ಕೆ ಬಹಳ ಹತ್ತಿರವಾದುದು. ನಾವು ಆಗಾಗ ಭೇಟಿಯಾಗುವ ಸ್ನೇಹಿತರಲ್ಲಿ, ಪ್ರತಿ ಬಾರಿಯೂ, ತಮ್ಮ ಭೇಟಿ ವಿಶಿಷ್ಟ ಮತ್ತು ವಿಶೇಷವಾದುದು ಎಂದು ಮತ್ತೆ ಮತ್ತೆ ಒತ್ತಿಹೇಳುವಂತಹುದು. ನಮ್ಮ ಬದುಕುಗಳು ಸಾಗುತ್ತಾ, ನಾವು ಬೆಳೆಯುತ್ತಾ ಇರುತ್ತೇವೆ. ಜೊತೆಗೆ, ಕಾಲದೊಂದಿಗೆ ಪರಿವರ್ತನೆಗಳೂ ಆಗುತ್ತವೆ. ಹೆರಾಕ್ಲಿಟಸ್ ಹೇಳುವಂತೆ, "ಯಾರೂ ಅದೇ ನದಿಗೆ ಎರಡು ಬಾರಿ ಇಳಿಯಲಾರರು. ಏಕೆಂದರೆ ಅದು ಅದೇ ನದಿಯಾಗಿರಲಾರದು ಹಾಗೂ ಅವನು ಅದೇ ವ್ಯಕ್ತಿಯಾಗಿರಲಾರ".

ಈ ಎರಡೂ ಅಭಿವ್ಯಕ್ತಿಗಳಲ್ಲಿ, ನಮ್ಮ ಜೀವನದಲ್ಲಿ ನಾವು ಹಂಚಿಕೊಳ್ಳುವ ಪ್ರತಿಯೊಂದು ಕ್ಷಣಕ್ಕೆ ನಾವು ಕೃತಜ್ಞತೆ ಮತ್ತು ಪ್ರಶಂಸೆಯನ್ನು ವ್ಯಕ್ತಪಡಿಸಬೇಕು ಎಂಬುದನ್ನು ನಾವು ಗುರುತಿಸಬಹುದು. ಅದೇ ವೇಳೆ, ಅದೊಂದು ನಾಸ್ಟಾಲ್ಜಿಯಾ[5]ದ ಸುಳಿವನ್ನು ಕೊಡುವುದರೊಂದಿಗೆ, ಹಿಂದೆ ಹೇಳಿರುವಂತೆ ಸನ್ಯಾಸಿಗಳ ಆಚರಣೆಯ ಹಾಗೆ ಇದೂ ಸಹ, ನಮ್ಮ ಜೀವನದ ದಾರಿ ಕ್ಷಣಿಕ ಎಂಬುದನ್ನು ನೆನಪಿಸುತ್ತದೆ. ಅಲ್ಲದೆ, ಪ್ರತಿ ಬಾರಿಯೂ ಇದೇ ಕೊನೆಯದಾಗಿರಬಹುದು ಎಂಬುದನ್ನು ಇಚಿಗೊ ಇಚಿಯೆ ನಮ್ಮನ್ನು ಎಚ್ಚರಿಸುತ್ತಿರುತ್ತದೆ.

ಕ್ಷಣಗಳ ಬೇಟೆ

ಇಚಿಗೊ ಇಚಿಯೆಗೆ ಸಂಬಂಧಿಸಿದ, ಜಪಾನಿಯರ ಆಕರ್ಷಕ ಸಂಸ್ಕೃತಿಯನ್ನು ಪರಿಚಯಿಸುವುದರ

[5] ನಾಸ್ಟಾಲ್ಜಿಯಾ–ಉತ್ಕಂಠತೆ/ಹಳೇಯದರ ಹಂಬಲ/ನೆನಪು/ಹಳವಂಡ

ಜೊತೆಗೆ, ಅವಿಸ್ಮರಣೀಯ ಕ್ಷಣಗಳನ್ನು ನಿಮಗಾಗಿ ಮತ್ತು ಇತರರಿಗಾಗಿ ಸೃಷ್ಟಿಸಿ, ಅನುಭವಿಸುವಂತೆ ಮಾಡಲು ನಿಮಗೆ ನೆರವಾಗುವುದೂ ಈ ಪುಸ್ತಕದ ಗುರಿ.

ಮುಂದಿನ ಅಧ್ಯಾಯಗಳಲ್ಲಿ ನೀವು ನೋಡುವಂತೆ, ಇಚಿಗೊ ಇಚಿಯೆಯನ್ನು ರೂಢಿಸಿಕೊಳ್ಳುವುದರಿಂದ ಮತ್ತು ಅಭ್ಯಾಸ ಮಾಡಿಕೊಳ್ಳುವುದರಿಂದ, ಕಳೆದುಹೋದುದಕ್ಕೆ ಆತಂಕಪಡದೆ, ಭವಿಷ್ಯದ ಬಗ್ಗೆ ಕಾತರರಾಗದೆ, ವರ್ತಮಾನದಲ್ಲಿ ಬದುಕಲು ಅನುವು ಮಾಡಿಕೊಟ್ಟು, ಸಂತೋಷದಿಂದ ಮತ್ತು ಸಂತೃಪ್ತಿಯಿಂದ ಜೀವನವನ್ನು ಪೂರ್ಣಪ್ರಮಾಣದಲ್ಲಿ ಅನುಭವಿಸುವುದನ್ನು ಕಲಿಸುತ್ತದೆ. ಪ್ರತಿ ಕ್ಷಣದ ಕೊಡುಗೆಯನ್ನೂ ಪ್ರಶಂಸಿಸುತ್ತಾ, ಅಂಗೀಕರಿಸುತ್ತಾ ಪೂರ್ತಿಯಾಗಿ ವರ್ತಮಾನದಲ್ಲಿ ಬಾಳುವುದನ್ನು ಕಲಿಸುತ್ತದೆ.

ಈ ಪ್ರಯಾಣದ ಕೊನೆಯಲ್ಲಿ, ನಾವು ವಿಶೇಷ ಕ್ಷಣಗಳ ಬೇಟೆಗಾರರಾಗಿರುತ್ತೇವೆ. ಆ ಕ್ಷಣಗಳಲ್ಲಿ ಹಾದುಹೋಗುತ್ತಿರುವಾಗ ನಡುವೆಯೇ ಅವುಗಳನ್ನು ಹೇಗೆ ನಮ್ಮದಾಗಿಸಿಕೊಳ್ಳುವುದು ಎಂಬುದನ್ನು ಹಾಗೂ ಅವುಗಳನ್ನು ಉದ್ದೇಶಪೂರ್ವಕವಾಗಿ ಅನುಭವಿಸುವುದನ್ನು ಅಂದರೆ, ಅವುಗಳು ಜೀವಮಾನದಲ್ಲಿ ಸಿಗುವ ಏಕೈಕ, ಅನನ್ಯ, ವಿಶಿಷ್ಟ ಅನುಭವ- ಎಂಬುದನ್ನು ನಾವು ಕಲಿತಿರುತ್ತೇವೆ.

ಪೀನಟ್ಸ್ ಅವರ ವ್ಯಂಗ್ಯಚಿತ್ರವೊಂದು ಹಿಂಭಾಗದಿಂದ ಸ್ನೂಪಿ ಮತ್ತು ಚಾರ್ಲಿ ಬ್ರೌನ್ ಅವರನ್ನು ತೋರಿಸುತ್ತದೆ. ಕೆರೆಯ ದಂಡೆಯ ಮೇಲೆ ಕುಳಿತುಕೊಂಡಿರುತ್ತಾರೆ. ಅಲ್ಲಿ ಅವರ ಮಾತುಕತೆ ಹೀಗಿರುತ್ತದೆ:

"ಸ್ನೂಪಿ, ಒಂದು ದಿನ ನಾವೆಲ್ಲರೂ ಸಾಯುತ್ತೇವೆ!"

"ನಿಜ, ಆದರೆ ಇತರ ಎಲ್ಲಾ ದಿನಗಳಲ್ಲಿ ಅಲ್ಲ".

ಎರಡನೇ ವಾಕ್ಯದ ಅರ್ಥ ಹಾಸ್ಯವನ್ನು ಮೀರಿದ್ದು. ಈ ಜಗತ್ತನ್ನು ಯಾವಾಗ ತೊರೆಯಬೇಕಾಗಬಹುದು ಎಂದು ನಮಗೆ ತಿಳಿದಿಲ್ಲ. ಅದು ಸರಿಯೇ. ಆದರೆ, ನಾವು ಬದುಕಿರುವಷ್ಟು ಕಾಲ, 'ಆ ಇತರ ಎಲ್ಲಾ ದಿನಗಳನ್ನು' ಹೇಗೆ ಕಳೆಯುತ್ತೇವೆ ಎಂಬುದು ನಮ್ಮ ಮೇಲೆ ಅವಲಂಬಿತವಾಗಿರುತ್ತದೆ. ಅಂದರೆ, ಆ ಎಲ್ಲಾ ದಿನಗಳಲ್ಲಿ ನಾವು ಮುಖಾಮುಖಿಯಾಗುವ ಅಥವಾ ಕಳೆಯುವ ಕ್ಷಣಗಳನ್ನು ನಾವು ಅಲಕ್ಷಿಸುತ್ತೇವೆಯೋ ಅಥವಾ ಅವಿಸ್ಮರಣೀಯವಾಗಿಸುತ್ತೇವೆಯೋ ಎಂಬುದು ಮುಖ್ಯ.

ರಿಚರ್ಡ್ ಲಿಂಕ್‌ಲೇಟರ್ ಹನ್ನೆರಡು ವರ್ಷಗಳಲ್ಲಿ ಅದೇ ಕಲಾವಿದರೊಂದಿಗೆ ಚಿತ್ರೀಕರಿಸಿದ, 'ಬಾಯ್‌ಹುಡ್' ಎಂಬ ಪ್ರಸಿದ್ಧ ಚಲನಚಿತ್ರದ ಅಂತ್ಯವನ್ನು ಇದು ನೆನಪಿಸುತ್ತದೆ. ವೀಕ್ಷಕನು ತನ್ನ ಕಣ್ಣುಗಳ ಮುಂದೆಯೇ ಜೀವನ ಹಾದುಹೋಗುವುದನ್ನು ನೋಡುತ್ತಾನೆ. 165 ನಿಮಿಷದ ಈ ಸಿನೆಮಾದ ಆರಂಭದಲ್ಲಿ ಆರು ವರ್ಷದ ಬಾಲಕನಾಗಿರುವ ಮೇಸನ್‌ನ್ನು ನಾವು ನೋಡುತ್ತೇವೆ. ಅವನ ತಂದೆ ತಾಯಿ ವಿಚ್ಛೇದನ ಪಡೆದಿರುತ್ತಾರೆ. ಅವನು ಬೆಳೆದು ದೊಡ್ಡವನಾಗಿ ಕಾಲೇಜಿಗೆ ಹೋಗುವವರೆಗಿನ ವಿವಿಧ ಹಂತಗಳ ಅನುಭವಗಳನ್ನು ತೋರಿಸಲಾಗಿದೆ.

ಹಲವಾರು ಕಷ್ಟಗಳನ್ನು ಕಂಡುಂಡ ಬಳಿಕ ಮೇಸನ್ ತನ್ನ ಕಾಲೇಜು ಸ್ನೇಹಿತರೊಂದಿಗೆ ಹೈಕಿಂಗ್ ಪ್ರವಾಸಕ್ಕೆ ಹೋಗುವುದರೊಂದಿಗೆ ಸಿನೆಮಾ ಕೊನೆಗೊಳ್ಳುತ್ತದೆ. ಮೇಸನ್ ಒಬ್ಬ ಮೇಧಾವಿಯೂ, ಸೂಕ್ಷ್ಮ ಸಂವೇದಿ ಯುವಕನೂ ಆಗಿ ಬೆಳೆದಿದ್ದು, ಅವನ ಬದುಕಿನಲ್ಲಿ ಮುಖ್ಯಳಾಗುವಳು ಎಂದು ಭಾವಿಸಲಾದ ಒಬ್ಬ ಯುವತಿಯೊಂದಿಗೆ ಸೂರ್ಯಾಸ್ತವನ್ನು ವೀಕ್ಷಿಸುತ್ತಿರುತ್ತಾನೆ.

"ಈ ಕ್ಷಣವನ್ನು ನಿನ್ನದಾಗಿಸಿಕೋ– ಎಂದು ಪ್ರತಿಯೊಬ್ಬರೂ ಯಾವಾಗಲೂ ಹೇಳುತ್ತಿರುತ್ತಾರೆ ಅಲ್ಲವೇ?" ಎಂದು ಆಕೆ ಉದ್ಘರಿಸುತ್ತಾಳೆ. "ನನಗೆ ಗೊತ್ತಿಲ್ಲ, ನಾನು ಇನ್ನೂ ಯೋಚಿಸುತ್ತಿದ್ದೇನೆ– ಅದೊಂದು ರೀತಿಯಲ್ಲಿ ಆ ಕ್ಷಣವೇ ನಮ್ಮನ್ನು ಸೆಳೆದುಕೊಂಡಂತೆ ಇರಬಹುದು".

ಈ ಸನ್ನಿವೇಶದ ಬಗ್ಗೆ ವ್ಯಾಪಕ ಚರ್ಚೆಯಾಗಿದೆ, ಅದರಲ್ಲಿ ಇಚಿಗೊ ಇಚಿಯೆಯ ಪ್ರಭಾವ ಬಹಳ ಇದೆ ಎಂಬುದಾಗಿ.

ಗರ್ಭಿಣಿಯರು ಎಲ್ಲಿ ನೋಡಿದರೂ ಇನ್ನೊಬ್ಬ ಗರ್ಭಿಣಿಯನ್ನೇ ಕಾಣುವಂತೆ, ನಾವು ಕ್ಷಣಗಳ ಬೇಟೆಗಾರರಾಗುತ್ತಿದ್ದಂತೆಯೇ, ಎಲ್ಲವೂ ಅನನ್ಯ ಮತ್ತು ಭವ್ಯವಾಗಿ ಕೊನೆಗೊಳ್ಳುತ್ತದೆ. ಏಕೆಂದರೆ ನಾವು ಇದೀಗ ಅನುಭವಿಸುತ್ತಿರುವ ಕ್ಷಣಗಳು ಮತ್ತೆಂದೂ ಸಂಭವಿಸುವುದಿಲ್ಲ ಎಂದು ತಿಳಿದುಕೊಳ್ಳುವ ಸದವಕಾಶ ನಮಗೆ ಇರುತ್ತದೆ.

I

ಅಶಾಶ್ವತತೆಯ ಸೌಂದರ್ಯ

ಕೈಕಾ ಮತ್ತು ಮೆನ್‌ಕಾಯ್

ಸೂರ್ಯ ಹುಟ್ಟುವ ನಾಡಿನ ಬಗ್ಗೆ ಚೆನ್ನಾಗಿ ತಿಳಿದಿರುವವರಿಗೆ, ಇಡೀ ವರ್ಷದಲ್ಲಿ ಅತ್ಯಂತ ಸುಂದರವಾದ ದಿನಗಳೆಂದರೆ ಅದು ವಸಂತ ಋತುವಿನಲ್ಲಿ ಸಕುರಾ (ಜಪಾನ್‌ನ ಚೆರ್ರಿ ಮರಗಳಲ್ಲಿ ಅರಳುವ ಹೂಗಳು) ಅರಳುವ ದಿನಗಳು ಎಂಬುದರ ಬಗ್ಗೆಯೂ ಗೊತ್ತಿರುತ್ತದೆ.

ಉಪ ಉಷ್ಣ ವಲಯದ ಒಕಿನಾವಾ ದ್ವೀಪಗಳಲ್ಲಿ–ಅಲ್ಲಿ ನಾವು ನಮ್ಮ ಇಕಿಗಾಯ್ ಪುಸ್ತಕಕ್ಕಾಗಿ ಸಂಶೋಧನೆ ನಡೆಸಿದ್ದೆವು– ಸಕುರಾ ಜನವರಿಯಲ್ಲಿ ಅರಳುತ್ತವೆ. ಜಪಾನ್‌ನ ದೊಡ್ಡ ನಗರಗಳಲ್ಲಿ ಮಾರ್ಚ್ ಕೊನೆಯಿಂದ ಏಪ್ರಿಲ್ ಮಧ್ಯದವರೆಗೂ ಸಕುರಾ ಹೂವುಗಳನ್ನು ಕಾಣಬಹುದು. ಮತ್ತು ಭಯಂಕರ ಚಳಿಯ ಉತ್ತರ ಭಾಗದ ಹೊಕ್ಕೈಡೊ ದ್ವೀಪದಲ್ಲಿ, ಈ ಹೂಗಳು ಅರಳುವುದು ಮೇ ತಿಂಗಳವರೆಗೂ ವಿಳಂಬವಾಗುತ್ತದೆ.

ಪ್ರತಿ ವರ್ಷವೂ ಜಪಾನಿಯರು, ಸಕುರಾ ಮರಗಳು ಯಾವಾಗ ಹೂ ಬಿಡುತ್ತವೆ ಎಂಬ ಮುನ್ಸೂಚನೆಗಾಗಿ ಎದುರು ನೋಡುತ್ತಾರೆ. ಅವು ಸೌಂದರ್ಯದ ನಿಧಿಯೂ, ಅತಿ ಮುಖ್ಯ ಸಂಕೇತವೂ ಎಂಬ ಕಾರಣಕ್ಕೆ ಅವರಿಗೆ ಸಕುರಾ ಹೂವಿನ ಬಿಳಿ ದಳಗಳನ್ನು ನೋಡುವ ಕಾತುರ. ಈ ಬಗ್ಗೆ ನಾವು ಮುಂದಿನ ಅಧ್ಯಾಯಗಳಲ್ಲಿ ನೋಡಲಿದ್ದೇವೆ. 'ಚೆರ್ರಿ ಅರಳುವ ಮುಂಚೂಣಿ', 'ಚೆರ್ರಿ ಬ್ಲಾಸಂ ಫ್ರಂಟ್' ಎಂದೇ ಕರೆಸಿಕೊಂಡು ಇದು ದಕ್ಷಿಣದಿಂದ ಉತ್ತರಕ್ಕೆ ಸಾಗುತ್ತದೆ; ಪ್ರತಿಯೊಂದು ನಗರದಲ್ಲೂ ಒಂದು ವಿಶೇಷವಾದ ಮರ ಇರುತ್ತದೆ. ಅದರಲ್ಲಿ ಹೂವು ಅರಳಿದಾಗ, ಇಡೀ ದೇಶವೇ ಸಂಭ್ರಮಿಸುವ ಪ್ರಕೃತಿಯ ಹಬ್ಬ ಆರಂಭವಾಗಿದೆ ಎಂದು ಆಯಾ ಪ್ರದೇಶದಲ್ಲಿ ಪ್ರಕಟಿಸಲಾಗುತ್ತದೆ.

ಜಪಾನ್‌ನಲ್ಲಿ ಅಂತಹ 69 ವಿಶೇಷ 'ಮಾದರಿ' ವೃಕ್ಷಗಳಿವೆ. ಕ್ಯೋಟೊದಲ್ಲಿ ಹೇಳುವುದಾದರೆ, ನಗರ ಪಾಲಿಕೆ ಕಚೇರಿಯ ಉದ್ಯಾನದಲ್ಲಿ ಅಂತಹ ಮರವನ್ನು ಕಾಣಬಹುದು. ಪ್ರತಿ ಮುಂಜಾನೆ ಒಬ್ಬ ನೌಕರ ಹೊರ ಹೋಗಿ ಒಂದಾದರೂ ಮೊಗ್ಗು ಅರಳಿದೆಯೇ ಎಂದು ನೋಡಿಕೊಂಡು ಬರುತ್ತಾನೆ. ಅದು ಅರಳಿದಾಗ, ಇಡೀ ದೇಶಕ್ಕೇ ಸುದ್ದಿಯಾಗಿಬಿಡುತ್ತದೆ.

ಹನಾಮಿ

ಸಕುರಾ ಝೆನ್‌ಸೆನ್ ಎಂದು ಕರೆಯಲಾಗುವ, ಈ ಹೂವು ಅರಳುವ ಮುನ್ಸೂಚನೆ ಸಿಕ್ಕಿದ ತಕ್ಷಣ, 'ಹೂವುಗಳ ವೀಕ್ಷಣೆ' ಎಂದು ಕರೆಯಲಾಗುವ ಹನಾಮಿ ಆಚರಣೆಗಾಗಿ ಜಪಾನಿಯರು ಅಲ್ಲಿನ ಉದ್ಯಾನವನಗಳಲ್ಲಿ ನೆರೆಯುತ್ತಾರೆ.

ಈ ಅವಧಿಯಲ್ಲಿ ನೀವೇನಾದರೂ ಯಾವುದಾದರೂ ಉದ್ಯಾನ ಅಥವಾ ಉದ್ಯಾನವನಕ್ಕೆ ಭೇಟಿ ನೀಡಿದರೆ, ಹೂ ಬಿಟ್ಟ ಚೆರ್ರಿ ಮರದ ಕೆಳಗೆ ಕಚೇರಿ ನೌಕರರ ಇಡೀ ಸಮೂಹವೇ ನೆರೆದಿರುವುದನ್ನು ಕಾಣಬಹುದು. ಕುಟುಂಬಗಳು ಅಲ್ಲಿ ವಾಯುವಿಹಾರವನ್ನು ಆನಂದಿಸುತ್ತಿರುತ್ತಾರೆ. ದಂಪತಿಗಳು ಸಕುರಾ ಮರದ ಹಿನ್ನೆಲೆಯಲ್ಲಿ ಪರಸ್ಪರರ ಫೋಟೊ ತೆಗೆಯುತ್ತಾ ಸಂಭ್ರಮಿಸುತ್ತಿರುತ್ತಾರೆ.

ಇದು ಒಂದು ರೀತಿಯಲ್ಲಿ ಪ್ರಕೃತಿಯ ಸಂಭ್ರಮಾಚರಣೆ ಮತ್ತು ಜೀವನ ಮತ್ತು ಭರವಸೆಯ ಪುನಶ್ಚೇತನವೂ ಆಗಿರುತ್ತದೆ. ಹನಾಮಿ ಉತ್ಸವಕ್ಕೆ ಪುರಾತನ ಇತಿಹಾಸವಿದ್ದು, ದಾಖಲೆಗಳ ಪ್ರಕಾರ, ಮೂರನೇ ಶತಮಾನದಿಂದಲೇ ಅದನ್ನು ಕಾಣಬಹುದು.

ಸೂರ್ಯಾಸ್ತದ ಬಳಿಕವೂ ಈ ಸಂಭ್ರಮಾಚರಣೆ ಮುಂದುವರಿಯುತ್ತದೆ ಆದರೆ ಆಗ ಇದನ್ನು 'ಯೊಝಾಕುರ' ಅಂದರೆ 'ರಾತ್ರಿ ಅರಳುವ ಚೆರ್ರಿ' ಎಂದು ಕರೆಯಲಾಗುತ್ತದೆ. ಮುಸ್ಸಂಜೆಯಲ್ಲಿ, ಸಾಂಪ್ರದಾಯಿಕ ಲಾಂಟರ್ನ್‌ಗಳನ್ನು ಮರಗಳ ಮೇಲೆ ತೂಗುಬಿಟ್ಟು ಹಚ್ಚಲಾಗುತ್ತದೆ. ಆಗ

ಉದ್ಯಾನಗಳು ಮತ್ತು ಉದ್ಯಾನವನಗಳು, 'ಸ್ಟುಡಿಯೊ ಘಿಬ್ಲಿ' ಸಿನೆಮಾದಲ್ಲಿ ಕಾಣುವ ಮಾಂತ್ರಿಕ ವಾತಾವರಣದಲ್ಲಿ ಕಂಗೊಳಿಸುತ್ತವೆ.

ಸ್ನೇಹಿತರು ಗುಂಪುಗುಂಪಾಗಿ ಮತ್ತು ದಂಪತಿಗಳು ಹೂ ಹೊತ್ತ ಮರಗಳ ಕೆಳಗೆ ಕುಳಿತು, ಸಾಕೆ(ಜಪಾನಿನ ಅಕ್ಕಿ ಮದ್ಯ) ಹೀರುತ್ತಾ, ಇಷ್ಟದ ತಿನಿಸುಗಳನ್ನು ಮೆಲ್ಲುತ್ತಾ ಆ ರಾತ್ರಿಗಳ ಪ್ರತಿ ಕ್ಷಣಗಳನ್ನು ಆನಂದಿಸುತ್ತಾರೆ. ಅದು ನಿಜವಾದ ಅರ್ಥದಲ್ಲಿ ಇಚಿಗೊ ಇಚಿಯೆಯ ಅನುಭವ. ಏಕೆಂದರೆ ಕೆಲವೇ ವಾರಗಳಲ್ಲಿ ಆ ಹೂವುಗಳ ದಳಗಳು ಉದುರುತ್ತವೆ, ಮತ್ತೆ ಆ ಕ್ಷಣವನ್ನು ಸಂಭ್ರಮಿಸಲು ವರ್ಷಪೂರ್ತಿ ಜಪಾನಿಯರು ಕಾಯಬೇಕಾಗುತ್ತದೆ. ಅದೂ ಅದೃಷ್ಟವಶಾತ್ ಅವರು ಇನ್ನೂ ಅಲ್ಲೇ ಇದ್ದರೆ ಅದನ್ನು ಕಾಣುತ್ತಾರೆ.

ಜೀವನ ಎಂಬುದು ಎಷ್ಟು ಕ್ಷಣಿಕ ಹಾಗೂ ಮುಂದೂಡುವಂತಹುದಲ್ಲ ಎಂಬುದಕ್ಕೆ ಸಕುರಾವೇ ಜೀವಂತ ಸಾಕ್ಷಿ.

ಈ ಚೆರ್ರಿ ಅರಳುವ ಆಚರಣೆಯು ಅಧಿಕೃತವಾಗಿ 'ಕೈಕಾ'ದೊಂದಿಗೆ ಪ್ರಾರಂಭವಾಗುತ್ತದೆ. 'ಕೈಕಾ' ಎಂದರೆ, ಆರಂಭಿಕ ಮೊಗ್ಗುಗಳು ಎಂದು ಉಲ್ಲೇಖಿಸಲಾಗಿದೆ. ಮೊಗ್ಗು ವಿಕಸನಗೊಂಡ ಒಂದು ವಾರದಲ್ಲಿ ಹೂವು ಪೂರ್ತಿಯಾಗಿ ಅರಳುತ್ತದೆ. ಆ ಹಂತವನ್ನು 'ಮೆನ್‌ಕಾಯ್' ಅಂದರೆ 'ಸಕುರಾ ಹೂವುಗಳು ಪರಿಪೂರ್ಣವಾಗಿ ಅರಳಿದ ಕ್ಷಣ' ಎನ್ನಲಾಗುತ್ತದೆ.

ಅರಳಿದ ಒಂದು ವಾರದಲ್ಲಿ ಚೆರ್ರಿ ದಳಗಳು ಉದುರಲಾರಂಭಿಸುತ್ತವೆ. ಮಳೆ ಅಥವಾ ಚಳಿಯಿಂದಾಗಿ ಅವು ಬೇಗನೇ ಉದುರಿಹೋಗುವುದೂ ಇದೆ. ನಾವು ಕ್ಯೋಟೊದ ಹಳೆಯ ಪಟ್ಟಣಕ್ಕೆ ಭೇಟಿ ನೀಡಿದ್ದಾಗ ಹಾಗೇ ಆಯಿತು.

ಜಪಾನಿಯರು ಆ ಕ್ಷಣವನ್ನು ಕೂಡಾ ಬಹಳ ಆನಂದಿಸುತ್ತಾರೆ. ಸಕುರಾದ ದಳಗಳ ಈ ರಭಸ, ಕೋಲಾಹಲವನ್ನು ವರ್ಣಿಸಲು ಅವರು 'ಹನಫುಬುಕಿ' ಎಂಬ ಪದವನ್ನು ಸಹ ಬಳಸುತ್ತಾರೆ. ಅದು ಅಶಾಶ್ವತವಾದುದರ ಕಾವ್ಯ ಮತ್ತು ಸೌಂದರ್ಯವನ್ನು ವ್ಯಕ್ತಪಡಿಸುವ ಭವ್ಯವಾದ ಕ್ಷಣ.

ಕೈಕಾದ ಮಾಂತ್ರಿಕತೆ

ನೊಬೆಲ್ ಪುರಸ್ಕೃತ ಬರಹಗಾರ ಕೆನ್‌ಝುಬುರೊ ಒಇ ಅವರ, ತೀವ್ರವಾದ ಅಂಗವೈಕಲ್ಯವನ್ನು ಹೊಂದಿರುವ ಮಗ ಹಿಕರಿ ಒಇ ಅವರು, ಒಂದು ದಿನ ತನ್ನ ತಂದೆ-ತಾಯಿಯ ಜೊತೆಗೆ ಉದ್ಯಾನವನವೊಂದರಲ್ಲಿ ವಿಹರಿಸುತ್ತಿರುವಾಗ ಕಿವಿಗೆ ಬಿದ್ದ ಸಂಗೀತವೊಂದನ್ನು- ಅದೇ ಮೊದಲ ಬಾರಿಗೆ- ಅನುಕರಿಸುತ್ತಾರೆ. ಅದು ಹಕ್ಕಿಯೊಂದರ ಉಲಿತವಾಗಿರುತ್ತದೆ.

ಇದನ್ನೇ ಕೈಕಾ ಕ್ಷಣವೆನ್ನಲಾಗುತ್ತದೆ. ಗೊತ್ತಿರದ ಸಂಗತಿಯೊಂದು ನಮ್ಮೊಳಗೆ ಅರಳುವ ಕ್ಷಣ.

ನಮ್ಮೊಳಗೆ ಹೊಸದೊಂದು ಉಲ್ಲಾಸ ಹೊರಹೊಮ್ಮಿದಾಗಲೆಲ್ಲಾ ಅದರಲ್ಲಿ ಒಂದು ರೀತಿಯ ಮಾಂತ್ರಿಕತೆ ಇರುತ್ತದೆ. ಆದರೆ ಅದು ಬಹುತೇಕ ಮಾಂತ್ರಿಕತೆ ಇಲ್ಲದ ಸಾದಾ ಸ್ಥಳಗಳಲ್ಲೇ ಆಗಾಗ ಹೊರಹೊಮ್ಮುತ್ತಿರುತ್ತದೆ.

ಉದಾಹರಣೆಗೆ, ಡಾನ್ ಬ್ರೌನ್ ಹೇಳುತ್ತಾರೆ- ಹೋಟೆಲೊಂದರ ಈಜುಕೊಳದ ಬಳಿಯ ತೂಗುಯ್ಯಾಲೆಯಲ್ಲಿ ಯಾರೋ ಬಿಟ್ಟುಹೋಗಿದ್ದ ಪುಸ್ತಕವೊಂದನ್ನು ಓದುವವರೆಗೂ ತನಗೆ

ಬರೆಯಬೇಕು ಎಂದು ಅನಿಸಿರಲೇ ಇಲ್ಲ ಎಂದು.

ತಮ್ಮ ಹೆಂಡತಿಯೊಂದಿಗೆ ವಿಹಾರಕ್ಕಾಗಿ ಪ್ಯಾಕೇಜ್ ಪ್ರವಾಸ ಹೋಗಿದ್ದ ಅವರಿಗೆ ಒಂದು ದಿನ ಬೇಸರವಾಗುತ್ತದೆ. ಆಗಲೇ ಅವರಿಗೆ ಆ ಕಾದಂಬರಿ ಕಣ್ಣಿಗೆ ಬೀಳುತ್ತದೆ. ಅದು ಸಿಡ್ನಿ ಶೆಲ್ಡಾನ್ ಅವರ 'ದಿ ಡೂಮ್ಸ್‌ಡೇ ಕಾನ್‌ಸ್ಪಿರೆಸಿ' ಎಂಬ ಕಾದಂಬರಿ. ಆ ಕಾದಂಬರಿಯೇ ಅವರ ರಜೆಯನ್ನು ಆನಂದಿಸುವಂತೆ ಮಾಡಿತು.

ಅವರು ಮನೆ ತಲುಪುತ್ತಿದ್ದಂತೆ, ತಾವೂ ಒಂದು ಥ್ರಿಲ್ಲರ್ ಕಾದಂಬರಿಯನ್ನು ಬರೆಯುವುದಾಗಿ ತೀರ್ಮಾನಿಸಿಬಿಟ್ಟರು. ಕೈಕಾದ ಪ್ರಭಾವದಿಂದಾಗಿ ಅವರು ತಕ್ಷಣವೇ ಬರೆಯಲು ಕುಳಿತುಬಿಟ್ಟರು. ವರ್ಷಗಳ ತರುವಾಯ, 'ದಿ ಡಾ ವಿನ್ಸಿ ಕೋಡ್' ಎಂಬ ಕೃತಿಯು ಜಗತ್ತಿನ ಅತ್ಯಧಿಕ ಮಾರಾಟವಾದ ಕೃತಿಯಾಗಿದ್ದಷ್ಟೇ ಅಲ್ಲದೆ, ಅವರನ್ನು ಮಿಲಿಯನೇರ್/ದಶಲಕ್ಷಾಧೀಶರನ್ನಾಗಿಸಿತು.

ನಾವು ಪ್ರೀತಿಯಲ್ಲಿ ಬೀಳುವಾಗಲೂ ಕೈಕಾದ ಪ್ರಭಾವ ಪ್ರಖರವಾಗಿರುತ್ತದೆ. ಚೆರ್ರಿ ಹೂಗಳು ಅರಳುವ ಮೂಲಕ ವಸಂತ ಋತುವಿನ ಆರಂಭ ಪ್ರಕಟವಾಗುವಂತೆ, ನಮ್ಮ ಜೀವನದಲ್ಲಿ ಏನೂ ಅಲ್ಲದಿರುವ, ನಮಗೆ ಹಿಂದಿನ ಕ್ಷಣದವರೆಗೂ ಪರಿಚಯವೇ ಇಲ್ಲದವರು ನಮ್ಮನ್ನು ಆ ಕ್ಷಣ ಮಂತ್ರಮುಗ್ಧವಾಗಿಸಿಬಿಡುತ್ತಾರೆ ಮತ್ತು ನಮ್ಮ ಆಕರ್ಷಣೆಯ ಕೇಂದ್ರಬಿಂದುವಾಗಿಬಿಡುತ್ತಾರೆ.

ಪ್ರೀತಿಯ ನಿಗೂಢವಾದ ಸಾಮ್ರಾಜ್ಯದಲ್ಲಿ, ಈ ಹೂವುಗಳ ಅರಳುವಿಕೆಯು ಅತ್ಯಂತ ಅನಿರೀಕ್ಷಿತ ಪರಿಣಾಮಗಳನ್ನುಂಟು ಮಾಡಬಹುದು. ನಮ್ಮನ್ನು ಪ್ರೀತಿಯಲ್ಲಿ ಬೀಳುವಂತೆ ಮಾಡುವುದು ಯಾವುದು?

ಸಂಪೂರ್ಣ ಹೊಸದಾದ ಜಗತ್ತೊಂದು ತೆರೆದುಕೊಳ್ಳುವ ಆ ಅವಿಸ್ಮರಣೀಯ ಕ್ಷಣದ ಬಗ್ಗೆ ನಾವು ಇತರರನ್ನು ಕೇಳಿದರೆ ಅವರು ಈ ಕೆಳಗಿನ ವಿಷಯಗಳನ್ನು ಹೇಳಬಹುದು:

– "ಅವನ ಧ್ವನಿಯನ್ನು ಮೊದಲ ಬಾರಿಗೆ ಕೇಳಿದಾಗ, ಉಸಿರೇ ನಿಂತುಹೋದಂತಾಯಿತು".
– "ನಾಚಿಕೊಂಡಿದ್ದ ಮತ್ತು ತೀಕ್ಷ್ಣಮತಿಯಾದ ಅವಳ ಕಣ್ಣುಗಳು, ಅವಳ ಅಂತರಾಳವನ್ನು ತಿಳಿದುಕೊಳ್ಳುವಂತೆ ನನ್ನನ್ನು ಪ್ರೇರೇಪಿಸಿದವು"
– "ನಾನು ಚೆಲ್ಲಾಪಿಲ್ಲಿ ಮಾಡಿದ್ದನ್ನೆಲ್ಲಾ ಅವನು ಸ್ವಚ್ಛಗೊಳಿಸಿದ ರೀತಿಗೇ ನಾನು ಮನಸೋತೆ, ಅವನ ಪ್ರೀತಿಯಲ್ಲಿ ಬಿದ್ದುಬಿಟ್ಟೆ".

ಇವೆಲ್ಲವೂ ವಿಶಿಷ್ಟವಾದ ಇಚಿಗೊ ಇಚಿಯೆ ಕ್ಷಣಗಳು. ಅವುಗಳಿಗೆ ಬೆಲೆ ಕೊಡುವುದು ಮತ್ತು ನಮ್ಮದಾಗಿಸಿಕೊಳ್ಳುವುದು ನಮಗೆ ಗೊತ್ತಿದ್ದರೆ, ಅವು ನಮ್ಮ ಬದುಕನ್ನು ಬೆಳಗಬಹುದು.

ಮೆನ್‌ಕಾಯ್ ಸೂತ್ರ

ಕೈಕಾ ಪರಿವರ್ತನೀಯವಾಗಿರುವಾಗ, ನಾವು ಅದನ್ನು ಮೆನ್‌ಕಾಯ್ ಆಗಿ ಮಾರ್ಪಡಿಸಲು ಬಯಸುತ್ತೇವೆ. ಬೇರೆ ರೀತಿಯಲ್ಲಿ ಹೇಳುವುದಾದರೆ, ನಮ್ಮೊಳಗೆ ಹುಟ್ಟಿರುವುದು ಪಕ್ವವಾಗುತ್ತದೆ ಮತ್ತು ಅದರ ಪೂರ್ಣ ಸಾಮರ್ಥ್ಯವನ್ನು ವ್ಯಕ್ತಪಡಿಸಲು ಶಕ್ತವಾಗುತ್ತದೆ ಎಂಬುದನ್ನು ಖಚಿತಪಡಿಸಿಕೊಳ್ಳಲು ನಾವು ಬಯಸುತ್ತೇವೆ. ಉದಾಹರಣೆಗೆ, ಮೆನ್‌ಕಾಯ್ ಯಾವಾಗ ಸಂಭವಿಸುತ್ತದೆ ಎಂದರೆ:

– ಪ್ರೀತಿಯಲ್ಲಿ ಬೀಳುವ ವ್ಯಕ್ತಿಯು, ಬಾಂಧವ್ಯವೆಂಬ ಉದ್ಯಾನವನ್ನು ಒಳ್ಳೆಯ ಮತ್ತು ಕೆಟ್ಟ

ದಿನಗಳಲ್ಲಿ ಪೋಷಿಸಿ ಕಳೆಗುಂದದಂತೆ ನೋಡಿಕೊಳ್ಳಲು ನಿರ್ಧರಿಸಿದಾಗ.

– ಒಬ್ಬ ಮಹತ್ವಾಕಾಂಕ್ಷಿ ಲೇಖಕಿ, ಪುಸ್ತಕ ಬರೆಯಲು ವಿಷಯ ಹೊಳೆಯುತ್ತಿದ್ದಂತೆ, ಆ ಪುಸ್ತಕ ಬರೆದು ಮುಗಿಸುವವರೆಗೂ ಪ್ರತಿ ದಿನವೂ ಪ್ರಗತಿಯ ವೇಳಾಪಟ್ಟಿಯನ್ನು ಪಾಲಿಸುವಾಗ.

– ತನ್ನ ಚಿಂತನೆ/ಮನೊಗತವೊಂದು ವ್ಯರ್ಥವಾಗಬಾರದು ಎಂದು ಆಶಿಸುವ ಉದ್ಯಮಿಯು ಸುಧಾರಣೆ ಮತ್ತು ಆವಿಷ್ಕಾರಕ್ಕೆ ಹೊಸ ಹೊಸ ಮಾರ್ಗಗಳನ್ನು ಕಂಡುಕೊಳ್ಳುತ್ತಲೇ ಇರುವಾಗ.

ಆರಂಭಿಕ ಕಲ್ಪನೆ ಅಥವಾ ವೃತ್ತಿಯನ್ನು ಉತ್ಕೃಷ್ಟವಾಗಿ ಪರಿವರ್ತಿಸಲು ಅವಶ್ಯವಿರುವ ಕಸರತ್ತು, ಈ ವಿಷಯ ಕುರಿತು ಚರ್ಚೆಗಳಲ್ಲಿ, ನಾವು ಕೈಕಾದಿಂದ ಮೆನ್‌ಕಾಯ್‌ಗೆ ಮುನ್ನಡೆಯಲು ಮಾಲ್ಕಂ ಗ್ಲಾಡ್‌ವೆಲ್ ಅವರ 10ಸಾವಿರ ಗಂಟೆಗಳ ನಿಯಮದ ಬಗ್ಗೆ ಆಗಾಗ್ಗೆ ಕೇಳಿರುತ್ತೇವೆ.

ಗ್ಲಾಡ್‌ವೆಲ್ ಅವರು ತಮ್ಮ 'ಔಟ್‌ಲೈಯರ್ಸ್' ಕೃತಿಯಲ್ಲಿ, 'ಹತ್ತು ಸಾವಿರ ಗಂಟೆ ಎಂಬುದು ದೊಡ್ಡತನದ ಮಾಂತ್ರಿಕ ಸಂಖ್ಯೆ' ಎಂದು ಬರೆದಿದ್ದು, ಅದನ್ನು ತೋರಿಸಲು ಈ ಕೆಳಗಿನ ಅಂಶಗಳನ್ನು ಉಲ್ಲೇಖಿಸಿದ್ದಾರೆ:

– ಬಿಲ್ ಗೇಟ್ಸ್ ಸಿಯಾಟೆಲ್‌ನಲ್ಲಿ ಮಾಧ್ಯಮಿಕ ಶಾಲೆಯಲ್ಲಿ ಓದುತ್ತಿರುವಾಗ, ತಮ್ಮ ಹತ್ತನೇ ವಯಸ್ಸಿನಲ್ಲಿ ಪ್ರೋಗ್ರಾಮಿಂಗ್ ಮಾಡುವುದನ್ನು ಆರಂಭಿಸಿದರು. ಹತ್ತು ಸಾವಿರ ಗಂಟೆಗಳ ಬಳಿಕ, ಮಾಹಿತಿ ತಂತ್ರಜ್ಞಾನದ ಜಗತ್ತಿನಲ್ಲಿ ದೊಡ್ಡದೊಂದು ಕ್ರಾಂತಿಗೆ ಅವರು ಕಾರಣರಾಗಿದ್ದರು.

– *ದಿ ಬೀಟಲ್ಸ್*‌ನವರು ಬ್ರಿಟನ್‌ಗೆ ಮರಳುವ ಮೊದಲು ಹ್ಯಾಮ್‌ಬರ್ಗ್‌ನ ನೈಟ್ ಕ್ಲಬ್‌ಗಳಲ್ಲಿ ದಿನಕ್ಕೆ ಎಂಟು ಗಂಟೆಗಳ ಕಾಲ ಪ್ರದರ್ಶನ ನೀಡುವ ಮೂಲಕ ಹತ್ತು ಸಾವಿರ ಗಂಟೆಗಳ ಔನ್ನತ್ಯವನ್ನು ಸಾಧಿಸಿದರು. ಬ್ರಿಟನ್‌ಗೆ ಮರಳಿದ ಬಳಿಕ ಅಲ್ಲಿ ಅವರ 'ಲವ್ ಮಿ ಡೂ' ಭಾರಿ ಜಯಭೇರಿ ಭಾರಿಸಿತು.

ಪ್ರತಿಭೆ ಪೂರ್ಣಪ್ರಮಾಣದಲ್ಲಿ ಬೆಳಗಬೇಕಾದರೆ, ಬುದ್ಧಿವಂತರಾಗಿದ್ದರಷ್ಟೇ ಸಾಲದು. ಅದರೊಂದಿಗೆ ಭಾರಿ ಪರಿಶ್ರಮ ಮತ್ತು ಬದ್ಧತೆ ಕೂಡಾ ಮುಖ್ಯ ಎಂಬುದು ಗ್ಲಾಡ್‌ವೆಲ್ ಅವರ ತೀರ್ಮಾನವಾಗಿತ್ತು.

ಖಡ್ಗ ತಯಾರಕರು(ಸ್ವೊರ್ಡ್ ಸ್ಮಿಥ್)

ಜಪಾನಿಯರ ತಾಳ್ಮೆ ಮತ್ತು ವಿವರಗಳನ್ನು ಗಮನಿಸುವ ರೀತಿಯನ್ನು ಎಲ್ಲಾ ಬಗೆಯ ವಿಭಾಗಗಳಲ್ಲಿ ಕಾಣಬಹುದು. ಅವುಗಳಲ್ಲಿ ಬಹುಮುಖ್ಯವಾದುದು ಸುಕಿಯಾಬಾಶಿ ಜಿರೊ ರೆಸ್ಟೋರೆಂಟ್‌ನ ಸಂಗತಿ. ಅದು ಗಿಂಜಾ ಮೆಟ್ರೊ ಸ್ಟೇಷನ್‌ನಲ್ಲಿದ್ದರೂ ಜಗತ್ತಿನ ಅತ್ಯುತ್ತಮ ಸ್ಥಳವೆಂದು ಪರಿಗಣಿಸಲಾಗಿದೆ. ಮಾಲೀಕರ ಮಗ ಒಳ್ಳೆಯ ಟೊಮೆಗೊ (ಸುಶಿಯಲ್ಲಿ ಬಳಸಲಾಗುವ ಒಂದು ಬಗೆಯ ಜಪಾನಿ ಆಮ್ಲೆಟ್) ತಯಾರಿಸಲು ಸಮರ್ಥರಾಗುವುದಕ್ಕೂ ಮೊದಲು ಹತ್ತು ವರ್ಷಗಳ ಕಾಲ ಅದನ್ನು ಅಭ್ಯಾಸ ಮಾಡಬೇಕಾಗಿತ್ತು.

ಎಷ್ಟೋ ಕಲೆಗಳಿಗೆ ಮತ್ತು ಸಂಪ್ರದಾಯಗಳಿಗೆ, ಅವುಗಳ ರಹಸ್ಯಗಳನ್ನು ಕಲಿಯಲು ಶಾಲೆಗಳಿರುವುದಿಲ್ಲ. ಪರಿಣತರಿಂದ ವಿದ್ಯಾರ್ಥಿಗಳಿಗೆ ತಿಳಿವಳಿಕೆಯನ್ನು

ರವಾನಿಸಲಾಗುತ್ತದೆ. ಕಟಾನಾ(ಒಂದು ಬಗೆಯ ಜಪಾನಿ ಖಡ್ಗ)ಗಳನ್ನು ತಯಾರಿಸುವವರೆಗೆ ಮತ್ತು ಇತರ ಜಪಾನಿ ಖಡ್ಗಗಳನ್ನು ಮಾಡುವವರಿಗೆ ಈ ಮಾತು ಸರಿಯಾಗಿ ಅನ್ವಯಿಸುತ್ತದೆ.

ಪ್ರಸ್ತುತ, ಜಪಾನ್‌ನಲ್ಲಿ 300 ಮಂದಿ ಕ್ರಿಯಾಶೀಲ ಖಡ್ಗ ತಯಾರಕರಿದ್ದಾರೆ (ಖಡ್ಗಸಾಲಿಗರು/ಸ್ವೊರ್ಡ್‌ಸ್ಮಿತ್). ಅವರಲ್ಲಿ ಅದೇ ವೃತ್ತಿಯಿಂದ ಬದುಕು ಕಟ್ಟಿಕೊಳ್ಳುತ್ತಿರುವವರು ಕೇವಲ ಮೂವತ್ತು ಮಂದಿ. ಪ್ರತಿಯೊಬ್ಬ ಖಡ್ಗಸಾಲಿಗನ ಬಳಿ ಒಂದಷ್ಟು ಮಂದಿ ವಿದ್ಯಾರ್ಥಿಗಳಿರುತ್ತಾರೆ. ಹೀಗೆ, ಖಡ್ಗ ತಯಾರಿಸುವ ಕಲೆ ಎಂದಿಗೂ ನಶಿಸುವುದಿಲ್ಲ.

ಖಡ್ಗ ತಯಾರಿಕೆಯ ಕಲೆಯನ್ನು ಯಾವುದೇ ಪುಸ್ತಕ ಓದಿಯೋ, ತರಗತಿಗೆ ಹೋಗಿಯೋ ಕಲಿಯಲಾಗದು. ಆ ಕೌಶಲವನ್ನು ದಕ್ಕಿಸಿಕೊಳ್ಳಬೇಕಾದರೆ, ಈ ಮುನ್ನೂರು ಮಂದಿ ಖಡ್ಗಸಾಲಿಗರ ಪೈಕಿ ಒಬ್ಬರ ಬಳಿ ಕನಿಷ್ಠ ಹತ್ತು ವರ್ಷಗಳಾದರೂ ಅಂದರೆ, ವಿಶ್ವವಿದ್ಯಾಲಯದಲ್ಲಿ ಪದವಿ ಗಳಿಸಲು ವ್ಯಯಿಸುವುದಕ್ಕಿಂತಲೂ ಬಹಳ ಹೆಚ್ಚು ಕಾಲವನ್ನು ವ್ಯಯಿಸಬೇಕು.

ಒಂದೊಳ್ಳೆ ಕಟಾನಾ ಮಾಡಲು ಅಷ್ಟು ಕಷ್ಟ ಏಕೆ? ಆ ವಿವರವನ್ನು ಆಳವಾಗಿ ನೋಡಲು ಹೋಗುವುದಿಲ್ಲ. ಆದರೆ ಸ್ಟೀಲ್‌ನ್ನು ಕರಗಿಸುವ ಪ್ರಕ್ರಿಯೆ ಒಳ್ಳೆಯ ಸುಶಿ ಆಮ್ಲೆಟ್ ಮಾಡುವ ಪ್ರಕ್ರಿಯೆಯಷ್ಟೇ ಅಥವಾ ಅದಕ್ಕಿಂತಲೂ ಹೆಚ್ಚು ಕ್ಲಿಷ್ಟಕರವಾದುದು ಎಂದಷ್ಟೇ ಹೇಳಬಹುದು.

ಉತ್ತಮ ದರ್ಜೆಯ ಸ್ಟೀಲ್ ಅಂದರೆ ಅದು ಕಡಿಮೆ ಪ್ರಮಾಣದ ಕಾರ್ಬನ್ (ಇಂಗಾಲ) ಒಳಗೊಂಡಿರಬೇಕು. ಅದು ಸ್ಟೀಲ್‌ನ ಗುಣಲಕ್ಷಣಗಳನ್ನು ಸಂರಕ್ಷಿಸುತ್ತದೆ. ಅತ್ಯುತ್ತಮವಾದ ಜಪಾನಿ ಖಡ್ಗಗಳ ಬ್ಲೇಡ್‌ಗಳಲ್ಲಿ ಅತ್ಯಂತ ಕನಿಷ್ಠ ಪ್ರಮಾಣದ ಅಂದರೆ 1 ಪ್ರತಿಶತದಷ್ಟು ಅಥವಾ ಗರಿಷ್ಟ 1.2 ಪ್ರತಿಶತದಷ್ಟು ಮಾತ್ರ ಇಂಗಾಲ ಇರುತ್ತದೆ. ಇಷ್ಟೊಂದು ಕನಿಷ್ಠ ಪ್ರಮಾಣವನ್ನು ಕಾಯ್ದುಕೊಳ್ಳುವುದು ಸಾಮಾನ್ಯ ಸಂಗತಿಯಲ್ಲ. ಅದಕ್ಕಾಗಿ 2200 ರಿಂದ 2800 ಡಿಗ್ರಿ ತಾಪಮಾನದಲ್ಲಿ ಮೂರು ದಿನಗಳ ಕಾಲ ಬೆಂಕಿಯಲ್ಲಿ ಬೆಂದ ಮೇಲೆ, ಬ್ಲೇಡ್ ಈ ಹಂತ ಯಾವಾಗ ತಲುಪುತ್ತದೆ ಎಂಬುದನ್ನು ಪರಿಣತರು ತಮ್ಮ ಅಂತಃಪ್ರಜ್ಞೆಯಿಂದ ತಿಳಿದುಕೊಂಡಿರುತ್ತಾರೆ.

ಜಪಾನಿ ಸಾಂಪ್ರದಾಯಿಕ ಖಡ್ಗವು ಶಕ್ತಿ, ಪರಿಶ್ರಮ ಮತ್ತು ಸರಳತೆಯ ಸಂಕೇತ. ಏಕೆಂದರೆ, ಅದರಲ್ಲಿ ಆಲಂಕಾರಿಕವಾದುದು ಏನೂ ಇಲ್ಲ. ಆದ್ದರಿಂದ ಅತ್ಯುತ್ತಮ ಸಾಮಗ್ರಿಯನ್ನು ಉತ್ಪಾದಿಸುವ ಮತ್ತು ಗರಿಷ್ಠ ಸಾಂದ್ರತೆ ಗಳಿಸಲು ದೊಡ್ಡ ಸುತ್ತಿಗೆಯಿಂದ ಹೊಡೆದು ಹದಗೊಳುಸುವ ದೃಢ ನಿಶ್ಚಯವಿರುತ್ತದೆ.

ಖಡ್ಗಸಾಲಿಗರನ್ನು ಜಪಾನ್‌ನ ರಾಷ್ಟ್ರೀಯ ಸಂಪತ್ತು ಎಂದು ಪರಿಗಣಿಸಲಾಗುತ್ತದೆ. ಅವರಿಗೆ ಜೀವನದ ಪಾಠವೇನೆಂದರೆ, ಅವಶ್ಯವಾದುದನ್ನು ತಲುಪಲು ಅನವಶ್ಯವಾದುದನ್ನು ತೊಡೆದುಹಾಕಬೇಕು ಎಂಬುದು. ಅಲ್ಲಿಯೇ ಸೌಂದರ್ಯ ಮತ್ತು ಶಕ್ತಿ ನೆಲೆಸಿರುತ್ತದೆ. ತಾಳ್ಮೆ ಮತ್ತು ಪರಿಶ್ರಮದಿಂದ ಮಾತ್ರ ಇದನ್ನು ಸಾಧಿಸಲು ಸಾಧ್ಯ.

‘ಎಮೋಷನಲ್ ಇಂಟೆಲಿಜೆನ್ಸ್’ನ ಕರ್ತೃ ಡೇನಿಯೆಲ್ ಗೋಲ್‌ಮನ್ ಮತ್ತು ಇತರರು, ಪರಿಶ್ರಮವು ಯಾವುದೇ ಖಾತ್ರಿಯನ್ನು ಕೊಡುವುದಿಲ್ಲ, ಕೆಲವು ಕ್ಷೇತ್ರಗಳಿಗೆ ಸ್ವಾಭಾವಿಕವಾದ ಪರಿಣತಿಯ ಅಗತ್ಯವಿರುತ್ತದೆ ಎಂದು ವಾದಿಸಿದಾಗ, ಗ್ಲಾಡ್‌ವೆಲ್ ಹೀಗೆ ಪ್ರತಿಕ್ರಿಯಿಸಿದ್ದರು:

“ನಾನು ‘ಔಟ್‌ಲೈಯರ್ಸ್’ನಲ್ಲಿ ಹೇಳಿರುವ, ಹತ್ತುಸಾವಿರ ಗಂಟೆಗಳ ಸೂತ್ರದ ಬಗ್ಗೆ ತುಂಬಾ ಗೊಂದಲಗಳಿವೆ. ಅದು ಕ್ರೀಡೆಗೆ ಅನ್ವಯಿಸುವುದಿಲ್ಲ. ಯಶಸ್ಸಿಗೆ **ಅಭ್ಯಾಸ**ವೊಂದೇ ಸಾಕಾಗುವುದಿಲ್ಲ. ನೂರು ವರ್ಷ ಚೆಸ್ ಆಡಿದರೂ ನಾನು ಗ್ರ್ಯಾಂಡ್ ಮಾಸ್ಟರ್ ಆಗಲಾರೆ.

ಇಲ್ಲಿ ನಾನು ಹೇಳುವಿದೇನೆಂದರೆ ಸ್ವಾಭಾವಿಕ ಸಾಮರ್ಥ್ಯ ಪ್ರಕಟಗೊಳ್ಳಬೇಕಾದರೆ ಬಹಳ ದೊಡ್ಡ ಸಮಯವನ್ನು ವಿನಿಯೋಗಿಸಬೇಕಾಗುತ್ತದೆ”.

ನಾವು ಇದನ್ನು ಜಪಾನಿ ಭಾಷೆಗೆ ಅನುವಾದಿಸಿದರೆ, ಸೂತ್ರದ ಮೊದಲ ಭಾಗವು ‘ಇಕಿಗಾಯ್’ ಆಗುತ್ತದೆ: ನಾವು ಉಲ್ಲಾಸಗೊಳ್ಳುವ ಯಾವುದೋ ಸಂಗತಿಯನ್ನು ಕಂಡುಕೊಂಡಾಗ, ಮತ್ತದು ನಮಗೆ ಸುಲಭವಾಗಿಯೂ ಬಂದಿರುವಂಥದ್ದಾಗಿರಬೇಕು.

ನಮ್ಮ ಗುರಿಯನ್ನು ಒಮ್ಮೆ ನಾವು ಗುರುತಿಸಿಕೊಂಡಾಗ ಕೈಕಾ ಬರುತ್ತದೆ. ಅದು ಕೆಲವೊಮ್ಮೆ ಬಹಳ ಕಠಿಣವಾದ ಭಾಗವಾಗಿರುತ್ತದೆ: ನಮ್ಮ ಆಸಕ್ತಿಗೆ ಆದ್ಯತೆ ನೀಡಲು ಇತರರ ಬೇಡಿಕೆಗಳನ್ನು ನಾವು ಬದಿಗಿರಿಸಬೇಕಾಗುತ್ತದೆ. ಏಕೆಂದರೆ ಯಾವ ಉದ್ದೇಶದಕ್ಕಾಗಿ ನಾವು ಈ ಭೂಮಿ ಮೇಲೆ ಜನ್ಮ ತಾಳಿದ್ದೇವೆ ಎಂದು ನಮಗೆ ಅನಿಸುತ್ತದೆಯೋ ಅದು ಅರಳುವುದಕ್ಕೆ ಅನುವು ಮಾಡಿಕೊಡಲು.

ಮೂರನೇ ಅಂಶವೇನೆಂದರೆ, ಮೆನ್‌ಕಾಯ್‌ಯನ್ನು ಹೊಂದುವವರೆಗೂ ನಮ್ಮ ಮಾರ್ಗದಲ್ಲಿ ಮುನ್ನಡೆಯುವುದು, ತಾಳ್ಮೆಯಿಂದಿರುವುದು ಮತ್ತು ಕನಸು ಕಾಣುತ್ತಾ ಇರುವುದು.

ಒಟ್ಟಾರೆಯಾಗಿ ಹೇಳುವುದಾದರೆ, ಈ ಸೂತ್ರವು ಹೀಗಿರುತ್ತದೆ: ಇಕಿಗಾಯ್+ಕೈಕಾ+ಸಮಯ = ಮೆನ್‌ಕಾಯ್.

IKIGAI
+
KAIKA
+
TIME
=
MANKAI

ನಾವು ನಮ್ಮ ಪ್ರತಿಭೆಯನ್ನು ಕಂಡುಕೊಂಡು ಅದಕ್ಕೆ ಸಜ್ಜಾಗಿ ಅದಕ್ಕೆ ಆದ್ಯತೆ ನೀಡಿದ್ದೇ ಆದಲ್ಲಿ ನಮ್ಮ ಆಸಕ್ತಿ ಇರುವ ಸಂಗತಿ ಬೆಳೆಯುತ್ತದೆ ಮತ್ತು ಆ ಮೂಲಕ ನಮಗೆ ಮತ್ತು ಇತರರಿಗೆ ಅದು ಖುಷಿ ಕೊಡುತ್ತದೆ.

ಅರಳಲು ಕಾಲದ ಹಂಗು ಇಲ್ಲ

ನಾವು ಏನೋ ಹೊಸದನ್ನು ಆರಂಭಿಸಲು, ಹೊಸದನ್ನು ಬೆಳೆಸಿಕೊಳ್ಳಲು ಯೋಚಿಸುವಾಗಲೆಲ್ಲಾ, ಇಡೀ ಜೀವನವನ್ನೇ ಮುಂದಿಟ್ಟುಕೊಂಡಿರುವ ಸಣ್ಣ ವಯಸ್ಸಿನವರು ನಮ್ಮ ಕಣ್ಮುಂದೆ ಬರುತ್ತಾರೆ. ಆದರೆ ಅದು ಪೂರ್ವಗ್ರಹವಷ್ಟೇ. ನಮ್ಮ ಜೀವನದಲ್ಲಿ ಹೊಸದನ್ನು ಆರಂಭಿಸಲು ಬೇಕಾದ ಸಾಮರ್ಥ್ಯ ನಮ್ಮೆಲ್ಲರಲ್ಲಿಯೂ ಇದೆ. ಅದಕ್ಕೆ ವಯಸ್ಸಿನ ಹಂಗು ಇಲ್ಲ.

ಹಿರಿಯ ವ್ಯಕ್ತಿ ಕೂಡಾ ಹಳೆಯದ್ದನ್ನೆಲ್ಲಾ ಅಳಿಸಿ ಹಾಕಿ ಹೊಸದನ್ನು ಆರಂಭಿಸಲು ತೀರ್ಮಾನಿಸಬಹುದು, ಆ ಮೂಲಕ ತಮ್ಮಲ್ಲಿ ಹೊಸತನವನ್ನು ಕಂಡುಕೊಳ್ಳಬಹುದು. ಏಕೆಂದರೆ, ಅವರಿಗೂ ತಮ್ಮ ಇಡೀ ಜೀವನವೇ ಮುಂದಿರುತ್ತದೆ. ನಾವು ಎಷ್ಟು ವರ್ಷ ಬದುಕುತ್ತೇವೆ ಅನ್ನುವುದಕ್ಕಿಂತ ಆ ಉಳಿದ ಆಯಸ್ಸಿನಲ್ಲಿ ಏನು ಮಾಡುತ್ತೇವೆ ಎಂಬುದು ಮುಖ್ಯ.

ಜಪಾನ್‌ನಲ್ಲಿ, ಜನರು ತಮ್ಮ 'ಅಧಿಕೃತ' ವೃತ್ತಿ ಜೀವನದ ಕೊನೆಯ ಹಂತದಲ್ಲಿಯೇ ಏನಾದರೂ ಹೊಸದನ್ನು ಮಾಡಲು ಮುಂದಾಗುತ್ತಾರೆ. ಕಚೇರಿಗಳಲ್ಲಿ ಕಂಪೆನಿಗಳ ಅವಶ್ಯಕತೆಗೆ ತಕ್ಕಂತೆ, ತಮ್ಮ ಬಹುತೇಕ ಆಯುಸ್ಸನ್ನು ಕಳೆದಿರುವ ಜನರು, ತಮ್ಮದೇ ಬದುಕಿನ ಜವಾಬ್ದಾರಿಗಳನ್ನು ತೆಗೆದುಕೊಳ್ಳುತ್ತಾರೆ. 'ಸ್ಟಾರ್ ವಾರ್ಸ್' ಸಿನೆಮಾದಲ್ಲಿನ ವೃದ್ಧ ಜೇಡಿಸ್‌ನಂತೆ, ತಮ್ಮಲ್ಲಿ ಬಲ ಇರುವಷ್ಟು ದಿನ ತಾವು ಕಂಡ ಕನಸನ್ನು ನನಸು ಮಾಡಿಕೊಳ್ಳಲು ತಮ್ಮ ವಯಸ್ಸು ಮರೆಮಾಚುವಂತೆ ದುಡಿಯುತ್ತಾರೆ.

ಆ ಕಾರಣದಿಂದಲೇ ನಾವು ಸಣ್ಣ ರೈಲು ನಿಲ್ದಾಣಗಳಲ್ಲಿ 80 ವರ್ಷಕ್ಕೂ ಮೀರಿದ ಗೈಡ್‌ಗಳು ಸಂದರ್ಶಕರಿಗೆ ಸೇವೆ ನೀಡುತ್ತಾ, ಸ್ಥಳೀಯ ಸಂದರ್ಶನೀಯ ಸ್ಥಳಗಳ ಬಗ್ಗೆ ಮಾಹಿತಿಗಳನ್ನೂ, ಬಸ್ ವೇಳಾಪಟ್ಟಿ ಬಗ್ಗೆ ಮತ್ತು ಹೈಕಿಂಗ್ ಅವಕಾಶಗಳ ಬಗ್ಗೆ ಸಲಹೆಗಳನ್ನೂ ನೀಡುತ್ತಾ ಇರುವುದನ್ನು ಕಾಣುತ್ತೇವೆ.

ಉದಾಹರಣೆಗೆ, ಓರ್ವ ಪಯಣಿಗ ನೆಗೆನೊ ಹಿಮಮಂಗಗಳನ್ನು ನೋಡಲು ಯುದನಕ ಎಂಬ ಪಟ್ಟಣದ ಸ್ಟೇಷನ್‌ನಲ್ಲಿ ಇಳಿಯುತ್ತಾನೆ. ಈ ಸ್ಥಳವು ಒನ್ಸೆನ್ ಎಂಬ ಬಿಸಿನೀರ ಬುಗ್ಗೆಗಳಿಗೆ ಮತ್ತು ಎತ್ತರದಿಂದ ನೆಗೆಯುವ ಸ್ಥಳಗಳಿಗೆ ಹೆಸರುವಾಸಿಯಾಗಿದೆ. ಅವನು ಅಲ್ಲಿ ತಲುಪುತ್ತಿದ್ದಂತೆ ಹಿರಿಯ ನಾಗರಿಕ ಗೈಡ್‌ಗಳು ಬಹಳ ಸಂತಸದಿಂದ ಅವನನ್ನು ಬರಮಾಡಿಕೊಳ್ಳುತ್ತಾರೆ. ಜಗತ್ತಿನೆಲ್ಲೆಡೆಯಿಂದ ಆಗಮಿಸುವ ಪ್ರವಾಸಿಗರೊಂದಿಗೆ ಅವರು ನಿರರ್ಗಳವಾಗಿ ಇಂಗ್ಲಿಷ್‌ನಲ್ಲಿ ಮಾತನಾಡುವುದನ್ನು ಅಭ್ಯಾಸ ಮಾಡಿಕೊಳ್ಳುತ್ತಾರೆ. ಅದರಿಂದ ಅವರಿಗೆ ಸಿಗುವ ಖುಷಿ ಹೇಳತೀರದ್ದು.

ಇಕಿಗಾಯ್‌ಗಾಗಿ ನಾವು ಸಂಶೋಧನೆ ಕೈಗೊಂಡ ವೇಳೆ, ಒಕಿನಾವಾದ ದೀರ್ಘಾಯುಷಿಗಳಿಂದ ನಾವು ತಿಳಿದುಕೊಂಡಂತೆ, ನೀವು ಬಯಸಿದ್ದನ್ನು ಮಾಡುವ ಸಾಹಸ ನಿಮ್ಮಲ್ಲಿದ್ದರೆ, ಪ್ರತಿ ದಿನವೂ ನಿಮ್ಮ ಜೀವನದ ಅತ್ಯುತ್ತಮ ದಿನವಾಗಿರುತ್ತದೆ.

ತಡವಾಗಿ ಅರಳುವವರ ಎರಡು ಉದಾಹರಣೆಗಳು

ತಮ್ಮ ಪ್ರತಿಭೆಯನ್ನು ಅಥವಾ ತಮಗೆ ಮಾರ್ಗದರ್ಶನ ನೀಡುವ ಇಕಿಗಾಯ್‌ಅನ್ನೂ ವಯಸ್ಸಾದ ಮೇಲೆ ಗುರುತಿಸುವವರಿಗೆ, ತಡವಾಗಿ ಅರಳುವವರು ಎಂಬ ಈ ಪದವನ್ನು, ನಾವು ಸಾಮಾನ್ಯವಾಗಿ ಬಳಸುತ್ತೇವೆ.

ತಾರುಣ್ಯದಲ್ಲಿ ಬೌದ್ಧಿಕ ಬೆಳವಣಿಗೆಯು ತನ್ನ ಉತ್ತುಂಗವನ್ನು ತಲುಪಿ, ನಾವು ಪ್ರೌಢಾವಸ್ಥೆ ತಲುಪಿದಾಗ ವಯಸ್ಸಿಗೆ ಅನುಗುಣವಾಗಿ ಅದು ಕುಸಿಯುತ್ತಾ ಹೋಗುತ್ತದೆ ಎಂಬ ಸಾಂಪ್ರದಾಯಿಕ ನಿಲುವನ್ನು ನಿರಾಕರಿಸಿ, ತಡವಾಗಿ ವಿಕಸನಗೊಳ್ಳುವವರು ಎಂದಿಗೂ ತಿದ್ದಿಕೊಳ್ಳುವುದನ್ನು ಮತ್ತು ನವೀಕರಿಸುವುದನ್ನು ನಿಲ್ಲಿಸುವುದಿಲ್ಲ. ಅವರು ಯಾವಾಗಲೂ ಹೊಸ ಸವಾಲುಗಳನ್ನು ಸ್ವೀಕರಿಸಲು ತಮ್ಮ ಬುದ್ಧಿವಂತಿಕೆಯನ್ನು ಬಳಸುತ್ತಾರೆ.

ದೊಡ್ಡ ಸಾಧನೆಗೆ ವಯಸ್ಸಿನ ಮಿತಿ ಇರುವುದಿಲ್ಲ ಎಂಬುದನ್ನು ನಿರೂಪಿಸುವ ಎರಡು

ಉದಾಹರಣೆಗಳು ಇಲ್ಲಿವೆ.

ಮೊದಲನೆಯದು, ಫಿಲಿಪ್ಪೀನ್ಸ್‌ನ ಸ್ವಾತಂತ್ರ್ಯಕ್ಕೆ ಕಾರಣವಾದ ಕ್ಷೋಭೆ ಆರಂಭವಾದಾಗ, ಮೆಲ್ಚೋರಾ ಅಕ್ವಿನೊ ದೆ ರಮೊಸ್ ಎಂಬ ಮಹಿಳೆಗೆ 84ರ ಹರೆಯ. ಹೆದರಿಕೆಯ ಲವಲೇಷವೂ ಇಲ್ಲದ ಆ ಮಹಿಳೆ, ತಾನು ನಡೆಸುತ್ತಿದ್ದ ಅಂಗಡಿಯನ್ನು ಗಾಯಾಳುಗಳಿಗೆ ಮತ್ತು ದೌರ್ಜನ್ಯಕ್ಕೆ ಒಳಗಾದವರಿಗೆ ಆಶ್ರಯ ನೀಡಲು ಬಳಸಿದಳು. ಜೊತೆಗೆ, ಆಡಂಬರವಿಲ್ಲದ ಆ ಸ್ಥಳದಲ್ಲಿ ರಹಸ್ಯ ಸಭೆಗಳನ್ನೂ ನಡೆಸಿ ಕ್ರಾಂತಿಕಾರಿಗಳಿಗೆ ಸಲಹೆಗಳನ್ನೂ ನೀಡುತ್ತಿದ್ದಳು.

ವಯಸ್ಸಾದ ಮಹಿಳೆಯ ವಿಧ್ವಂಸಕ ಕೃತ್ಯಗಳು ವಸಾಹತುಶಾಹಿ ಅಧಿಕಾರಿಗಳ ಗಮನಕ್ಕೆ ಬಂದೇಬಿಟ್ಟಿತು. ಅವರು ಆಕೆಯನ್ನು ವಶಕ್ಕೆ ಪಡೆದು ಕ್ರಾಂತಿಕಾರಿ ನಾಯಕರ ಗುರುತುಗಳ ಬಗ್ಗೆ ವಿಚಾರಣೆ ನಡೆಸಿದರು. ಮೆಲ್ಚೋರಾ ಅಕ್ವಿನೊ ಯಾವುದೇ ಮಾಹಿತಿಯನ್ನು ನೀಡಲು ನಿರಾಕರಿಸಿದರು. ಅದರ ಪರಿಣಾಮವಾಗಿ, ಆಕೆಯನ್ನು ಮರಿಯಾನ ದ್ವೀಪಗಳಿಗೆ ಗಡಿಪಾರು ಮಾಡಲಾಯಿತು. ಯುನೈಟೆಡ್ ಸ್ಟೇಟ್ಸ್ ಫಿಲಿಪ್ಪೈನ್ಸ್‌ಅನ್ನು ತನ್ನ ಹತೋಟಿಗೆ ತೆಗೆದುಕೊಂಡಾಗ, ಮೆಲ್ಚೋರಾ ರಾಷ್ಟ್ರೀಯ ನಾಯಕಿಯಾಗಿ ಮನೆಗೆ ಮರಳಿದರು. ಅವರನ್ನು 'ಕ್ರಾಂತಿಯ ಮಹಾ ನಾಯಕಿ' ಎಂಬ ಬಿರುದನ್ನು ನೀಡಲಾಯಿತು. ತನ್ನ ಹೊಸ ದೇಶದ ನಿರ್ಮಾಣದಲ್ಲಿ 20 ವರ್ಷ ಸಕ್ರಿಯವಾಗಿ ತೊಡಗಿಸಿಕೊಂಡ ಆಕೆ ತಮ್ಮ 107ನೇ ವಯಸ್ಸಿನಲ್ಲಿ ನಿಧನರಾದರು.

ತಡವಾಗಿ ಅರಳುವವರಿಗೆ ಕಲೆ ಮತ್ತಷ್ಟು ಫಲವತ್ತಾದ ಕ್ಷೇತ್ರವಾಗಿದೆ. ಬ್ರಿಟಿಷ್ ಮೂಲದ ಹ್ಯಾರಿ ಬರ್ನ್‌ಸ್ಟೀನ್ 24ನೆಯ ವಯಸ್ಸಿನಲ್ಲಿ ಒಂದು ಸಣ್ಣ ಕತೆಯನ್ನು ಪ್ರಕಟಿಸಿದರು. ಆದರೆ ಅವರು ತಮ್ಮ 93ನೆಯ ವಯಸ್ಸಿನವರೆಗೆ ಅವರ ಕಾದಂಬರಿ 'ದಿ ಇನ್‌ವಿಸಿಬಲ್ ವಾಲ್'ನ್ನು ಪ್ರಾರಂಭ ಮಾಡಿಯೇ ಇರಲಿಲ್ಲ. ಅವರು ಅದನ್ನು ಯಶಸ್ವಿಯಾಗಿ ಬರೆದು ಮುಗಿಸಿದರು ಮತ್ತು 2007ರಲ್ಲಿ, ತಮ್ಮ 96ನೆಯ ವಯಸ್ಸಿನಲ್ಲಿ ಅದರ ಪ್ರಕಟನೆಯನ್ನು ಕಂಡರು.

ತಮ್ಮ ಮೊದಲ ಕೃತಿಯನ್ನು ಬರೆಯಲು ಆ ವಯಸ್ಸಿನಲ್ಲಿ ತೀರ್ಮಾನ ಮಾಡಿದ್ದರ ಬಗ್ಗೆ ಬರ್ನ್‌ಸ್ಟೀನ್ ಅವರನ್ನು ಕೇಳಲಾಗಿತ್ತು. ಬರೋಬ್ಬರಿ 67 ವರ್ಷ ತಮ್ಮೊಂದಿಗೆ ದಾಂಪತ್ಯ ನಡೆಸಿದ ತಮ್ಮ ಪತ್ನಿಯನ್ನು ಕಳೆದುಕೊಂಡ ಬಳಿಕ ಕಾಡಿದ ಒಂಟಿತನವೇ ಬರವಣಿಗೆಗೆ ಪ್ರೇರೇಪಣೆ ನೀಡಿತು ಎಂದು ಅವರು ಉತ್ತರಿಸಿದ್ದರು.

ಓದುಗರ ಸ್ಪಂದನದಿಂದ ಇನ್ನಷ್ಟು ಉತ್ತೇಜನಗೊಂಡ ಅವರು, 101ನೆಯ ವಯಸ್ಸಿನಲ್ಲಿ ಕೊನೆಯುಸಿರೆಳೆಯುವುದಕ್ಕೂ ಮುನ್ನ ಮೂರು ಕಾದಂಬರಿಗಳನ್ನು ಬರೆದುಮುಗಿಸಿದರು. ಈ ಪರಂಪರೆಯನ್ನು ಕೊಡುವುದರ ಜತೆಗೆ, ದಿ ನ್ಯೂಯಾರ್ಕ್ ಟೈಮ್ಸ್‌ಗೆ ನೀಡಿದ ಸಂದರ್ಶನದಲ್ಲಿ, "ಇತರ ಜನರಲ್ಲಿ ಯಾವ್ಯಾವ ಸಾಮರ್ಥ್ಯಗಳು ಅಡಗಿವೆಯೋ ಏನೋ ದೇವರೇ ಬಲ್ಲ, ತಮ್ಮ ಸಾಮರ್ಥ್ಯಗಳನ್ನು ದೀರ್ಘಕಾಲದವರೆಗೂ ಜೀವಂತವಾಗಿರಿಸಿಕೊಂಡರೆ ಅವು ಪ್ರಕಟಗೊಳ್ಳಬಹುದು" ಎಂದು ಹೇಳಿದ್ದರು.

ಅಂದ ಹಾಗೆ, ನೀವು ಎಲ್ಲಿ ಜೀವಿಸುತ್ತಿದ್ದೀರಿ?

ದೀರ್ಘ ಮತ್ತು ಅರ್ಥಪೂರ್ಣ ಬದುಕು ಸಾಗಿಸಲು ಶಕ್ತರಾಗಿರುವ ಜನರಲ್ಲಿ ಸಾಮಾನ್ಯವಾಗಿ ಎರಡು ಗುಣಲಕ್ಷಣಗಳಿರುತ್ತವೆ: ಅವರಿಗೆ ತಮ್ಮ ಗುರಿಯ ಬಗ್ಗೆ ಅರಿವಿರುತ್ತದೆ ಮತ್ತು ಪ್ರತಿ ಕ್ಷಣವನ್ನೂ ಹೇಗೆ ಆನಂದಿಸಬೇಕು ಎಂಬುದು ಅವರಿಗೆ ತಿಳಿದಿರುತ್ತದೆ. ಅವರಿಗೆ, ಪ್ರಸ್ತುತ ಕ್ಷಣವೆಂಬುದು ಇಚಿಗೊ ಇಚಿಯೆಯನ್ನು ಅನುಭವಿಸಲು ಸಿಕ್ಕಿರುವ ಶಾಶ್ವತವಾದ ಅವಕಾಶವಾಗಿರುತ್ತದೆ.

ಹಾಗಾದರೂ, ನಮ್ಮ ಸುತ್ತಲಿನ ಜನರನ್ನು ಅಥವಾ ನಮ್ಮನ್ನೇ ನೋಡಿದರೂ, ಪ್ರಸ್ತುತ ಕ್ಷಣದಲ್ಲಿ ಬದುಕುವುದು ಎಷ್ಟು ಕಷ್ಟ ಎಂಬುದನ್ನು ನಾವು ಆಗಾಗ ನೋಡುತ್ತಲೇ ಇರುತ್ತೇವೆ. ನಮ್ಮ ಆಲೋಚನೆಗಳು ಎಲ್ಲಾ ದಿಕ್ಕುಗಳಲ್ಲೂ ಅಲೆದಾಡುತ್ತಿರುವ ಕಾರಣ ನಾವು ಪ್ರಸ್ತುತ ಇರುವಲ್ಲಿ, ನಾವು ಈಗ ಮಾಡುತ್ತಿರುವ ಕೆಲಸದಲ್ಲಿ ಮತ್ತು ನಾವು ಈ ಕ್ಷಣ ನಮ್ಮೊಂದಿಗೆ ಇರುವವರ ಮೇಲೆ(ನೀವೊಂದು ವೇಳೆ ಏಕಾಂಗಿಯಾಗಿದ್ದರೆ, ನೀವು ನಿಮ್ಮ ಜೊತೆಗೇ ಇದ್ದೀರಿ ಎಂದಾಯಿತು) ಅದನ್ನು ಕೇಂದ್ರೀಕರಿಸುವುದು ಕಷ್ಟ.

ನಾಲ್ಕು ಮೂಲ ಭಾವನೆಗಳು ಮತ್ತು ಕಾಲ

ಸಾಮಾಜಿಕ ಮನಃಶಾಸ್ತ್ರಜ್ಞ ಎಕ್ಮನ್ ಅವರು ನಮ್ಮ ಮುಖದ ಅಭಿವ್ಯಕ್ತಿಯನ್ನು ಆಧರಿಸಿ ಆಶ್ಚರ್ಯ ಮತ್ತು ಜಿಗುಪ್ಸೆಯನ್ನೂ ಸೇರಿಸಿ ಆರಕ್ಕೇರಿಸಿದ್ದರೂ, ನಾಲ್ಕು ಮೂಲ ಭಾವನೆಗಳಿವೆ. ಅವು ನಮ್ಮ ಜೀವನದಲ್ಲಿ ಗುರುತನ್ನು ಉಳಿಸಿ, ನಮ್ಮನ್ನು ಒಂದಲ್ಲಾ ಒಂದು ಕಾಲದಲ್ಲಿ ತಂದು ನಿಲ್ಲಿಸುತ್ತವೆ.

ಆ ಒಂದೊಂದು ಅಂಶಗಳ ಮೇಲೂ ಕಣ್ಣಾಡಿಸೋಣ.

1. ಕೋಪ. ಈ ಭಾವನೆಯು ನಮ್ಮ ಅಸ್ತಿತ್ವದ ಪ್ರವೃತ್ತಿಗೆ ಸಂಬಂಧಿಸಿದ್ದಾಗಿದ್ದು, ಇದು ಮೂಲತಃ ನಮಗೆ ಮತ್ತು ನಮ್ಮ ಪ್ರೀತಿಪಾತ್ರರಿಗೆ ಎದುರಾಗುವ ಅಪಾಯವನ್ನು ಎದುರಿಸಲು ಸಹಾಯ ಮಾಡಿದೆ. ಹಾಗಾಗಿಯೇ, ನಾವು ಕೋಪಗೊಂಡಾಗ ನಮ್ಮ ಸ್ನಾಯುಗಳು ಬಿಗಿಗೊಂಡು, ನಮ್ಮನ್ನು ರಕ್ಷಿಸಿಕೊಳ್ಳಲು ಮತ್ತು ಪ್ರತಿದಾಳಿ ನಡೆಸಲು ಸಜ್ಜುಗೊಳಿಸುತ್ತವೆ. ನಮ್ಮ ಶರೀರ ಅಡ್ರಿನಾಲಿನ್ ಮತ್ತು ನೊರ್‌ಅಡ್ರಿನಾಲಿನ್ ಹಾರ್ಮೋನುಗಳನ್ನು ಉತ್ಪಾದಿಸುತ್ತದೆ. ಒತ್ತಡಕ್ಕೆ ನಮ್ಮ ಪ್ರತಿಸ್ಪಂದನವನ್ನು ಉತ್ತಮಗೊಳಿಸಿ, ಕೊನೆಗೆ ನಮ್ಮನ್ನು ನಿತ್ರಾಣಗೊಳಿಸುತ್ತದೆ.

ಸಾಮಾಜಿಕವಾಗಿ ಅನಪೇಕ್ಷಿತವಾಗಿರುವುದರೊಂದಿಗೆ, ಕೋಪದ ಸಮಸ್ಯೆಯು ಯಾವುದೇ ನೈಜ ಬೆದರಿಕೆಯೊಂದಿಗೆ ಅಪರೂಪವಾಗಿ ನಂಟು ಹೊಂದಿರುತ್ತದೆ. ಏಕೆಂದರೆ, ಇತ್ತೀಚಿನ ದಿನಗಳಲ್ಲಿ, ಅಸಾಮಾನ್ಯ ಸಂದರ್ಭಗಳು–ಅಂದರೆ ನಾವು ಯುದ್ಧ ವಲಯದಲ್ಲಿ ಅಥವಾ ಬೀದಿ ದಾಳಿಯ ಬಲಿಪಶುಗಳಾದಾಗ– ಇಂತಹ ಸಂದರ್ಭಗಳನ್ನು ಹೊರತುಪಡಿಸಿ ನಮಗೆ ಪರಭಕ್ಷಕರು ಇರುವುದಿಲ್ಲ.

ಬದಲಿಗೆ ಯಾರದೋ ತಪ್ಪಿಗೆ ನಾವು ಬಲಿಪಶುಗಳಾದಾಗ ಅಥವಾ ನಮಗೆ ಏನಾದರೂ ಅನ್ಯಾಯವಾದಾಗ ನಾವು ಕೋಪಗೊಳ್ಳುತ್ತೇವೆ. ಒಂದು ವೇಳೆ ನಾವು ಆಕ್ರಮಣ ಮಾಡಲು ಹೋದರೆ ನಾವು ಆಗಾಗ್ಗೆ ನಮ್ಮ ನಿಯಂತ್ರಣ ಕಳೆದುಕೊಂಡು ಸಮಸ್ಯೆಯನ್ನು ಇನ್ನಷ್ಟು ಹದಗೆಡಿಸುತ್ತೇವೆ. ಏಕೆಂದರೆ ಆ ಕ್ಷಣ ನಮ್ಮ ಎದುರಾಳಿಗಳಿಗೂ ಆತಂಕ ಶುರುವಾಗುತ್ತದೆ ಮತ್ತು ಪ್ರತಿ ದಾಳಿಯೂ ಶುರುವಾಗುತ್ತದೆ. ನಮ್ಮ ಕ್ರೋಧವನ್ನು ನಾವು ದಮನ ಮಾಡಿದರೆ ಅಥವಾ ತಡೆದರೆ, ನಮಗೆ ನಾವೇ ಹಾನಿ ಮಾಡಿಕೊಂಡಂತೆ.

ನಾವು ಆಕ್ರಮಣ ಮಾಡಲಿ ಅಥವಾ ದಮನ ಮಾಡಲಿ, ಕೋಪವು ಯಾವಾಗಲೂ ವಿನಾಶಕಾರಿ ಭಾವನೆಯಾಗಿದೆ. ಬುದ್ಧನು ಹೇಳಿಕೊಟ್ಟಂತೆ: "ಕೋಪವನ್ನು ಹಿಡಿದಿಟ್ಟುಕೊಳ್ಳುವುದು ಇನ್ನೊಬ್ಬರ ಮೇಲೆ ಎಸೆಯಲು ಬಿಸಿ ಕಲ್ಲಿದ್ದಲನ್ನು ಹಿಡಿದಂತೆ; ಸುಟ್ಟು ಹೋಗುವವನು ನೀನೇ."

ನಮಗೆ ತಲೆಕೆಟ್ಟಾಗ, ಅದು ನಮ್ಮೊಂದಿಗೆ ಏನೋ ಸಂಭವಿಸಿದೆ ಅಥವಾ ಯಾರಾದರೂ ನಮಗೆ ಏನೋ ಮಾಡಿದ್ದಾರೆ ಎಂಬ ನಮ್ಮ ವ್ಯಾಖ್ಯಾನದಿಂದಾಗಿ; ಆದ್ದರಿಂದ ಕೋಪವು ನಮ್ಮನ್ನು ಹಿಂದಿನದರೊಂದಿಗೆ ಕಟ್ಟಿಹಾಕುತ್ತದೆ, ಇಲ್ಲಿ ಮತ್ತು ಈ ಕ್ಷಣವನ್ನು ಆನಂದಿಸುವುದನ್ನು ತಡೆಯುತ್ತದೆ.

2. ದುಃಖ. ಈ ಭಾವನೆಯು ಸಾಮಾನ್ಯವಾಗಿ ವ್ಯಾಪಕ ಶ್ರೇಣಿಯ ಸನ್ನಿವೇಶಗಳಲ್ಲಿ ಎದುರಾಗುವ ನಷ್ಟದ ಭಾವನೆಯಿಂದ ಉಂಟಾಗುತ್ತದೆ. ನಮ್ಮ ಪ್ರೀತಿಪಾತ್ರರನ್ನು ಸಾವಿನಿಂದಾಗಿ ಅಥವಾ ದೂರವಾಗುವ ಮೂಲಕ ಕಳೆದುಕೊಂಡಾಗ ನಮಗೆ ದುಃಖವಾಗುತ್ತದೆ. ದುಃಖವನ್ನು ಎದುರಿಸುತ್ತಾ ನಾವು ಆ ಹೊಸ ಪರಿಸ್ಥಿತಿಗೆ ಹೊಂದಿಕೊಳ್ಳುತ್ತಾ ಹೋಗುತ್ತೇವೆ. ಉಪಯುಕ್ತ ಅಥವಾ ಬೆಲೆಬಾಳುವ ವಸ್ತುವನ್ನು ಕಳೆದುಕೊಂಡಾಗಲೂ– ಉದಾಹರಣೆಗೆ ಸೆಲ್ ಫೋನ್ ಕಳಕೊಂಡಾಗ, ಅಥವಾ ನಮ್ಮ ಕಾರು ಕೆಟ್ಟುಹೋದಾಗ, ನಮ್ಮ ಆದಾಯ ಕಡಿಮೆಯಾದಾಗ– ನಾವು ದುಃಖಿತರಾಗುತ್ತೇವೆ.

ಹೆಚ್ಚಿನ ಅಸ್ತಿತ್ವಕ್ಕೆ ಸಂಬಂಧಿಸಿದ ದುಃಖವೂ ಇರುತ್ತದೆ. ಅದು ನಮ್ಮನ್ನು ಬಿಂಬಿಸಿಕೊಳ್ಳುವಂತೆ ಮಾಡಬಹುದು. ಅಂದರೆ, ಯಾವುದೇ ಸ್ಪಷ್ಟ ಕಾರಣವಿಲ್ಲದೆ ಬದುಕುವ ಇಚ್ಛೆ ಅಥವಾ ಭರವಸೆಯನ್ನು ಕಳೆದುಕೊಂಡಾಗ ಮತ್ತು ಈ ಕುಗ್ಗಿದ ಭಾವನೆಯಿಂದಾಗಿ ನಾವು ನಿರಾಸಕ್ತಿಯ ಕೂಪದಲ್ಲಿರುವುದನ್ನು ನಾವೇ ಕಂಡುಕೊಳ್ಳುತ್ತೇವೆ.

ಈ ಬೇಸರವೆಂಬುದು ಹೆಚ್ಚು ಕಾಲ ಉಳಿದಲ್ಲಿ, ಅಂದರೆ, ನಾವು ಕಳೆದುಕೊಂಡದ್ದಕ್ಕಿಂತಲೂ ಹೆಚ್ಚಿನ ಅವಧಿ ಉಳಿದಲ್ಲಿ, ನಾವು ಖಿನ್ನತೆಗೆ ಜಾರುತ್ತೇವೆ. ಬೇಸರವು ಆರೋಗ್ಯಕರವಾಗಿದ್ದರೆ, ಆಗಿರುವುದರ ಬಗ್ಗೆ ನಾವು ಮನವರಿಕೆ ಮಾಡಿಕೊಳ್ಳಲು ಅದು ಅವಕಾಶ ಮಾಡಿಕೊಡುತ್ತದೆ. ಅಂದರೆ, ತಾನು ಬಯಸಿದ್ದಕ್ಕೆ ಅಂತಿಮ ವಿದಾಯ ಹೇಳಲು ಮತ್ತು ಆ ಮೂಲಕ ಜೀವನದಲ್ಲಿ ಹೊಸ ಚಿಂತನೆಯೊಂದಿಗೆ ಮುನ್ನಡೆಯಲು ಅವಕಾಶ ಮಾಡಿಕೊಡುತ್ತದೆ. ಅದು ನಮ್ಮೊಳಗೆ ಯಾವುದೇ ಪ್ರಕಾರದ ಕಲೆಯ ರೂಪವನ್ನೂ ತಾಳಬಹುದು.

ಈ ಭಾವನೆಯ ಬಗ್ಗೆ ಮನಃಶಾಸ್ತ್ರದ ದೃಷ್ಟಿಕೋನದಿಂದ ಎಕ್ಮನ್ ಹೇಳುವುದೇನೆಂದರೆ–

"ಈ ಭಾವನೆಯು ನಮ್ಮ ಕಣ್ರೆಪ್ಪೆಗಳನ್ನು ಕೆಳಗೆ ಮಾಡಲು, ತುಟಿಗಳನ್ನು ಕೆಳಮುಖ ಮಾಡಲು ಕಾರಣವಾಗುತ್ತದೆ; ದುಃಖದಲ್ಲಿರುವ ವ್ಯಕ್ತಿ ತನ್ನ ಮುಂದೆ ಏನಿದೆ ಎಂಬುದರ ಮೇಲೆ ಗಮನ ಹರಿಸುವುದಿಲ್ಲ. ಏಕೆಂದರೆ ಅವರು ಪ್ರಸ್ತುತ ಸಮಯದಲ್ಲಿರುವುದಿಲ್ಲ. ಅದನ್ನೇ ನಾವು 'ಶೂನ್ಯ ನೋಟ (ಭಾವ)' ಎಂದು ಹೇಳುತ್ತೇವೆ" ಎಂದು.

ಬೇಸರದ ಭಾವದಲ್ಲಿರುವಾಗ, ನಮ್ಮ ಗಮನ ನಾವು ಕಳೆದುಕೊಂಡದ್ದರ, ಯಾವುದು ಅಸ್ತಿತ್ವದಲ್ಲಿ ಇಲ್ಲವೋ ಅದರ ಮೇಲೆ, ಬಯಸಿದ್ದು ಸಿಗದೇ ಇರುವುದರ ಮೇಲೆ ಇರುವ ಕಾರಣ ನಾವು ಭೂತಕಾಲದ ಬಗ್ಗೆ ಚಿಂತಿಸುವಂತೆ ದುಃಖದ ಭಾವನೆಯು ಮಾಡುತ್ತದೆ. ಯಾವುದೇ ಸಂದರ್ಭದಲ್ಲಿ, ನಾವು ದುಃಖದಲ್ಲಿದ್ದಷ್ಟೂ ಸಮಯ ನಾವು ಇಲ್ಲಿ ಮತ್ತು ಆ ಕ್ಷಣದಲ್ಲಿ ಇರುವುದಿಲ್ಲ.

3. ಭಯ/ ಹೆದರಿಕೆ: ಕೋಪದಂತೆಯೇ ಈ ಭಾವನೆ ಕೂಡಾ ನಮ್ಮ ಅಸ್ತಿತ್ವದ ಪ್ರವೃತ್ತಿಯೊಂದಿಗೆ ನಿಕಟ ನಂಟು ಹೊಂದಿದೆ ಮತ್ತು ಬೆದರಿಕೆಗಳು ಅಥವಾ ಸಂಭಾವ್ಯ ಹಾನಿಯ ಬಗ್ಗೆ ನಮ್ಮನ್ನು ಎಚ್ಚರಿಸುತ್ತದೆ. ಮನುಷ್ಯರು ಕಾಡಿನಲ್ಲಿ ವಾಸಿಸುತ್ತಿದ್ದಾಗ, ಸನ್ನಿಹಿತವಾಗುವ ಅಪಾಯವನ್ನು ಪತ್ತೆಹಚ್ಚಲು ಮತ್ತು ಹೋರಾಡಲು ಅಥವಾ ಪಲಾಯನ ಮಾಡಲು ನಮ್ಮ ಶರೀರವನ್ನು ಸಜ್ಜುಗೊಳಿಸಲು ಈ ಭಯ ಎಂಬುದು ಅತ್ಯವಶ್ಯವಾಗಿತ್ತು.

ಕೋಪದ ಸಂದರ್ಭದಲ್ಲಿ ಆಗುವಂತೆಯೇ ಭಯ ಕೂಡಾ ಅಡ್ರಿನಾಲಿನ್ ಮತ್ತು ನೊರ್‌ಅಡ್ರಿನಾಲಿನ್ ಹಾರ್ಮೋನುಗಳ ಸ್ರವಿಸುವಿಕೆಯನ್ನು ಕ್ರಿಯಾಶೀಲಗೊಳಿಸುತ್ತದೆ. ಇದು ನಮ್ಮ ನಾಡಿ ಬಡಿತ ಮತ್ತು ರಕ್ತದೊತ್ತಡವನ್ನು ಏಕಾಏಕಿ ಹೆಚ್ಚಾಗುವಂತೆ ಮಾಡುತ್ತದೆ ಮತ್ತು ನಮ್ಮ ಉಸಿರಿನ ವೇಗವನ್ನು ಏಕಾಏಕಿ ಹೆಚ್ಚಿಸುತ್ತದೆ. ಬೆವರುವಿಕೆ, ನಡುಗ ಮತ್ತು ಸ್ನಾಯುವಿನ ಸೆಳೆತವು ಭಯದ ಇತರ ದೈಹಿಕ ಲಕ್ಷಣಗಳು. ಇವುಗಳಿಂದಾಗಿ ಕೆಲವೊಮ್ಮೆ ಪಾರ್ಶ್ವವಾಯುವಿಗೆ ತುತ್ತಾದಂತೆ ನಮಗನ್ನಿಸುತ್ತದೆ.

ಕೋಪದ ಸಂದರ್ಭದಂತೆಯೇ, ಯಾವುದೇ ಪರಭಕ್ಷಕ ಅಥವಾ ನಿಜವಾದ ಬೆದರಿಕೆ ಇಲ್ಲದಿರುವಾಗಲೂ ಸಹ ಆಗಾಗ ನಮ್ಮ ಭಯದ ಗಂಟೆ ಬಾರಿಸುತ್ತದೆ. ಸಂಭವಿಸಬಹುದಾದ ಸಂಗತಿಗಳ ಬಗ್ಗೆ ನಾವು ಹೆದರುತ್ತೇವೆ. ಆದರೆ ಅದು ತಕ್ಷಣದ ಆತಂಕವಾಗಿರುವುದಿಲ್ಲ. ನಮ್ಮ ಕೆಲಸ, ನಮ್ಮ ಸಂಗಾತಿ, ನಮ್ಮ ಸ್ನೇಹಿತರ ಗಮನ ಅಥವಾ ಪ್ರೀತಿಯನ್ನು ಕಳೆದುಕೊಳ್ಳುವ ಬಗ್ಗೆ, ನಮ್ಮ ಆರೋಗ್ಯ ಹದಗೆಡುವ ಬಗ್ಗೆ ಹೆದರುತ್ತೇವೆ.

ಹೀಗಾಗಬಹುದು ಹಾಗಾಗಬಹುದು ಎಂಬ ನಿರೀಕ್ಷೆಯೊಂದಿಗಿನ ಈ ಭಯವನ್ನು ನಿರಂತರವಾಗಿ ಅನುಭವಿಸಿದರೆ ಅದು ಆತಂಕದ ಸಮಸ್ಯೆಗೋ, ದಿಗಿಲಿಗೋ ಕಾರಣವಾಗಬಹುದು. ನಮ್ಮ ಭಯವು ಎಷ್ಟೊಂದು ಹೆಚ್ಚಿರುತ್ತದೆಯೆಂದರೆ ನಾವು ಭಯದ ಭಯದಿಂದಾಗಿ ಪಾರ್ಶ್ವವಾಯುವಿಗೂ ತುತ್ತಾಗಬಹುದು.

ಹೆದರಿಕೆ ಎಂಬುದು ಭವಿಷ್ಯಕ್ಕೆ ನಮ್ಮನ್ನು ಮುಂದೊತ್ತುವ ಒಂದು ಭಾವನೆ. ಭಯದಿಂದ ಬದುಕುವಾಗ, ನಾವು ಮಾಡುತ್ತಿರುವುದನ್ನು ಮತ್ತು ಹೊಂದಿರುವುದನ್ನು ಆನಂದಿಸುವುದು ಕಷ್ಟ.

4. ಸಂತೋಷ. ಅತ್ಯಂತ ಕಡಿಮೆ ಅಧ್ಯಯನ ಮಾಡಲಾಗಿರುವ ಭಾವನೆ ಇದಾಗಿದೆ. ಇದು ನಿಗೂಢವಾದ ಸ್ವಭಾವವನ್ನು ಹೊಂದಿದೆ. ಏಕೆಂದರೆ, ಇದನ್ನು ಯಾವಾಗಲೂ ಸಮರ್ಥಿಸಲ್ಪಡುವುದಿಲ್ಲ. ಕೆಲವರು ಅದರ ಕಡೆಗೆ ವಿಶೇಷ ಒಲವು ಹೊಂದಿರುತ್ತಾರೆ, ಆದರೆ ಇನ್ನು ಕೆಲವರು ಅದನ್ನು ನಾಶಗೊಳಿಸುತ್ತಾರೆ.

ಅದರ ತೀವ್ರತೆಗೆ ಅನುಗುಣವಾಗಿ ಸಂತೋಷವು ನಮ್ಮನ್ನು ಪ್ರಶಾಂತವಾದ ಸಂತೃಪ್ತಿಯಿಂದ ಹಿಡಿದು ಅನಿಯಂತ್ರಿತ ಉದ್ರೇಕದವರೆಗಿನ ಆಂತರಿಕ ಅನುಭವಗಳ ವ್ಯಾಪ್ತಿಯಲ್ಲಿ ಇಡುತ್ತದೆ. ಈ ಎಲ್ಲಾ ಸಂದರ್ಭಗಳಲ್ಲಿ, ಜೀವನದ ಸಂಭ್ರಮವನ್ನು, ಹಗುರ ಭಾವನೆಯನ್ನು ಮತ್ತು ಆಶಾವಾದವನ್ನು ಕಲ್ಪಿಸುವ ಭಾವನೆ ಅದಾಗಿರುತ್ತದೆ.

ಸಂತೋಷವು ನಮ್ಮಲ್ಲಿ ಉತ್ಸಾಹ ತುಂಬಿ ಹೊರಸೂಸುತ್ತದೆ, ಹಾಗಾಗಿ ನಾವು ಅದನ್ನು ಅನುಭವಿಸಿದಾಗ ಇತರರೊಂದಿಗೆ ಹಂಚಿಕೊಳ್ಳಲು ಏಕೆ ಬಯಸುತ್ತೇವೆ ಎಂಬುದನ್ನು ವಿವರಿಸುತ್ತದೆ. ನಾವು ಸಂತೋಷವನ್ನು ಅನುಭವಿಸಿದಾಗ, ನಾವು ಹೆಚ್ಚು ಸಮಾನ–ಅನುಭೂತಿ(ಎಂಪಥಿ), ಉದಾರತೆಯಿಂದ ಕೂಡಿರುತ್ತೇವೆ ಮತ್ತು ಮಾನವರಾಗಿ ಇರುತ್ತೇವೆ.

ಫುಟ್‌ಬಾಲ್ ಪಂದ್ಯದಲ್ಲಿ, ಒಬ್ಬ ಆಟಗಾರ ಗೋಲ್ ಹೊಡೆದ ತಕ್ಷಣ ತನ್ನ ತಂಡದ ಸದಸ್ಯರನ್ನು ಅಪ್ಪಿಕೊಳ್ಳಲು ಅವರತ್ತ ಓಡುತ್ತಾನೆ. ಸಂತೋಷ ಎನ್ನುವುದು ನಾವು ಅನುಭವಿಸುವಂತಹುದು ಮತ್ತು ಕೊಡುವಂತಹುದು. ಅದು ನಮ್ಮನ್ನು ಬೆಳಕಿನೆಡೆಗೆ ಇಡುವುದಲ್ಲದೇ, ನಮ್ಮನ್ನು ಇತರರ ಹತ್ತಿರವಾಗಿಸುತ್ತದೆ.

ಲೇಖಕ ಮತ್ತು ವಾಗ್ಮಿ ಅಲೆಕ್ಸ್ ರೋವಿರ ಅವರು ಎರಡು ಬಗೆಯ ಸಂತೋಷಗಳಿವೆ ಎಂದು ವರ್ಗೀಕರಿಸುತ್ತಾರೆ: ಅದು ಸಕಾರಣವಾದ ಮತ್ತು ಅಕಾರಣವಾದ ಸಂತೋಷ. ಕಾರಣ ಇರುವ ಮತ್ತು ಕಾರಣವಿಲ್ಲದ ಸಂತೋಷ; ಮೊದಲನೆಯದು ಬಾಹ್ಯ ಸಂಗತಿಗಳನ್ನು ಅವಲಂಬಿತವಾಗಿದ್ದು, ಕ್ಷಣಿಕವಾಗಿರುತ್ತದೆ. ಪಂದ್ಯ ಗೆದ್ದಾಗ, ಲಾಟರಿ ಗೆದ್ದಾಗ ಮತ್ತು ನಮಗೆ ಬಡ್ತಿ ಸಿಕ್ಕಿದಾಗ– ಹೀಗೆ. ಕಾರಣವೇ ಇಲ್ಲದೆ ಆಗುವ ಸಂತೋಷ ನಮ್ಮೊಳಗಿನಿಂದ ಉಂಟಾಗುತ್ತದೆ, ಅದಕ್ಕೆ ಯಾವುದೇ ನಿರ್ದಿಷ್ಟ ಕಾರಣವಿರುವುದಿಲ್ಲ, ಅದು ಆತ್ಮದಿಂದ ಹೊರಹೊಮ್ಮುವಂತಹುದು- ಅದರೊಂದಿಗೆ ನಾವು ಐಕ್ಯವಾಗಲು ಇಚ್ಛಿಸುವಂತಹುದು. ಈ ಬೇಷರತ್ ಭಾವದ ಬಗ್ಗೆ ಯೋಚಿಸಿದಾಗ, ನಮ್ಮಲ್ಲಿ ಅದು ಸಂತೃಪ್ತಿಯ ಭಾವ ಮೂಡಿಸುತ್ತದೆ. ಅದು ಈ ಪುಸ್ತಕದ ಪ್ರಾತ್ಯಕ್ಷಿಕೆ ವಿಭಾಗದಲ್ಲಿದೆ.

ಇದುವರೆಗೆ ನಾವು ಪರಿಶೀಲಿಸಿದ ನಾಲ್ಕು ಭಾವಗಳ ಪೈಕಿ ಸಂತೋಷವೊಂದೇ ಪ್ರಸ್ತುತಕ್ಕೆ ಅನ್ವಯಿಸುವಂತಹುದು ಹಾಗೂ ಇಚಿಗೊ ಇಚಿಯೆಯ ಮನೆಯೂ ಹೌದು. ನಿಖರವಾಗಿಯೂ, ಇದು ಈ ಕ್ಷಣ ಮಾತ್ರ ಜರಗುತ್ತಿದೆ; ಈ ಮೊದಲು ಅಥವಾ ನಂತರ ಅಲ್ಲ ಎಂದು ನಾವು ತಿಳಿದಿರುವ ಕಾರಣ, ನಾವು ಈ ಕ್ಷಣವನ್ನು ಸವಿಯಲು ನಮ್ಮನ್ನು ಸಂಪೂರ್ಣವಾಗಿ ಬಿಟ್ಟುಕೊಡುವ ಮೂಲಕ ಆಚರಿಸುತ್ತೇವೆ.

ಭಾವ	ಸಮಯ	ಮುಖ್ಯ ನಾಣ್ನುಡಿ
ಕೋಪ	ಭೂತ	ಮರಳಿ ಬಾ!
ಬೇಸರ	ಭೂತ	ಎದ್ದೇಳು!
ಭಯ/ಹೆದರಿಕೆ	ಭವಿಷ್ಯ	ಮರಳಿ ಬಾ!
ಸಂತೋಷ	ವರ್ತಮಾನ	ಇಚಿಗೊ ಇಚಿಯೆ!

ಭಾವಗಳನ್ನು ಸಮಯಕ್ಕೆ ಪರಿವರ್ತಿಸುವುದು

ಭಾವನಾತ್ಮಕ ಬುದ್ಧಿಮತ್ತೆ ಎಂಬ ಪರಿಕಲ್ಪನೆ ಜನಜನಿತವಾದಾಗಿನಿಂದಲೂ ನಾವು ನಮ್ಮ ಭಾವನೆಗಳ ಬಗ್ಗೆ ಹೆಚ್ಚು ಹೆಚ್ಚು ಪ್ರಜ್ಞಾವಂತರಾಗುತ್ತಿದ್ದೇವೆ. ಆದರೆ, ನಮ್ಮ ಭಾವನೆಗಳು ನಾವು ಭೂತಕಾಲಕ್ಕೆ ಇಲ್ಲವೇ ಭವಿಷ್ಯತ್ತಿಗೆ ಹೇಗೆ ಪ್ರಯಾಣಿಸಲು ಕಾರಣವಾಗುತ್ತವೆ, ಮತ್ತದು ಸಂತೋಷಕ್ಕೆ ಅಲ್ಲ, ಎಂಬುದು ನಮಗೆ ಸಾಮಾನ್ಯವಾಗಿ ಅರಿವು ಇರುವುದಿಲ್ಲ.

ಈ ನಿಟ್ಟಿನಲ್ಲಿ, ಭಾವನೆಗಳನ್ನು ಸಮಯಕ್ಕೆ ಪರಿವರ್ತನೆ ಮಾಡುವಷ್ಟು ಸರಳವಾದ ಒಂದು ಕಸರತ್ತು ವರ್ತಮಾನಕ್ಕೆ ಮರಳಲು ಪ್ರಬಲ ಸಾಧನವಾಗಿದೆ. ವರ್ತಮಾನದಲ್ಲಿ ಇಚಿಗೊ ಇಚಿಯೆಯನ್ನು ನಿರೂಪಿಸುವ ಸಂತೋಷ, ಪ್ರಶಾಂತತೆ ಮತ್ತು ಗಮನವನ್ನು ಕಾಣಬಹುದು.

ಇದನ್ನು ಸಾಧಿಸಬೇಕಾದರೆ, ಪ್ರತಿ ಸಲ ನಿಮಗೆ ಅಸಂತೋಷವೆನಿಸಿದಾಗಲೂ, ನೀವು ಅದನ್ನು ಹೀಗೆ ಮಾರ್ಪಡಿಸಬೇಕು:

- ನೀನು ಕೋಪಿಸಿಕೊಂಡಿದ್ದೀಯಾ ಅಥವಾ ಬೇಸರವಾಗಿದೆಯಾ? ನೀನು ಭೂತಕಾಲದಲ್ಲಿ ಇರುವೆ. ಮರಳಿ ಬಾ! ಎದ್ದೇಳು!
- ನಿನಗೆ ಭಯವಾಗಿದೆಯೇ? ನೀನು ಭವಿಷ್ಯತ್ಕಾಲದಲ್ಲಿರುವೆ. ಮರಳಿ ಬಾ!

ಯಾವಾಗ ನಮ್ಮನ್ನು ನಾವು ಭೂತಕಾಲಕ್ಕೋ, ಭವಿಷ್ಯತ್‌ಕಾಲಕ್ಕೋ ವರ್ಗಾವಣೆ ಮಾಡಿಕೊಳ್ಳುವುದನ್ನು ನಿಲ್ಲಿಸುತ್ತೇವೋ, ಆಗ ನಾವು ಪ್ರಸ್ತುತದ/ ವರ್ತಮಾನದ ಸಂತೋಷವನ್ನು ಮರಳಿ ಪಡೆಯಬಹುದು.

ನಾವು ಭಾವನೆಗಳನ್ನು ಸಮಯಕ್ಕೆ ಪರಿವರ್ತಿಸಿಕೊಂಡರೆ, ಅವುಗಳಿಂದ ಬಚಾವಾಗುವುದು ಬಹಳ ಸುಲಭ. ಏಕೆಂದರೆ, ಮುಖ್ಯ ಸಂಗತಿಗಳು ಸಂಭವಿಸುತ್ತಿರುವ ಈ ಕ್ಷಣವನ್ನು (ವರ್ತಮಾನ) ಕಳೆದುಕೊಳ್ಳಲು ಯಾರೂ ಬಯಸುವುದಿಲ್ಲ.

ಹಾಗಾಗಿ, ನಾವು ಭೂತಕಾಲದಲ್ಲಿ ಬದುಕುತ್ತಿದ್ದೇವೆ ಅಥವಾ ಭವಿಷ್ಯತ್ ಕಾಲದಲ್ಲಿದ್ದೇವೆ ಎಂಬುದು ಮನವರಿಕೆಯಾದ ತಕ್ಷಣ ನಾವು ಮರಳುತ್ತೇವೆ.

ನೀವೆಷ್ಟು ವರ್ತಮಾನದಲ್ಲಿದ್ದೀರಿ?

ವರ್ತಮಾನದಲ್ಲಿ ಇರಲು ನಿಮ್ಮ ಸಾಮರ್ಥ್ಯ ಎಷ್ಟು ಎಂದು ಮೌಲ್ಯಮಾಪನ ಮಾಡಲು ಮತ್ತು ಆ ಮೂಲಕ ಈ ಕ್ಷಣವನ್ನು ಸಂಭ್ರಮಿಸಲು ನೆರವಾಗುವ ಉದ್ದೇಶದಿಂದ ನಾವು ಈ ಸರಳವಾದ ರಸಪ್ರಶ್ನೆಯನ್ನು ವಿನ್ಯಾಸಗೊಳಿಸಿದ್ದೇವೆ.

1. ನನಗೆ ನೋವುಂಟು ಮಾಡುವ ಇಮೇಲ್, ಸಂದೇಶ ಅಥವಾ ಫೋನ್ ಕರೆ ಬಂದಾಗ...

ಎ) ನನಗೆ ಬೇಸರವಾಗುತ್ತದೆ ಮತ್ತು ತಕ್ಷಣ ಪ್ರತಿಕ್ರಿಯಿಸುತ್ತೇನೆ. ಆಮೇಲೆ ಅದನ್ನು ಮರೆತುಬಿಡುತ್ತೇನೆ.

ಬಿ) ಅದಕ್ಕೆ ಪ್ರತಿಕ್ರಿಯಿಸುವ ಸರಿಯಾದ ರೀತಿ ನನಗೆ ಹೊಳೆಯುವವರೆಗೂ ಅದರ ಬಗ್ಗೆ

ಯೋಚಿಸುತ್ತೇನೆ.

ಸಿ) ನಾನು ಪ್ರತಿಕ್ರಿಯಿಸಲಿ, ಪ್ರತಿಕ್ರಿಯಿಸದೇ ಇರಲಿ, ಇಡೀ ದಿನ ಅಥವಾ ಬಹಳ ದಿನ ಅದರ ಪರಿಣಾಮ ನನ್ನ ಮೇಲಾಗುತ್ತದೆ.

2. ನನ್ನ ಆತ್ಮೀಯ ಸ್ನೇಹಿತ ಈ ಹಿಂದಿನಂತೆ ನನ್ನ ಬಗ್ಗೆ ಗಮನ ಅಥವಾ ಪ್ರೀತಿ ತೋರಿಸುತ್ತಿಲ್ಲ. ನನ್ನ ಪಾಲಿಗೆ...

ಎ) ನನಗೆ ಅದು ದೊಡ್ಡ ವಿಷಯವಲ್ಲ. ಅವರು ಒತ್ತಡದಲ್ಲಿರಬಹುದು ಅಥವಾ ಬೇರೆ ಏನೋ ಆಗಿರಬಹುದು ಎಂದುಕೊಳ್ಳುತ್ತೇನೆ. ನಾವು ಇಷ್ಟರಲ್ಲೇ, ಸರಿಯಾದ ಸಮಯ ನೋಡಿಕೊಂಡು ಮತ್ತೆ ಭೇಟಿಯಾಗುತ್ತೇವೆ.

ಬಿ) ಉದ್ದದ ಇಮೇಲ್ ಬರೆದು ಭೇಟಿಯಾಗುವಂತೆ ಬೇಡಿಕೆ ಇಡುತ್ತೇನೆ. ನಾನೇನಾದರೂ ತಪ್ಪು ಮಾಡಿದ್ದೇನೆಯೇ ಅಥವಾ ಅವರಿಗೆ ಬೇರೇನಾದರೂ ಸಮಸ್ಯೆ ಆಗಿದೆಯೇ ಎಂದು ಆಗ ತಿಳಿದುಕೊಳ್ಳುತ್ತೇನೆ

ಸಿ) ನನಗೆ ನಿಜವಾಗಿಯೂ ಅವಮಾನವಾಗಿ, ಅವರನ್ನು ನನ್ನ ಆದ್ಯತೆಯ ಪಟ್ಟಿಯಿಂದ ಕಿತ್ತುಹಾಕುತ್ತೇನೆ. ನನ್ನ ಗಮನ, ಪ್ರೀತಿಗೆ ಪ್ರತಿಸ್ಪಂದಿಸದಿದ್ದರೆ ಅವರು ನನ್ನ ಪ್ರೀತಿಗೆ ಯೋಗ್ಯರಲ್ಲ ಎಂದುಕೊಳ್ಳುತ್ತೇನೆ.

3. ನಾನು ಪ್ರವಾಸಕ್ಕೆ ಹೋಗುತ್ತಿದ್ದೇನೆ. ನಾನು ನಿಗದಿತ ಸ್ಥಳ ತಲುಪಿದ ಮೇಲೆ, ವಿಮಾನಯಾನ ಸಂಸ್ಥೆ ನನ್ನ ಸೂಟ್‌ಕೇಸ್ ಕಳೆದುಹಾಕಿರುವುದು ನನಗೆ ಗೊತ್ತಾಗುತ್ತದೆ. 24 ಗಂಟೆಗಳ ಬಳಿಕ ಇನ್ನೂ ಅದರ ಪತ್ತೆಯಾಗಿಲ್ಲ ಮತ್ತು...

ಎ) ಅದರಿಂದಾಗಿ ನನ್ನ ಪ್ರವಾಸ ಹಾಳಾಗಲು ನಾನು ಅವಕಾಶ ಕೊಡುವುದಿಲ್ಲ. ನಾನು ಹೋಗಿ ಒಂದಷ್ಟು ಬಟ್ಟೆ ಮತ್ತು ಅವಶ್ಯ ಸಾಮಾನುಗಳನ್ನು ಖರೀದಿಸಿ, ಪ್ರವಾಸ ಮುಂದುವರಿಸುತ್ತೇನೆ. ಸೂಟ್‌ಕೇಸ್ ಸಿಗದೇ ಇದ್ದರೆ, ನಾನು ಮನೆಗೆ ಮರಳಿದ ಬಳಿಕ ಅದರ ಮೌಲ್ಯವನ್ನು ಹಕ್ಕೊತ್ತಾಯದಿಂದ ಪಡೆಯುತ್ತೇನೆ.

ಬಿ) ನಾನು ಪ್ರವಾಸ ಮುಂದುವರಿಸಿ, ಪದೇ ಪದೇ ವಿಮಾನಯಾನ ಸಂಸ್ಥೆಯನ್ನು ಸಂಪರ್ಕಿಸುತ್ತೇನೆ. ಆಗ ಅವರು ನನ್ನ ಸೂಟ್‌ಕೇಸ್ ಹುಡುಕುವುದನ್ನು ನಿಲ್ಲಿಸಲಾರರು ಎಂದು. ನಿರಂತರವಾಗಿ ಅವರ ಮೇಲೆ ಒತ್ತಡ ಹೇರುತ್ತೇನೆ.

ಸಿ) ನನ್ನ ಬಟ್ಟೆ ಮತ್ತು ಇತರ ಸಾಮಾನುಗಳು ಇಲ್ಲದಿರುವ ಬಗ್ಗೆ ಎಷ್ಟೊಂದು ಬೇಸರಗೊಳ್ಳುತ್ತೇನೆಂದರೆ ನನಗೆ ಪ್ರವಾಸವನ್ನು ಆನಂದಿಸಲು ಆಗುವುದಿಲ್ಲ. ವಿಮಾನಯಾನ ಸಂಸ್ಥೆಯನ್ನು ಮತ್ತು ಅದರ ನೌಕರರನ್ನು ಶಪಿಸುತ್ತಲೇ ಇರುತ್ತೇನೆ.

4. ನಾನು ಕೆಲಸ ಮಾಡುತ್ತಿರುವ ಕಂಪೆನಿ ಅಥವಾ ವಲಯವು ಶೀಘ್ರದಲ್ಲಿಯೇ ನಷ್ಟವನ್ನು ಎದುರಿಸಲಿದೆ ಎಂಬ ಸುದ್ದಿಯನ್ನು ನಾನು ದಿನಪತ್ರಿಕೆಯಲ್ಲಿ ಓದುತ್ತೇನೆ. ಆಗ ನನ್ನ ಪ್ರತಿಕ್ರಿಯೆ ಹೇಗಿರುತ್ತದೆ ಎಂದರೆ...

ಎ) ನನ್ನಿಂದ ಸಾಧ್ಯವಾದಷ್ಟು ಉತ್ತಮ ರೀತಿಯಿಂದ ನಾನು ಕೆಲಸ ಮಾಡುತ್ತಲೇ ಇರುತ್ತೇನೆ. ಏಕೆಂದರೆ, ನನ್ನ ಕೈಯಲ್ಲಿರುವುದು ಅಷ್ಟೇ.

ಬಿ) ನನ್ನದೇ ಕ್ಷೇತ್ರದಲ್ಲಿ ಕೆಲಸ ಮಾಡುತ್ತಿರುವ ನನ್ನ ಸಹೋದ್ಯೋಗಿಗಳಿಗೆ ಕರೆ ಮಾಡಿ ನನಗೆ

ತಿಳಿದುಬಂದಿರುವ ಸುದ್ದಿ ನಿಜವೇ ಎಂದು ವಿಚಾರಿಸುತ್ತೇನೆ.

ಸಿ) ನನಗೆ ಆತಂಕವಾಗಿ, ಒಂದು ವೇಳೆ ನಿಜವಾಗಿಯೂ ಪರಿಸ್ಥಿತಿ ಕೈಮೀರಿ ಹೋದರೆ ಎಂದು ಹೆದರಿ, ಪರ್ಯಾಯ ಮಾರ್ಗಗಳನ್ನು ಹುಡುಕಲಾರಂಭಿಸುತ್ತೇನೆ.

5. ಬಹಳ ಉಲ್ಲಾಸದಿಂದ ಕೆಲಸ ಮಾಡುತ್ತಿದ್ದ ಕಾರಣಕ್ಕೆ ನಾನು ಮೆಚ್ಚಿದ್ದ ಶಿಕ್ಷಕರೊಬ್ಬರಿಗೆ ಮಾರಣಾಂತಿಕ ಕಾಯಿಲೆ ಎಂದು ನನಗೆ ತಿಳಿಯಿತು.

ಎ) ನಾನು ತಕ್ಷಣವೇ ಅವರು ಯಾವ ಆಸ್ಪತ್ರೆಯಲ್ಲಿದ್ದಾರೆಂದು ತಿಳಿದುಕೊಳ್ಳುತ್ತೇನೆ. ಹಾಗಾಗಿ ಅವರೊಂದಿಗೆ ನಾನು ಕೆಲ ಕಾಲ ಕಳೆಯಬಹುದು.

ಬಿ) ಜೀವನ ಎಷ್ಟು ಕ್ಷಣಿಕ ಮತ್ತು ಚೆನ್ನಾಗಿರುವುದೆಲ್ಲಾ ಹೇಗೆ ಅಂತ್ಯ ಕಾಣುತ್ತವೆ ಎಂದು ಯೋಚಿಸುತ್ತೇನೆ.

ಸಿ) ನನ್ನ ರೋಗಭೀತಿ ಏಕಾಏಕಿ ಹೆಚ್ಚಾಗಿ, ಇನ್ನು ಮುಂದೆ ನಿಯಮಿತವಾಗಿ ಆರೋಗ್ಯ ತಪಾಸಣೆಗಳನ್ನು ಮಾಡಿಸುತ್ತಿರಬೇಕು ಎಂದು ನನ್ನಷ್ಟಕ್ಕೆ ಹೇಳಿಕೊಳ್ಳುತ್ತೇನೆ.

***

ಫಲಿತಾಂಶಗಳು

ಎ) 0

ಬಿ) 1

ಸಿ) 2

ಈಗ ನಿಮಗೆ ಎಷ್ಟು ಅಂಕಗಳು ಸಿಕ್ಕಿವೆ ಎಂದು ಲೆಕ್ಕಹಾಕಿ,

6 ರಿಂದ 10 ಅಂಕಗಳ ಮಧ್ಯೆ (ಕಳಪೆ): ನಿಮ್ಮನ್ನು ನೀವು ಸುಲಭವಾಗಿ ಭೂತಕಾಲಕ್ಕೋ ಭವಿಷ್ಯತ್ತಿಗೋ ಒಪ್ಪಿಸಿಕೊಂಡಿದ್ದೀರಿ. ಒತ್ತಡ ಮತ್ತು ಆತಂಕದಿಂದಾಗಿ ನೀವು ನಿಮ್ಮ ಜೀವನವನ್ನು ಆನಂದಿಸಲಾರದಂತಾಗಿದ್ದೀರಿ. ವರ್ತಮಾನಕ್ಕೆ ಮರಳುವುದನ್ನು ನೀವು ಕಲಿಯಬೇಕಾಗುತ್ತದೆ.

3 ರಿಂದ 5 ಅಂಕಗಳ ನಡುವೆ (ಸುಧಾರಣೆಗೆ ಅವಕಾಶವಿದೆ): ನಿಮ್ಮ ಆತಂಕ ಅಷ್ಟೊಂದು ಮಿತಿಮೀರಿಲ್ಲ. ಆದರೆ ನೀವು ಕೊರಗುವುದನ್ನು ಕಡಿಮೆ ಮಾಡಿದರೆ ನಿಮ್ಮ ಪ್ರಶಾಂತತೆ ಹೆಚ್ಚಾಗಬಹುದು ಮತ್ತು ನೀವು ನಿಸ್ಸಂದೇಹವಾಗಿ ಹೆಚ್ಚು ಸಂತೋಷವಾಗಿರುತ್ತೀರಿ. ಸ್ವಲ್ಪ ತರಬೇತುಗೊಳಿಸಿದರೆ ಅದನ್ನು ನೀವೇ ನಿಭಾಯಿಸಬಹುದು.

2 ಅಥವಾ ಅದಕ್ಕಿಂತ ಕಡಿಮೆ ಅಂಕ (ಶ್ರೇಷ್ಠ): ಸಂಗತಿಗಳು ನಿಮ್ಮನ್ನು ಭೂತಕಾಲ ಅಥವಾ ಭವಿಷ್ಯತ್ತಿಗೆ ಎಳೆದೊಯ್ದರೂ, ನೇರವಾಗಿ ವರ್ತಮಾನಕ್ಕೆ ಹೇಗೆ ಮರಳಬೇಕು ಎಂಬುದು ನಿಮಗೆ ತಿಳಿದಿದೆ. ಇಚಿಗೊ ಇಚಿಯೆಯಲ್ಲಿ ನೀವು ಪಳಗಿದವರಾಗಿದ್ದು, ಇತರರಿಗೆ ಸ್ಫೂರ್ತಿಯಾಗುವಷ್ಟು ಸಾಮರ್ಥ್ಯ ಹೊಂದಿದ್ದೀರಿ.

ವರ್ತಮಾನವು ದೊಡ್ಡ ಉಡುಗೊರೆ, ಅದನ್ನು ತೆರೆಯಬೇಕು.

ಬುದ್ಧನು ತನ್ನ ಅನುಯಾಯಿಗಳಿಗೆ ಆ ಕ್ಷಣದಲ್ಲಿ(ಈಗ ಮತ್ತು ಇಲ್ಲಿ) ಗಟ್ಟಿಯಾಗಿ ನೆಲೆನಿಲ್ಲಲು ಹೇಳಿಕೊಟ್ಟ ಕಾಲದಿಂದ, ಬೆರಳ ತುದಿಗೆ ಅಂಟಿದ ಮಂಜಿನಂತೆ ಕರಗುವ ವರ್ತಮಾನದ

ಅನ್ವೇಷಣೆಯಲ್ಲಿ 2500 ವರ್ಷಗಳನ್ನು ನಾವು ಕಳೆದುಬಿಟ್ಟಿದ್ದೇವೆ.

ಮುಂದಿನ ಅಧ್ಯಾಯದಲ್ಲಿ, ನಮ್ಮನ್ನು ನಾವು ವರ್ತಮಾನದಲ್ಲಿರಿಸಿಕೊಳ್ಳುವ ಬಗ್ಗೆ ಝೆನ್ ಪ್ರಸ್ತುತಪಡಿಸಿದ ಕೆಲವು ತಂತ್ರೋಪಾಯಗಳನ್ನು ನಾವು ನೋಡಲಿದ್ದೇವೆ. ಅಲ್ಲದೆ, ಜಪಾನಿ ಸನ್ಯಾಸಿಯೊಬ್ಬ ಸ್ಟೀವ್ ಜಾಬ್ಸ್‌ನ ಮೇಲೆ ಪ್ರಭಾವ ಬೀರಿದ ಬಗೆಯನ್ನೂ ನೋಡಲಿದ್ದೇವೆ. ಅದಕ್ಕೂ ಮೊದಲು, ವರ್ತಮಾನದಲ್ಲಿ ಹರಿದು ಹೋದಾಗ ನಮ್ಮಲ್ಲಿ ಆಂತರಿಕವಾಗಿ ಏನಾಗುತ್ತದೆ ಎಂಬುದನ್ನು ತಿಳಿದುಕೊಂಡು ಈ ಅಧ್ಯಾಯವನ್ನು ಮುಗಿಸಲಿದ್ದೇವೆ. ವರ್ತಮಾನವೆಂಬುದು, ಭೂತಕಾಲದ ಕಷ್ಟಗಳಿಂದಲೂ, ಭವಿಷ್ಯತ್ತಿನ ಬಗೆಗಿನ ಹೆದರಿಕೆಯಿಂದಲೂ ಒಣಗಿರುವ ನಮ್ಮನ್ನು ತೇವಗೊಳಿಸುವ ಓಯಸಿಸ್‌ನಂತೆ.

ಒಂದು ದಶಕದ ಹಿಂದೆ, ದಿ ಟೈಮ್ ಪ್ಯಾರಡಾಕ್ಸ್‌ನಲ್ಲಿ ಸ್ಟಾನ್‌ಫರ್ಡ್‌ನ ಮನಃಶಾಸ್ತ್ರಜ್ಞರಾದ ಫಿಲಿಪ್ ಜಿಂಬಾರ್ಡೊ, ವರ್ತಮಾನದ ಬಗ್ಗೆ ಜಾಗೃತವಾಗಿರುವ ಮನಸ್ಸು ಹೇಗಿರುತ್ತದೆ ಎಂಬುದನ್ನು ಹೀಗೆ ವಿವರಿಸಿದ್ದಾರೆ:

ನೀವು ಎಚ್ಚರಿಕೆಯಿಂದ (ಜಾಗೃತ) ಇರುವಾಗ ನಿಮ್ಮ ಸುತ್ತಮುತ್ತಲಿನ ಬಗ್ಗೆ ಮತ್ತು ನಿಮ್ಮ ಬಗ್ಗೆ ನೀವು ವರ್ತಮಾನದಲ್ಲಿ ಜಾಗೃತರಾಗಿರುತ್ತೀರಿ.

ನಿಮ್ಮ ಜಾಗೃತಾವಸ್ಥೆಯು, ನೀವು ತಲೆಯನ್ನು ನೀರಿನಿಂದ ಮೇಲೆತ್ತಿ ಈಜುವ ಸಮಯವನ್ನು ಹೆಚ್ಚಿಸುತ್ತದೆ. ತಲೆಯು ನೀರಿನ ಮೇಲಿದ್ದಾಗ ನೀವು ಮುಂಬರುವ ಅಪಾಯಗಳನ್ನು ಮತ್ತು ಸುಖ–ಸಂತೋಷಗಳನ್ನು ನೋಡಬಲ್ಲವರಾಗುತ್ತೀರಿ. ನೀವು ಜಾಗೃತರಾಗಿದ್ದಾಗ, ನಿಮ್ಮ ಸ್ಥಾನ ಮತ್ತು ಗುರಿಯ ಕಡೆಗೆ ಲಕ್ಷ್ಯವಿಟ್ಟಿರುತ್ತೀರಿ. ಹಾಗಾಗಿ ನೀವು ನಿಮ್ಮ ದಾರಿಯನ್ನು ಸರಿಪಡಿಸಿಕೊಳ್ಳಬಹುದು.

ವರ್ತಮಾನದಿಂದ ದೂರವುಳಿಯುತ್ತಲೇ ತಮ್ಮ ಜೀವನದ ಬಹುಭಾಗವನ್ನು ಯಾರು ಕಳೆಯುತ್ತಾರೋ ಅವರಿಗೆ, ಇಂತಹ ಅನುಭವವು ಪರಿವರ್ತನೆಯನ್ನು ತರುತ್ತದೆ. ಜಿಂಬಾರ್ಡೊನ ಸಹವರ್ತಿಗಳಾದ ಜೆನ್ನಿಫರ್ ಏಕರ್ ಮತ್ತು ಮಿಲೇನಿ ರುಡ್ಡ್ ಅವರ ಸರಣಿ ಪ್ರಯೋಗಗಳಲ್ಲಿ ಇದನ್ನು ತೋರಿಸಿಕೊಟ್ಟಿದ್ದು, ಎಷ್ಟೋ ಮಂದಿಗೆ 'ಸಮಯಾತೀತತೆ'ಯನ್ನು ಕೆಲ ಕಾಲ ಅನುಭವಿಸಲು ಸಹಾಯ ಮಾಡಿದರು.

ಅವರ ತೀರ್ಮಾನದ ಅನುಸಾರ, ಕೆಲವರು 'ತಮಗೆ ಇನ್ನೂ ಹೆಚ್ಚು ಸಮಯ ಸಿಗುತ್ತಿರುವುದಾಗಿ ಕಂಡುಕೊಂಡರಲ್ಲದೇ ಕಡಿಮೆ ಅಸಹನೆ ಹೊಂದಿದ್ದರು... ಇತರರಿಗೆ ಸಹಾಯ ಮಾಡಲು ತಮ್ಮ ಸಮಯ ವಿನಿಯೋಗಿಸಲು ಮುಂದೆ ಬಂದರು, (ಮತ್ತು) ಭೌತಿಕ ವಸ್ತುಗಳಿಗಿಂತ ಹೆಚ್ಚಾಗಿ ಅನುಭವಗಳನ್ನು ಹೊಂದಲು ಬಲವಾಗಿ ಆಶಿಸಿದ್ದರು'.

ಆ ಕ್ಷಣದೊಂದಿಗೆ ಅವರು ಹರಿಯುತ್ತಾ ಹೋದಂತೆ ಅವರು ತಮ್ಮ ಜೀವನದಲ್ಲಿ ಹೆಚ್ಚು ಹೆಚ್ಚು ಸಂತೃಪ್ತರಾಗಿರುವುದಾಗಿ ವರದಿ ಮಾಡಿದರು.

ವರ್ತಮಾನವೆಂಬುದು ಏಕೆ ಉಡುಗೊರೆಯಾಗುತ್ತದೆ ಎಂಬುದನ್ನು ಈ ಪ್ರಯೋಗದ ಫಲಿತಾಂಶವು ವಿವರಿಸುತ್ತದೆ. ವರ್ತಮಾನವು ಯಾವಾಗಲೂ ಇಲ್ಲಿಯೇ ಇರುತ್ತದೆ. ಕ್ಷಣ ಕ್ಷಣವೂ ಅದು ನಮಗೆ ಸಿಗುತ್ತಿರುತ್ತದೆ. ಹಾಗಾಗಿ ಅದು ಅವಿಸ್ಮರಣೀಯ. ಆದರೂ, ಇತರ ಯಾವುದೇ ಉಡುಗೊರೆಯಂತೆ, ಮೊದಲು ನಾವು ಅದನ್ನು ತೆರೆಯಬೇಕು. ಅದನ್ನು ಹೇಗೆ ತೆರೆಯುವುದು ಎಂಬುದನ್ನು ನಾವು ಈ ಮುಂದೆ ನೋಡಲಿದ್ದೇವೆ.

ಆತ್ಮತೃಪ್ತಿಗಳು
(ಝೆನ್‌ಸೇಷನ್‌ಗಳು)

ಸ್ಟೀವ್ ಜಾಬ್ಸ್ ಬಗ್ಗೆ ಅನೇಕ ಸಂಗತಿಗಳನ್ನು ಹೇಳಲಾಗಿದ್ದರೂ, ಆಪಲ್ ವಿನ್ಯಾಸಗಳಿಗೆ ಮುಖ್ಯ ಕಾರಣಗಳಲ್ಲೊಂದಾಗಿರುವ ಅವರ ಝೆನ್ ಉಪಕ್ರಮದ ಬಗ್ಗೆ ಅಷ್ಟಾಗಿ ತಿಳಿದಿಲ್ಲ.

ಕಾಲೇಜಿನಲ್ಲಿ ಜಾಬ್ಸ್ ಕಳೆದ ಎರಡು ವರ್ಷಗಳಲ್ಲಿ ಅವರಿಗೆ ಸಂಪೂರ್ಣವಾಗಿ ನೋಂದಾಯಿಸಿಕೊಳ್ಳಲು ಸಾಧ್ಯವಾಗದ ಕಾರಣ, ಒಂದೂವರೆ ವರ್ಷ ಅವರು ಲೆಕ್ಕ ಪರಿಶೋಧಕರಾಗಿ ಭಾಗವಹಿಸಿದ್ದರಂತೆ. ಅವರು ತಮ್ಮ ಹೆಚ್ಚಿನ ಸಮಯವನ್ನು ಧರ್ಮ ಮತ್ತು ಪೌರ್ವಾತ್ಯ ತತ್ವಶಾಸ್ತ್ರವನ್ನು ಓದುವುದರಲ್ಲೇ ಕಳೆದರು ಎನ್ನಲಾಗುತ್ತದೆ. ತಾವು ಕಂಡುಕೊಂಡದ್ದನ್ನು ಜಾಬ್ಸ್ ತನ್ನ ಸ್ನೇಹಿತ ಡೇನಿಯೆಲ್ ಕೊಟ್ಕೆ ಜತೆ ಹಂಚಿಕೊಳ್ಳುತ್ತಿದ್ದರು. ಕೆಲವು ವರ್ಷಗಳ ಬಳಿಕ ಡೇನಿಯೆಲ್ ಕೊಟ್ಕೆ ಮೊದಲ ಮ್ಯಾಕಿಂಟೋಷ್ ಕಂಪ್ಯೂಟರ್‌ಗಳೊಂದಿಗೆ ಕೆಲಸ ಮಾಡಿದರು. ಆ ಕಂಪ್ಯೂಟರ್‌ಗಳ ಒಳಭಾಗದಲ್ಲಿ ಅವರ ಸಹಿಯನ್ನು ಕೆತ್ತಲಾಗಿದೆ.

ಆದರೆ ತನ್ನ ಗಮ್ಯ ಉದ್ಯಮ ಎಂಬುದು ಜಾಬ್ಸ್‌ಗೆ ಮನವರಿಕೆಯಾಗುವುದಕ್ಕೂ ಮೊದಲು, ಅಂದರೆ 1974ರಲ್ಲಿ ಅವರು ತನ್ನ ಮನೆಗೆ ಮರಳುವ ಮುನ್ನ, ಅಟಾರಿ ಎಂಬ ಪ್ರಸಿದ್ಧ ವಿಡಿಯೊ ಗೇಮ್ ಕಂಪೆನಿಯಲ್ಲಿ ಕೆಲಸ ಮಾಡಲಾರಂಭಿಸುತ್ತಾರೆ. ಆ ಮೂಲಕ ಅವರು ಏಷ್ಯಾ ಪ್ರವಾಸ ಕೈಗೊಳ್ಳಲು ಬೇಕಾದ ಹಣವನ್ನು ಉಳಿತಾಯ ಮಾಡಿದರು.

ಕೆಲವು ತಿಂಗಳ ಬಳಿಕ ಆ ನೌಕರಿ ತೊರೆದ ಜಾಬ್ಸ್, ಸ್ನೇಹಿತ ಕೊಟ್ಕೆ ಜೊತೆ ಭಾರತಕ್ಕೆ ಪ್ರಯಾಣಿಸುತ್ತಾರೆ. ಜಾಬ್ಸ್ ಅವರಿಂದಲೇ ಕೊಟ್ಕೆ ಆಧ್ಯಾತ್ಮಿಕ ಸೆಳೆತಕ್ಕೊಳಗಾದರು.

ಭಾರತದಲ್ಲಿ ಬಸ್ ಮೂಲಕ ಪ್ರವಾಸ ಮಾಡುತ್ತಾ ಕೆಲವು ತಿಂಗಳು ಕಳೆದರೂ ಇಬ್ಬರಿಗೂ ಮನಸ್ಸಿಗೆ ಒಪ್ಪಿಗೆಯಾಗುವ ಉತ್ತಮ ಗುರುವನ್ನು ಕಂಡುಕೊಳ್ಳಲಾಗಲಿಲ್ಲ. ಭಾರತ ಪ್ರವಾಸದಲ್ಲಿ ಕುತೂಹಲಕಾರಿ ಸಂಗತಿಯೇನೆಂದರೆ, ಹಿಂದೂ ಸನ್ಯಾಸಿಯೊಬ್ಬರು ಕೈಯಲ್ಲಿ ರೇಜರ್ ಹಿಡಿದುಕೊಂಡು ಬಂದು ಯಾವುದೇ ಮುನ್ಸೂಚನೆ ನೀಡದೆ ಜಾಬ್ಸ್ ತಲೆಯನ್ನು ನುಣ್ಣಗೆ ಬೋಳಿಸಿದ್ದು!

ತಮ್ಮೂರಿಗೆ ಮರಳಿದ ಜಾಬ್ಸ್, ತನ್ನ ಪಾಲುದಾರ ಸ್ಟೀವ್ ವೊಜ್ನಿಯಾಕ್ ಜೊತೆ ತಮ್ಮ ಮೊದಲ ಆಪಲ್ 1 ಕಂಪ್ಯೂಟರ್‌ಗಳನ್ನು ಮಾರಾಟ ಮಾಡಲು ಸಮರ್ಥರಾಗುವವರೆಗೂ, ಅಟಾರಿ ಕಂಪೆನಿಗೆ ಮತ್ತೆ ಸೇರಿಕೊಂಡು 'ಬ್ರೇಕ್‌ಔಟ್' ಎಂಬ ವಿಡಿಯೊ ಗೇಮ್‌ನ ನಿರ್ಮಾಣದಲ್ಲಿ

ತೊಡಗಿಸಿಕೊಂಡರು. ಮೊದಲ ಆಪಲ್ 1 ಕಂಪ್ಯೂಟರ್‌ಗಳನ್ನು ಮಾರಾಟ ಮಾಡಿದ ಕೇವಲ ಐದು ವರ್ಷಗಳ ನಂತರ, ಕಂಪೆನಿ ಸಾರ್ವಜನಿಕವಾಯಿತು ಮತ್ತು ಅದರಿಂದಾಗಿ ಆಪಲ್ ಕಂಪೆನಿಯ ಮೂರು ನೂರಕ್ಕೂ ಅಧಿಕ ಉದ್ಯೋಗಿಗಳು ಕೋಟ್ಯಧಿಪತಿ/ ಮಲ್ಟಿಮಿಲಿಯನೇರ್‌ಗಳಾದರು.

ಝೂಝೆನ್ ಪ್ರಶಾಂತತೆ

ಝೂಝೆನ್ ಅನ್ನು ಯಥಾವತ್ ಅನುವಾದಿಸುವುದಾದರೆ, ಝೂಝೆನ್ (坐禅) ಅಂದರೆ 'ಕುಳಿತಿರುವ坐 ಝೆನ್禅' ಎಂದು ಅರ್ಥ. ಇದು ಜಪಾನ್‌ನಲ್ಲಿ ಹೆಚ್ಚು ಜನಪ್ರಿಯವಾಗಿರುವ ಧ್ಯಾನ ಪದ್ಧತಿ, ಮೆತ್ತನೆಯ ದಿಂಬಿನ ಮೇಲೆ ಪದ್ಮಾಸನದಲ್ಲಿ ಅಥವಾ ಅರ್ಧ ಪದ್ಮಾಸನದಲ್ಲಿ ಕುಳಿತು ಮಾಡುವ ಸಾಂಪ್ರದಾಯಿಕ ವಿಧಾನ.

ಇಲ್ಲಿ ಮುಖ್ಯವಾದುದೇನೆಂದರೆ, ಸೊಂಟದ ಸ್ನಾಯುಗಳಿಂದ ಕತ್ತಿನವರೆಗೂ ಬೆನ್ನು ನೆಟ್ಟಗಿರಬೇಕು. ಮೂರು ಅಡಿಗಳಷ್ಟು ದೂರದಿಂದ ನೆಲ ಅಥವಾ ಗೋಡೆಯನ್ನು ನೋಡುತ್ತಿರಬೇಕು. ರಿನ್‌ಝಾಯ್ ಶಾಲೆಯಲ್ಲಿ ಝೂಝೆನ್ ಧ್ಯಾನ ಮಾಡುವ ಕ್ರಮ ಇದು.

ನಮ್ಮನ್ನು ಸಾಧ್ಯವಾದಷ್ಟು ಮಟ್ಟಿಗೆ ವರ್ತಮಾನದಲ್ಲಿ ಕೇಂದ್ರೀಕರಿಸುವುದು, ಮನಸ್ಸಿನಲ್ಲಿ ಹಾದುಹೋಗುವ ಸಂಗತಿಗಳನ್ನು ಅದಕ್ಕೆ ಅಂಟಿಕೊಳ್ಳದೆ ಸುಮ್ಮನೆ ಗಮನಿಸುತ್ತಿರುವುದು ಬಿಟ್ಟರೆ ಝೂಝೆನ್ ಧ್ಯಾನಕ್ಕೆ ಬೇರೆ ಯಾವುದೇ ನಿರ್ದಿಷ್ಟ ಉದ್ದೇಶ ಇರುವುದಿಲ್ಲ.

"ನೀವು ನಿಶ್ಚಲವಾಗಿ ಕುಳಿತುಕೊಂಡಾಗ, ಆಲೋಚಿಸದೇ ಇರುವುದರ ಬಗ್ಗೆ ಆಲೋಚಿಸಿ. ಆಲೋಚಿಸದೇ ಇರುವುದರ ಬಗ್ಗೆ ಹೇಗೆ ಆಲೋಚಿಸುವುದು? ಆಲೋಚಿಸದೇ ಇರುವುದೇ ಝೂಝೆನ್ ಕಲೆ" ಎಂದು, ಈ ಪದ್ಧತಿಯ ಸ್ಥಾಪಕರೆಂದು ಹೇಳಲಾಗುವ ಡಾಗೆನ್ ಝೆನ್‌ಜಿ (1200–1253) ಹೇಳಿದ್ದಾರೆ.

ಆ ವಿದ್ವಾಂಸರು, ಧ್ಯಾನದ ಮೂಲ ಉದ್ದೇಶ ಎಂದು ಅಪಾರ್ಥ ಮಾಡಿಕೊಂಡಿರುವ

ಹಾಗೆ– ಮನಸ್ಸನ್ನು 'ಖಾಲಿ' ಮಾಡಿಟ್ಟುಕೊಳ್ಳಬೇಕು– ಎಂದು ಹೇಳಿಲ್ಲ ಬದಲಿಗೆ, 'ಆಲೋಚಿಸದೇ ಇರಬೇಕು' ಎಂದು ಹೇಳಿದ್ದಾರೆ ಎಂಬುದು ಇಲ್ಲಿ ಗಮನಿಸಬೇಕಾದ ಅಂಶ. ಇದರರ್ಥ, ಮನಸ್ಸಿನಲ್ಲಿ ಹಾಯುವ ಎಲ್ಲ ಸಂಗತಿಗಳನ್ನು ಅವುಗಳಿಗೆ ಅಂಟಿಕೊಳ್ಳದೇ ಸುಮ್ಮನೇ ಹಾದುಹೋಗಲು ಬಿಟ್ಟುಬಿಡಬೇಕು. ಈ ರೀತಿಯಲ್ಲಿ, ಭೂತವೂ ಅಲ್ಲದ ಭವಿಷ್ಯವೂ ಅಲ್ಲದ ಸ್ಥಿತಿಯನ್ನು ನಾವು ತಲುಪಬಹುದು, ಅದು ನಮಗೆ ನಮ್ಮ ಶರೀರದಲ್ಲಿ ಆ ಕ್ಷಣದಲ್ಲಿ ಆಗುತ್ತಿರುವ ಪ್ರತಿಯೊಂದು ಸಂವೇದನೆಯನ್ನೂ ಅನುಭವಿಸಲು ಅನುವು ಮಾಡಿಕೊಡುತ್ತದೆ.

ಝೂರ್ಝೆನ್ ಸಂವತ್ಸರಗಳು

ಜಾಬ್ಸ್ ಈ ಅವಧಿಯಲ್ಲಿ, ಸ್ಯಾನ್‌ಫ್ರಾನ್ಸಿಸ್ಕೊದ ಝೆನ್ ಕೇಂದ್ರದಲ್ಲಿ ಝೂರ್ಝೆನ್ ಅಭ್ಯಾಸ ಮಾಡತೊಡಗಿದರು. ಅಲ್ಲಿ ಅವರು ಕೊಬುನ್ ಚಿನೊ ಒಟೊಗಾವ ಎಂಬ ಸನ್ಯಾಸಿಯನ್ನು ಭೇಟಿ ಮಾಡಿದರು. ಆ ಸನ್ಯಾಸಿ ಮುಂದೆ ಜಾಬ್ಸ್ ಅವರ ಜೀವನದುದ್ದಕ್ಕೂ ಸ್ನೇಹಿತರೂ, ಮಾರ್ಗದರ್ಶಕರೂ ಆಗಿ ಉಳಿದರು.

ಜಾಬ್ಸ್ ಅಲ್ಲಿ ದೀರ್ಘಾವಧಿಯವರೆಗೂ ಧ್ಯಾನದಲ್ಲಿ ಕಳೆಯುತ್ತಿದ್ದ ವಿದ್ಯಾರ್ಥಿಗಳಲ್ಲಿ ಒಬ್ಬರಾಗಿದ್ದರು ಎನ್ನಲಾಗುತ್ತದೆ. ಕೆಲವೊಮ್ಮೆ, ಅವರು ತಮ್ಮ ಬಿಡುವಿಲ್ಲದ ಕೆಲಸದ ಒತ್ತಡದಿಂದ ವಿರಾಮ ಪಡೆದು, ಅಮೆರಿಕದ ಝೆನ್ ವಿಹಾರ ಟಸ್ಸಾಜರಕ್ಕೆ ಹೋಗಿ ಕೆಲ ದಿನ ಇದ್ದುಬಿಡುತ್ತಿದ್ದರು. ಒಂದು ಗೋಡೆಯ ಮುಂದೆ ಕುಳಿತು ಗಂಟೆಗಟ್ಟಲೆ ತಮ್ಮ ಅಂತರ್ಯವನ್ನು ಅರಿಯುತ್ತಾ ಕುಳಿತುಬಿಡುತ್ತಿದ್ದರು. 'ಮನಸ್ಸಿನ ಮೂಲಕ ಮನಸ್ಸನ್ನು ಅರಿಯುವುದು' ಈ ಉಪಾಯವನ್ನು ಸ್ಟೀವ್ ಬಹುವಾಗಿ ಮೆಚ್ಚಿದ್ದರು. ಇದನ್ನು ಮನಶಾಸ್ತ್ರದಲ್ಲಿ 'ಮೆಟಾಕಾಗ್ನಿಷನ್' ಎನ್ನುತ್ತಾರೆ.

ಈ ಪುಸ್ತಕದ ಮೂರನೇ ಭಾಗದಲ್ಲಿ ಈ ತಂತ್ರವನ್ನು ನಾವು ಕಲಿಯಲಿದ್ದೇವೆ. ಅದಕ್ಕೂ ಮೊದಲು, ಆಪಲ್ ಸ್ಥಾಪಕರ ಜೀವನದಲ್ಲಿ ಆಳವಾದ ಗುರುತನ್ನು ಬಿಟ್ಟ ಗುರುವಿನ ಬಗ್ಗೆ ಸ್ವಲ್ಪ ತಿಳಿದುಕೊಳ್ಳೋಣ.

ಕ್ಯೋಟೊದಲ್ಲಿ ಜನಿಸಿದ ಕೊಬುನ್ ಚಿನೊ ಒಟೊಗಾವ, ತಮ್ಮ 30ನೇ ವಯಸ್ಸಿನವರೆಗೂ ಜಪಾನ್‌ನಲ್ಲೇ ಕಳೆದರು. ಅವುಗಳಲ್ಲಿ ಮೂರು ವರ್ಷ ಅವರು ದೇಶದಲ್ಲೇ ಪ್ರಸಿದ್ಧವಾದ ಸೊಟೊ ಝೆನ್ ವಿಹಾರದಲ್ಲಿ/ಮಠದಲ್ಲಿ ಕಳೆದರು. 1960 ಉತ್ತರಾರ್ಧದಲ್ಲಿ, ಹಾಯ್‌ಕು ಮತ್ತು ಶೋಡೊ ಕ್ಯಾಲಿಗ್ರಫಿಯನ್ನು ಕಲಿಸುವುದರ ಜೊತೆಗೆ ಝೆನ್ ಅನ್ನೂ ಪಶ್ಚಿಮಕ್ಕೆ ಪರಿಚಯಿಸಬೇಕು ಎಂಬ ಉದ್ದೇಶದೊಂದಿಗೆ ಅಮೆರಿಕಾಗೆ ಬಂದರು.

ಜಾಬ್ಸ್ ಕ್ಯಾಲಿಗ್ರಫಿಯನ್ನೂ ಕಲಿತರು. ತನ್ನ ಕಂಪ್ಯೂಟರ್ ಪರದೆಯಲ್ಲಿ ಅಕ್ಷರಗಳು ಸುಂದರವಾಗಿರಬೇಕು ಎಂಬುದು ಅವರಿಗೆ ಮುಖ್ಯವಾಗಿತ್ತು. ತನ್ನ ಗುರುಗಳಿಂದ ಅವರು ಪ್ರಭಾವಿತರಾದ ರೀತಿಗಳಲ್ಲಿ ಇದೂ ಒಂದಾಗಿತ್ತು.

ವ್ಯಕ್ತಿಯು ಕ್ಷಣಿಕ ಕ್ಷಣಕ್ಕೆ ತನ್ನೆಲ್ಲವನ್ನೂ ಕೊಡುವುದರ ಮಾಂತ್ರಿಕತೆಯನ್ನು ಅಂದರೆ, ತಾನು ಚಹಾ ಮನೆಗಳಲ್ಲಿ ಕಲಿತ ಇಚಿಗೊ ಇಚಿಯೆಯನ್ನು ಕೂಡಾ ಕೊಬುನ್ ಜಾಬ್ಸ್‌ಗೆ ಹೇಳಿಕೊಟ್ಟರು.

ಕೊಬುನ್ ಚಿನೊ ಒಟೊಗಾವ ಅವರ ಪ್ರೇರಣೆ

"ಜೀವನವನ್ನು ಅರ್ಥಪೂರ್ಣವಾಗಿಸಲು ನಾವು ಕುಳಿತುಕೊಳ್ಳುತ್ತೇವೆ... ನಮ್ಮನ್ನು ನಾವು ಸುಮ್ಮನೆ ಸ್ವೀಕರಿಸುವಲ್ಲಿಂದ ನಾವು ಆರಂಭಿಸಬೇಕು. ಕುಳಿತುಕೊಳ್ಳುವುದು ನಮ್ಮನ್ನು ನಾವು ನಿಜವಾಗಿ ಯಾರು ಮತ್ತು ಎಲ್ಲಿದ್ದೇವೆ ಎಂಬಲ್ಲಿಗೆ ಮರಳಿ ತರುತ್ತದೆ."

"ನಿಮ್ಮ ಬದುಕಿನ ಮೌಲ್ಯ ಮತ್ತು ವಿರಳತೆಯನ್ನು ಹೆಚ್ಚು ಹೆಚ್ಚು ಗ್ರಹಿಸುತ್ತಾ ಹೋದಷ್ಟೂ ಹೆಚ್ಚು ಹೆಚ್ಚು ಅದನ್ನು ಹೇಗೆ ಬಳಸಬೇಕು ಮತ್ತು ಹೇಗೆ ಪ್ರಕಟಗೊಳಿಸಬೇಕು ಎಂಬುದು ಸಂಪೂರ್ಣವಾಗಿ ನಿಮ್ಮ ಜವಾಬ್ದಾರಿ ಎಂಬುದನ್ನು ತಿಳಿದುಕೊಳ್ಳುತ್ತಾ ಹೋಗುತ್ತೀರಿ. ನಾವು ಅಷ್ಟು ದೊಡ್ಡ ಸಂಗತಿಯನ್ನು ಎದುರಿಸುತ್ತೇವೆ, ಹಾಗಾಗಿ ಸ್ವಾಭಾವಿಕವಾಗಿ ನಾವು ಸ್ವಲ್ಪ ಹೊತ್ತು ಕುಳಿತುಕೊಳ್ಳುತ್ತೇವೆ."

ಒಮ್ಮೆ, ಕೊಬುನ್ ಒಬ್ಬ ವಿದ್ಯಾರ್ಥಿಯನ್ನು ಕೇಳುತ್ತಾರೆ, "ಎಲ್ಲಾ ಶಿಕ್ಷಕರು ಹೋದ ಮೇಲೆ ನಿಮ್ಮ ಶಿಕ್ಷಕರು ಯಾರು?" ಎಂದು,

ವಿದ್ಯಾರ್ಥಿಯು, "ಎಲ್ಲವೂ!" ಎಂದು ಉತ್ತರಿಸುತ್ತಾನೆ.

ಕೊಬುನ್ ಸ್ವಲ್ಪ ತಡೆದು ಹೇಳುತ್ತಾರೆ, "ಇಲ್ಲ, ನೀನು."

ಇಪ್ಪತ್ತು ವರ್ಷಗಳಿಗೂ ಹೆಚ್ಚು ಕಾಲ, 2002ರಲ್ಲಿ ಕೊಬುನ್ ಚಿನೊ ಒಟೊಗಾವಾ ನಿಧನರಾಗುವವರೆಗೂ, ಜಾಬ್ಸ್‌ಗೆ ಆತ್ಮೀಯ ಸ್ನೇಹಿತರೂ, ಆಧ್ಯಾತ್ಮಿಕ ಮಾರ್ಗದರ್ಶಿಯೂ ಆಗಿದ್ದಷ್ಟೇ ಅಲ್ಲ, ಜಾಬ್ಸ್ ಮದುವೆಯಲ್ಲಿ ಜವಾಬ್ದಾರಿ ವಹಿಸಿಕೊಂಡು ಕಾರ್ಯವನ್ನೂ ನಿರ್ವಹಿಸಿದ್ದರು.

ಆಪಲ್ ಸ್ಥಾಪಿಸುವುದಕ್ಕೂ ಮೊದಲು ಜಾಬ್ಸ್, ಜೀವನದಲ್ಲಿ ಏನು ಮಾಡಬೇಕು ಎಂದು ಯೋಚಿಸುತ್ತಿದ್ದರಂತೆ. ಆಗ ಆತನಿಗೆ ತುಂಬಾ ಹಿಡಿಸಿದ ಪರ್ಯಾಯ ಎಂದರೆ, ತನ್ನ ಉಳಿದ ಜೀವನವನ್ನು ಝೆನ್‌ಗಾಗಿ ಸಮರ್ಪಿಸಿಕೊಳ್ಳುವುದು ಎಂದು.

ಜಾಬ್ಸ್‌ನ ಯೋಜನೆಗಳ ಬಗ್ಗೆ ತಿಳಿದಾಗ ಒಟೊಗಾವಾ ಅವರು, ಜಗತ್ತಿನ ಎಲ್ಲವನ್ನೂ ತೊರೆಯುವ ಯೋಚನೆಯನ್ನು ಬಿಟ್ಟುಬಿಡುವಂತೆ ಸಲಹೆ ನೀಡಿದರಂತೆ. ಅವರು ಹೇಳಿದ್ದು ಹೀಗೆ: "ನಿಮಗೆ ಇಷ್ಟವಾದುದಕ್ಕೆ ಉತ್ಸಾಹದಿಂದ ನಿಮ್ಮನ್ನು ನೀವು ಅರ್ಪಿಸಿಕೊಂಡರೆ ನಿಮ್ಮ ದೈನಂದಿನ ಜೀವನದಲ್ಲಿ ನೀವು ಝೆನ್ ಅನ್ನು ಕಾಣಬಹುದು... ವ್ಯಾಪಾರವನ್ನು ನಡೆಸುತ್ತಿರುವಾಗಲೂ ನೀವು ಆಧ್ಯಾತ್ಮಿಕ ಜೀವನವನ್ನು ಹೊಂದಬಹುದು".

ಬೇರೆ ರೀತಿಯಲ್ಲಿ ಹೇಳುವುದಾದರೆ, ಸ್ಟೀವ್ ತನ್ನ ಇಕಿಗಾಯ್‌ನಲ್ಲೇ ಆಧ್ಯಾತ್ಮಿಕತೆಯನ್ನು ಕಂಡುಕೊಳ್ಳುವಂತೆ ಕೊಬುನ್ ಪ್ರೋತ್ಸಾಹಿಸಿದರು.

ಗುರುಗಳ ಸಲಹೆಯನ್ನು ಸ್ಟೀವ್ ಜಾಬ್ಸ್ ಪಾಲಿಸಿದರು ಹಾಗೂ ಕಂಪ್ಯೂಟರ್‌ಗಳು, ಫೋನ್‌ಗಳು ಮತ್ತು ಸಂಗೀತ ಕ್ಷೇತ್ರಗಳಲ್ಲಿ ಸದಾ ಕಾಲಕ್ಕೂ ಕ್ರಾಂತಿಕಾರಿ ಪರಿವರ್ತನೆಯನ್ನು ತರುವ ಸಾಹಸಮಯ ಪಯಣದಲ್ಲಿ ತೊಡಗಿಯೇಬಿಟ್ಟರು.

ಆಪಲ್‌ಗೆ ಜಪಾನಿ ಪ್ರೇರಣೆ

ಆಪಲ್ ಉತ್ಪನ್ನಗಳ ವಿಷಯಕ್ಕೆ ಬಂದಾಗ, ಸ್ಟೀವ್ ಜಾಬ್ಸ್‌ಗೆ ಉಪಯುಕ್ತ ಸಾಧನವಾದುದು ಝೆನ್. ಯಾವುದೇ ಅಂಶ ಕಡ್ಡಾಯವಾಗಿ ಅತ್ಯಗತ್ಯವಿಲ್ಲದಿದ್ದರೆ ಅದನ್ನು ತೊರೆದು, ಸಾಧ್ಯವಾದಷ್ಟು ಸರಳೀಕರಿಸಬೇಕು ಎಂಬುದು ಅವರ ಮಾರ್ಗದರ್ಶಿ ಸೂತ್ರಗಳಲ್ಲಿ ಒಂದಾಗಿತ್ತು.

ಸರಳ, ಸುಂದರ ಮತ್ತು ಅರ್ಥಪೂರ್ಣವಾದ ಐಪಾಡ್, ತನ್ನ ಕಾಲದ ಕ್ರಾಂತಿಕಾರಿ ವಿನ್ಯಾಸವಾಗಿತ್ತು. ಇತರ ಉತ್ಪನ್ನಗಳ ಪೈಕಿ ಐಫೋನ್ ಕೂಡಾ, ಝೆನ್‌ನಿಂದ ಸರಳತೆಯನ್ನು ಸ್ಟೀವ್ ಎಷ್ಟರಮಟ್ಟಿಗೆ ಕಲಿತಿದ್ದರು ಎಂಬುದನ್ನು ಸಾಬೀತುಪಡಿಸಿತ್ತು.

ಇಷ್ಟಾದರೂ, 1980ರ ಆರಂಭದವರೆಗೂ ಸ್ಟೀವ್ ಜಪಾನ್‌ಗೆ ಹೋಗಲೇ ಇಲ್ಲ. ಅಲ್ಲಿಗೆ ಮೊದಲ ಬಾರಿಗೆ ಭೇಟಿ ನೀಡಿದಾಗ ಅವರು ತಮ್ಮ ಮ್ಯಾಕಿಂಟೋಷ್ ಯಂತ್ರಕ್ಕೆ ಸೂಕ್ತ ಫ್ಲಾಪಿ ಡಿಸ್ಕ್‌ಅನ್ನು ಹುಡುಕುತ್ತಿದ್ದರು. ಆ ಪ್ರವಾಸದಲ್ಲಿ ಅವರು ಸೋನಿಯ ಸಂಸ್ಥಾಪಕರಾದ ಅಯಿಕೊ ಮೊರಿಟ ಅವರನ್ನು ಭೇಟಿಯಾದರು. ಅಲ್ಲದೆ, ತನ್ನನ್ನು ಬಹುವಾಗಿ ಸೆಳೆದ ವಾಕ್‌ಮನ್‌ನ ಮೊದಲ ಮೂಲ ಮಾದರಿಯನ್ನು ನೋಡಲು ಅವರಿಗೆ ಸಾಧ್ಯವಾದುದು ಆಗಲೇ. ಅವರನ್ನು ಆಕರ್ಷಿಸಿದ ಮತ್ತೊಂದು ಸಂಗತಿ ಎಂದರೆ ಸೋನಿ ಫ್ಯಾಕ್ಟರಿಗಳು. ಮುಂದೆ ಅವರು ಆಪಲ್ ತಯಾರಿಕಾ ಕಾರ್ಖಾನೆಗಳನ್ನು ನಿರ್ಮಿಸಲು ಮುಂದಾದಾಗ ಅವುಗಳನ್ನೇ ಮಾದರಿಯಾಗಿ ಬಳಸಿಕೊಂಡರು.

ಜಾಬ್ಸ್ ಮೊದಲ ಬಾರಿಗೆ ಜಪಾನ್‌ಗೆ ಭೇಟಿ ನೀಡಿದಾಗ ಕ್ಯೋಟೊ ಮತ್ತು ಐಹೀಜಿ ಸೊಟೊ ಝೆನ್ ವಿಹಾರ(ಮಠ)ಕ್ಕೂ ಭೇಟಿ ನೀಡುವ ಅವಕಾಶವನ್ನು ಕಲ್ಪಿಸಿಕೊಂಡರು. ಅವರ ಗುರು ಅಮೆರಿಕಕ್ಕೆ ತೆರಳುವ ಮುನ್ನ ತರಬೇತಿ ಪಡೆದದ್ದು ಅಲ್ಲಿಯೇ.

ಸ್ಟೀವ್ ತಮ್ಮ ಜೀವಿತಾವಧಿಯಲ್ಲಿ ಅನೇಕ ಬಾರಿ ಜಪಾನ್‌ಗೆ ಭೇಟಿ ನೀಡಿದರು ಮತ್ತು ಹಾಗೆ ಭೇಟಿ ನೀಡಿದಾಗಲೆಲ್ಲ ತನ್ನ ಆಪ್ತ ನಗರವಾದ ಕ್ಯೋಟೊಗೆ ತಪ್ಪದೇ ಭೇಟಿ ನೀಡುತ್ತಿದ್ದರು.

ಜಪಾನ್‌ನಲ್ಲಿ ಸ್ಟೀವ್ ಮೆಚ್ಚುಗೆಗೆ ಪಾತ್ರರಾದ ಇನ್ನೊಬ್ಬರೆಂದರೆ ಇಸ್ಸೆ ಮಿಯಾಕೆ ಎಂಬ ಫ್ಯಾಷನ್ ವಿನ್ಯಾಸಕ. ಅವರು ಸರಳತೆಯಲ್ಲೇ ಸೊಬಗನ್ನು ಕಂಡುಕೊಳ್ಳುತ್ತಿದ್ದರು. ಅವರೊಂದಿಗೆ ಜಾಬ್ಸ್ ವೈಯಕ್ತಿಕ ಸ್ನೇಹವನ್ನು ಬೆಳೆಸಿಕೊಂಡರು. ಜಾಬ್ಸ್ ಬದುಕಿನುದ್ದಕ್ಕೂ ಪ್ರತಿದಿನ ಎಂಬಂತೆ ಧರಿಸುತ್ತಿದ್ದ ಪ್ರಸಿದ್ಧ ಟರ್ಟಲ್‌ನೆಕ್ ಅನ್ನು ವಿನ್ಯಾಸಗೊಳಿಸಿದ್ದು ಅದೇ ಮಿಯಾಕೆ.

ಇಚಿಗೊ ಇಚಿಯೆ ಬದುಕಿಗೆ ಎಂಟು ಝೆನ್ ಪಾಠಗಳು

ಮುಂಗೋಪಿಯೂ, ತನ್ನ ಸುತ್ತಮುತ್ತಲಿನ ಜನರನ್ನು ಕೆಟ್ಟದಾಗಿ ನಡೆಸಿಕೊಳ್ಳುವ ಸ್ವಭಾವ ಹೊಂದಿದ್ದ ಸ್ಟೀವ್ ಜಾಬ್ಸ್, ಝೆನ್ ಕಲಿಯಲಾರಂಭಿಸಿದ ಬಳಿಕ ತಮ್ಮ ಸೃಷ್ಟಿಗಳ ಮೂಲಕ, ಮಿಲಿಯಗಟ್ಟಲೆ ಮನೆಗಳಲ್ಲಿ ಸೌಂದರ್ಯ, ಸರಳತೆ ಮತ್ತು ಸೌಹಾರ್ದತೆಯನ್ನು ತಂದುಕೊಟ್ಟರು.

ಬೌದ್ಧ ಮತದ ಜಪಾನಿ ಆವೃತ್ತಿಯ ಬೋಧನೆಯು ನಮಗೆ ದೈನಂದಿನ ಜೀವನದಲ್ಲಿ ಇಚಿಗೊ ಇಚಿಯೆಯನ್ನು ಅಳವಡಿಸಿಕೊಳ್ಳುವ ಹಲವಾರು ಅವಕಾಶಗಳನ್ನು ಕಲ್ಪಿಸಿಕೊಡುತ್ತದೆ.

1. ಸುಮ್ಮನೆ ಕುಳಿತು ಆಗುವುದನ್ನೆಲ್ಲ ಗಮನಿಸುತ್ತಿರಿ. ನಮ್ಮಲ್ಲಿನ ಆಧ್ಯಾತ್ಮಿಕ ದೂರದೃಷ್ಟಿಯ ಕೊರತೆಯಿಂದಾಗಿ, ನಮ್ಮ ಕಣ್ಣಮುಂದೇ ಇರುವುದನ್ನು ನೋಡಲು ನಾವು ಕಾಲ ಮತ್ತು ಸ್ಥಳ– ಇವುಗಳ ಕ್ಷೇತ್ರದಲ್ಲಿ ಎಲ್ಲೋ ದೂರದಲ್ಲಿ ನೋಡುತ್ತೇವೆ. ಆದರೆ ಸುಮ್ಮನೆ ಕುಳಿತು ಆ ಕ್ಷಣವನ್ನಷ್ಟೇ

ಆನಂದಿಸುವುದನ್ನು ಝೆನ್ ಕಲಿಸುತ್ತದೆ, ಇದಕ್ಕಿಂತ ಹೆಚ್ಚು ಯಾವುದೇ ಮಹತ್ವಾಕಾಂಕ್ಷೆಯನ್ನು ಇಟ್ಟುಕೊಳ್ಳದೆ. ಒಂದು ವೇಳೆ ನಾವು ಇತರರೊಂದಿಗೆ ಇದ್ದರೂ ಅವರ ಸಾಂಗತ್ಯವನ್ನು ಉಡುಗೊರೆಯಂತೆ ಸಂಭ್ರಮಿಸುತ್ತೇವೆ.

*2. **ಇದೇ ನಮ್ಮ ಕೊನೆಯ ಕ್ಷಣ ಎಂಬಂತೆ ಅನುಭವಿಸಬೇಕು.*** ಒಂದು ಬಾರಿಗೆ ನಾವು ಒಂದು ದಿನವಷ್ಟೇ ಬಾಳಬಲ್ಲೆವು. ಮರುದಿನ ಬೆಳಿಗ್ಗೆ ನಿದ್ದೆಯಿಂದ ಎದ್ದೇಳುತ್ತೇವೆ ಎಂಬುದು ಯಾರಿಗೂ ನಿಶ್ಚಿತವಿಲ್ಲ. ಹಾಗಾಗಿ, ಸಂತೋಷವನ್ನು ಮುಂದೂಡಬಾರದು. ಈ ಕ್ಷಣ ಅನ್ನುವುದೇ ನಿಮ್ಮ ಜೀವನದ ಅತ್ಯಂತ ಸಂತಸದ ಕ್ಷಣ.

*3. **ಚಂಚಲತೆಯನ್ನು ತಪ್ಪಿಸಿ.*** ಒಂದೇ ಗುರಿಯಲ್ಲಿ ಎರಡು ಬೇಟೆಯಾಡಬೇಕು ಎಂದು ಉದ್ದೇಶಿಸುವ ಬೇಟೆಗಾರನಿಗೆ ಯಾವ ಬೇಟೆಯೂ ಸಿಗದು ಎಂಬ ನಾಣ್ನುಡಿಯೊಂದಿದೆ. ಹಾಗೆಯೇ, ದೂರವಾಣಿಯ ಮೇಲೆ ಕಣ್ಣಿಡುತ್ತಲೇ ಯಾವುದೋ ಮಾತುಕತೆಯನ್ನು ಅನುಸರಿಸುವುದಾಗಲಿ, ಒಂದು ಪುಸ್ತಕವನ್ನು ಓದುವುದಾಗಲಿ ಮಾಡಿದಾಗಲೂ ಅದೇ ಗತಿ ಆಗುವುದು. ಒಂದು ಬಾರಿಗೆ ಒಂದೇ ಕೆಲಸವನ್ನು ಮಾಡುವುದನ್ನು ನಮಗೆ ಝೆನ್ ಕಲಿಸುತ್ತದೆ, ಜಗತ್ತಿನಲ್ಲಿ ಅದೇ ಅತ್ಯಂತ ಮುಖ್ಯವಾದ ಸಂಗತಿ ಎಂಬಂತೆ. ಅದೇ ರೀತಿಯಲ್ಲಿ ಅದನ್ನು ಮಾಡಿದರೆ ಅದು ನಿಸ್ಸಂಶಯವಾಗಿ ಆಗಿನ ಅತ್ಯಂತ ಪ್ರಮುಖ ಸಂಗತಿಯೇ ಆಗುತ್ತದೆ.

*4. **ಅನಗತ್ಯವಾದ ಪ್ರತಿಯೊಂದರಿಂದಲೂ ನಿಮ್ಮನ್ನು ನೀವು ಮುಕ್ತರಾಗಿಸಿಕೊಳ್ಳಿ.*** ಅನುಭವಿ ಪಯಣಿಗನು ತನ್ನ ಸೂಟ್‌ಕೇಸ್‌ನಲ್ಲಿ ಏನನ್ನು ಕೊಂಡೊಯ್ಯುತ್ತಾನೆ ಅನ್ನುವುದಕ್ಕಿಂತ ಏನನ್ನು ಮನೆಯಲ್ಲೇ ಬಿಟ್ಟುಹೋಗುತ್ತಾನೆ ಎಂಬುದರಿಂದ ಅವನ ಜಾಣ್ಮೆಯನ್ನು ನಾವು ಗುರುತಿಸಬಹುದು. ಜೀವನ ಎನ್ನುವುದು ಒಂದು ರೋಮಾಂಚನಕಾರಿ ಸಾಹಸವಾಗಿದ್ದು, ಅದರಲ್ಲಿ ಕಡಿಮೆ ವಸ್ತುಗಳೊಂದಿಗೆ ಪಯಣಿಸುವುದೇ ಲೇಸು. ಹಾಗಾಗಿ ಪ್ರತಿದಿನ, ನಿಮಗೆ ತೀರಾ ಹೊರೆ ಎನಿಸಿದಾಗ, ನಾನು ಯಾವುದನ್ನು ತೊರೆಯಬಹುದು ಎಂದು ನಿಮ್ಮನ್ನು ನೀವು ಪ್ರಶ್ನಿಸಿಕೊಳ್ಳಿ.

*5. **ನಿಮಗೆ ನೀವೇ ಸ್ನೇಹಿತರಾಗಿ.*** ಇತರರಿಗೆ ನಿಮ್ಮನ್ನು ಹೋಲಿಸುತ್ತಾ, ಇತರರು ನಿಮ್ಮ ಬಗ್ಗೆ ಏನು ಯೋಚಿಸುತ್ತಾರೋ ಎಂದು ದುಃಖಿಸುತ್ತಾ ಇರುವುದಕ್ಕಿಂತ ಜಗತ್ತಿನಲ್ಲಿ ನೀವು ಒಂದು ವಿಶಿಷ್ಟವಾದ ಅನನ್ಯ ವ್ಯಕ್ತಿ ಎಂದು ಭಾವಿಸಿಕೊಳ್ಳಿ. ಸೆಲ್ಲೋ ವಾದಕ ಪಾ (ಪ್ಯಾಬ್ಲೊ) ಕ್ಯಾಸಲ್ಸ್ ಮಕ್ಕಳಿಗಾಗಿ ಬರೆದಿರುವ ಪದ್ಯದಲ್ಲಿ ಹೇಳಿರುವಂತೆ: ನೀವೊಂದು ಅದ್ಭುತ, ಈ ಹಿಂದೆಯೂ–ಇನ್ನು ಮುಂದೆಯೂ–ನಿಮ್ಮಂತೆ ಯಾರೂ ಇರಲಾರರು.

*6. **ಅಪರಿಪೂರ್ಣತೆಯನ್ನು ಸಂಭ್ರಮಿಸಿ.*** ತನ್ನೆಲ್ಲಾ ಸಂಕೀರ್ಣತೆಗಳ, ಹುಟ್ಟು–ಸಾವುಗಳ ಮಧ್ಯೆ ಪ್ರಕೃತಿಯೇ ಪರಿಪೂರ್ಣವಾಗಿ ಇಲ್ಲದಿರುವಾಗ, ಇನ್ನು ನೀವೇಕೆ ಇರಬೇಕು? ಪ್ರತಿ ಸೋಲೂ ನೀವು ಬೇರೆ ದಾರಿಯನ್ನು ಆರಿಸಿಕೊಳ್ಳಬೇಕು ಎಂಬುದರ ಸಂಕೇತ. ಪ್ರತಿ ನ್ಯೂನತೆಯೂ, ವಜ್ರವನ್ನು ಇನ್ನಷ್ಟು ಸಾಣೆ ಕೊಡಬೇಕು ಎಂಬುದಕ್ಕೆ ಆಹ್ವಾನ. ಸುಧಾರಿಸಿಕೊಳ್ಳಲು ನಿಮಗೆ ಇಚ್ಛೆಯಿದ್ದರೆ, ಅಪರಿಪೂರ್ಣವಾಗಿರುವುದೂ ಪರಿಪೂರ್ಣವೇ.

*7. **ಅನುಕಂಪವನ್ನು ಅಭ್ಯಾಸ ಮಾಡಿಕೊಳ್ಳಿ.*** ಒಬ್ಬ ಬೌದ್ಧಮತ ಅನುಯಾಯಿಯ ದೃಷ್ಟಿಕೋನದಿಂದ, ಯಾರ ಬಗ್ಗೆಯಾದರೂ ಮರುಕವಾಗುವುದೆಂದರೆ, ಅವರ ಬಗ್ಗೆ ಕರುಣೆ ತೋರುವುದೆಂದಲ್ಲ, ಬದಲಿಗೆ, ಅವರ ಪ್ರೇರಣೆಗಳನ್ನು ಅರ್ಥೈಸಿಕೊಳ್ಳಲು ಮತ್ತು ಅಗತ್ಯವಿದ್ದರೆ ಅವರ ತಪ್ಪುಗಳನ್ನು ಅರ್ಥೈಸಿಕೊಳ್ಳಲು ಇತರರ ಪರಿಸ್ಥಿತಿಯನ್ನು ಗಮನಿಸಲು ನಮಗೆ ಅನುಮತಿ ನೀಡುವ ಗಾಢವಾದ ಸಮಾನ–ಅನುಭೂತಿ (ಇತರರು ಅನುಭವಿಸುತ್ತಿರುವುದನ್ನು ಅರ್ಥಮಾಡಿಕೊಳ್ಳುವುದು/

ಎಂಪತಿ) ಹೊಂದುವುದು. ಪ್ರತಿಯೊಬ್ಬ ವ್ಯಕ್ತಿಯೂ ತನ್ನ ವೈಯಕ್ತಿಕ ಬೆಳವಣಿಗೆಯನ್ನು ಕಂಡುಕೊಳ್ಳುವುದಕ್ಕೆ ತಕ್ಕುದಾಗಿ ವರ್ತಿಸುತ್ತಾನೆ. ಒಂದು ವೇಳೆ ಅವರು ದ್ವೇಷದಿಂದ ವರ್ತಿಸಿದರೂ ಅವರಲ್ಲಿ ಲಭ್ಯವಿರುವುದಕ್ಕೆ ಅವರು ವರ್ತಿಸುವ ಸರಿಯಾದ ರೀತಿ ಅದಾಗಿರುತ್ತದೆ.

8. ನಿಮ್ಮ ನಿರೀಕ್ಷೆಗಳನ್ನು ಕೈಬಿಡಿ. ಭವಿಷ್ಯದ ಲೆಕ್ಕಾಚಾರ ಹಾಕುವುದು, ಏನೋ ಘಟಿಸಬೇಕು ಎಂದು ಕಾಯುವುದು ಇವೆಲ್ಲವೂ ಆ ಕ್ಷಣವನ್ನು ಕೊಲ್ಲುವ ಮಾರ್ಗಗಳಾಗಿವೆ. ಇಚಿಗೊ ಇಚಿಯೆ ಎಂಬುದನ್ನು, ಝೆನ್ ಕಲಿಸಿರುವ ಅಸ್ತವ್ಯಸ್ತತೆ ಇರದ, ಗೊಂದಲಗಳಿರದ ಮನಸ್ಸಿನಿಂದ, ನಾವು ಅನುಭವಿಸಬಹುದಾಗಿದೆ.

ಈ ಕೊನೆಯ ಅಂಶಕ್ಕೆ ಸಂಬಂಧಿಸಿದಂತೆ ಹೇಳುವುದಾದರೆ, ನಿರೀಕ್ಷೆಗಳೆಂದರೆ, ಉಡುಗೊರೆಯ ಮೇಲೆ ಸುತ್ತಿದ ಕಾಗದದಂತೆ, ಅದರಿಂದ ಉಡುಗೊರೆ ತಕ್ಷಣ ನಮಗೆ ಕಾಣಸಿಗದು. ಒಮ್ಮೆ ನಾವು ಅದರಿಂದ ಮುಕ್ತಗೊಂಡರೆ, ಪ್ರಸ್ತುತ ಕ್ಷಣವು ತನ್ನೆಲ್ಲಾ ವೈಭವಗಳೊಂದಿಗೆ ನಮ್ಮ ಮುಂದೆ ತೆರೆದುಕೊಳ್ಳುತ್ತದೆ.

'ದುಃಖ' ಮತ್ತು 'ಮೊನೊ ನೊ ಅವೇರ್'

ಬೌದ್ಧಮತದ ಪರಿಕಲ್ಪನೆಯ 'ದುಃಖ'ವನ್ನು ಹೆಚ್ಚಾಗಿ 'ಯಾತನೆ' ಎಂದು ತಪ್ಪಾಗಿ ಪರಿಭಾವಿಸಲಾಗುತ್ತದೆ. ಅದನ್ನು ಹೆಚ್ಚು ನಿಖರವಾಗಿ ಅನುವಾದಿಸುವುದಾದರೆ, 'ಎಲ್ಲಾ ಜೀವಿಗಳು ಒಳಗೆ ನಿರಂತರವಾಗಿ ಅನುಭವಿಸುವ ಸ್ವಲ್ಪ ಆತಂಕ ಮತ್ತು ಅತೃಪ್ತಿ, ಏಕೆಂದರೆ ಬದಲಾವಣೆ ಎಂಬುದು ತಪ್ಪಿಸಲಾಗದ್ದು ಎಂದು ನಮಗೆ ತಿಳಿದಿದೆ'.

ನಮ್ಮ ಬದುಕಿನುದ್ದಕ್ಕೂ ನಾವು ಆಗಾಗ ಈ ಭಾವವನ್ನು ಒಪ್ಪಿಕೊಳ್ಳುವ ಬದಲು ಅದರಿಂದ ತಪ್ಪಿಸಿಕೊಳ್ಳಲು ಯತ್ನಿಸುತ್ತಲೇ ಇರುತ್ತೇವೆ. ಉದಾಹರಣೆಗೆ, ಚಟಗಳು 'ದುಃಖ'ದಿಂದ ಬಚಾವಾಗಲು ನಾವು ಬಳಸುವ ಪಲಾಯನವಾದ.

ವಾಸ್ತವದಿಂದ ಪಲಾಯನ ಮಾಡುವ ಅನೇಕ ದಾರಿಗಳನ್ನು ಈ ಸಮಕಾಲೀನ ಸಮಾಜವು ನಮ್ಮ ಮುಂದಿಡುತ್ತದೆ– ವಿಪರೀತವಾಗಿ ತಲ್ಲೀನರಾಗಬಲ್ಲ ವಿಡಿಯೊ ಗೇಮ್‌ಗಳು, ಇಂಟರ್‌ನೆಟ್ ಮನರಂಜನೆ, ಮಾದಕವಸ್ತು ಮತ್ತು ಮದ್ಯ ಇತ್ಯಾದಿ. ವಿಶೇಷವಾಗಿ, ನಮಗೆ ಯಾವುದೋ ಸಮಸ್ಯೆ ಎದುರಾದಾಗ ಇಲ್ಲವೇ ಏನನ್ನೋ ಅಥವಾ ಯಾರನ್ನಾದರೂ ಕಳೆದುಕೊಂಡಾಗ, ನಮ್ಮ ಅಸ್ತಿತ್ವದ ವಿಶಿಷ್ಟ ಗುಣಲಕ್ಷಣವಾದ ಅಶಾಶ್ವತೆಯ ಪ್ರಜ್ಞೆಯಿಂದ ದೂರ ಸರಿಯುವ ಮಾರ್ಗಗಳನ್ನು ನಾವು ಹುಡುಕುತ್ತೇವೆ.

ಒಳ್ಳೆಯದೋ, ಕೆಟ್ಟದ್ದೋ ಯಾವುದೂ ಶಾಶ್ವತವಲ್ಲ. ಈ ವಾಸ್ತವವನ್ನು ಒಪ್ಪಿಕೊಳ್ಳುವುದು, ಜೀವನವು ನಮಗೆ ನೀಡುವ ಭವ್ಯ ಕ್ಷಣಗಳ ಸಂಪೂರ್ಣ ಪ್ರಯೋಜನವನ್ನು ಪಡೆಯಲು ಮತ್ತು ಕೆಟ್ಟ ಸಮಯದಿಂದಾಗಿ ನಾವು ಭರವಸೆ ಕಳೆದುಕೊಳ್ಳದೇ ಇರಲು, ಅದು ಮುಖ್ಯವಾಗುತ್ತದೆ.

ಎರಡನೆಯ ಬಾಣ

ನಮ್ಮ ಜೀವನದಲ್ಲಿ ತಪ್ಪಿಸಿಕೊಳ್ಳಲಾಗದ 'ದುಃಖ'ದ ವಿರುದ್ಧ ಹೋರಾಡುವ ಉಪಾಯವನ್ನು ಬುದ್ಧ ತನ್ನ ಅನುಯಾಯಿಯೊಬ್ಬರಿಗೆ ಬೋಧಿಸಿದ ಕತೆ ಹೀಗಿದೆ:

“ಅರಣ್ಯದಲ್ಲಿ ನಡೆದುಹೋಗುತ್ತಿದ್ದ ವ್ಯಕ್ತಿಯೊಬ್ಬನಿಗೆ ಬಾಣವೊಂದು ತಗಲುತ್ತದೆ. ಅದು ನೋವಿನ ಸಂಗತಿಯೇ?” ಎಂದು ಬುದ್ಧ ಕೇಳುತ್ತಾನೆ.

"ಖಂಡಿತವಾಗಿಯೂ" ಎಂದು ಅನುಯಾಯಿ ಉತ್ತರಿಸುತ್ತಾನೆ.

"ಹಾಗಿದ್ದರೆ ಅವನಿಗೆ ಎರಡನೆಯ ಬಾಣವೂ ನಾಟುತ್ತದೆ ಎಂದಿಟ್ಟುಕೊಳ್ಳೋಣ. ಅದು ಇನ್ನೂ ನೋವಿನ ಸಂಗತಿಯೇ?" ಎಂದು ಬುದ್ಧ ಮುಂದುವರಿದು ಕೇಳುತ್ತಾನೆ.

"ಖಂಡಿತವಾಗಿಯೂ, ಅದು ಮೊದಲಿನ ಬಾಣಕ್ಕಿಂತಲೂ ಹೆಚ್ಚು ನೋವು ಕೊಡುತ್ತದೆ" ಎನ್ನುತ್ತಾರೆ.

"ಮೊದಲ ಬಾಣವು, ನಮಗಾಗುವ ಕೆಟ್ಟ ಸಂಗತಿಗಳನ್ನು ಪ್ರತಿನಿಧಿಸುತ್ತದೆ, ಅದನ್ನು ನಾವು ತಪ್ಪಿಸಲಾರೆವು" ಬುದ್ಧರೆನ್ನುತ್ತಾರೆ, "ಅವು ನಾವು ನಿಯಂತ್ರಿಸಲಾಗದ ಸಂಗತಿಗಳು, ಆದರೆ ಎರಡನೆಯ ಬಾಣವನ್ನು ನಮಗೆ ನಾವೇ ಹೊಡೆದುಕೊಂಡು ಅನಗತ್ಯ ಹಾನಿಯನ್ನುಂಟು ಮಾಡಿಕೊಳ್ಳುತ್ತೇವೆ".

ಎರಡನೆಯ ಬಾಣವು ಆಧುನಿಕ ಕಾಲದಲ್ಲಿ ಮೆಟಾ–ಭಾವನೆ ಎಂದು ಕರೆಯಲ್ಪಡುತ್ತದೆ. ಅದು ನಾವು ಅನುಭವಿಸಿದ್ದರ ಕುರಿತು ನಾವು ಭಾವಿಸುವಂತಹುದು.

ನಮಗೇನಾದರೂ ಕೆಟ್ಟದ್ದು ಆದರೆ, ನಮಗೆ ಸಹಜವಾಗಿಯೇ ನೋವಾಗುತ್ತದೆ. ಆ ದುರಾದೃಷ್ಟದ ಆರಂಭಿಕ ಪರಿಣಾಮದ ಬಳಿಕ, ನಡೆದುದರ ಕುರಿತು ಚಿಂತಿಸುವ ಮೂಲಕ ನಾವು ಪ್ರತಿಕ್ರಿಯಿಸುತ್ತೇವೆ. ಪ್ರಾರಂಭಿಕ ಪರಿಣಾಮದ ನೋವನ್ನು ಪೋಷಿಸುತ್ತಲೇ ನಾವು ಅದರ ಬಗ್ಗೆ ಕೊರಗಲು ಆರಂಭಿಸಿದಾಗ, ನಾವು ಸಾಧಿಸುವ ಏಕೈಕ ವಿಷಯವೆಂದರೆ, ಇನ್ನಷ್ಟು ನೋವನ್ನು ಸೃಷ್ಟಿಸಿಕೊಳ್ಳುವುದು. ಇದುವೇ ಎರಡನೆಯ ಬಾಣ.

ಮೊದಲನೆಯ ಬಾಣದಿಂದ ನಮ್ಮನ್ನು ರಕ್ಷಿಸಿಕೊಳ್ಳಲು ನಮಗೆ ಆಯ್ಕೆ ಇರುವುದಿಲ್ಲ. ಏಕೆಂದರೆ, ಜೀವನವೆಂಬುದು ನಿರಂತರ ಅಪಾಯಗಳಿಂದ ಕೂಡಿದ ಸಾಹಸ. ಆದರೆ, ಎರಡನೇ ಬಾಣದಿಂದ ನಮ್ಮನ್ನು ನಾವೇ ಹೊಡೆದುಕೊಳ್ಳುವುದನ್ನು ನಾವು ತಪ್ಪಿಸಬಹುದು. ಮೊದಲನೆಯದರ ಬಗ್ಗೆ ಯೋಚಿಸಿ ಯೋಚಿಸಿ ಕೊರಗುವುದರಿಂದ ಉಂಟಾಗುವ ದುಃಖ ಮತ್ತು ಆತಂಕ/ ತಳಮಳವೇ ಎರಡನೆಯ ಬಾಣ.

ಬುದ್ಧನು ಹೇಳಿದ ಇದರ ಸಾರಾಂಶದ ಮಾತು ಬಹುಶಃ ಅವರ ಪ್ರಸಿದ್ಧ ಬೋಧನೆಯೂ ಆಗಿದೆ. ಅದೇನೆಂದರೆ, "ನೋವು ಅನಿವಾರ್ಯ; ಯಾತನೆ ಐಚ್ಛಿಕ".

ನಮ್ಮ ಅಸ್ತಿತ್ವವನ್ನೇ ವಿಷಪೂರಿತಗೊಳಿಸುವ ಎರಡನೇ ಬಾಣಗಳನ್ನು (ವಿಧಿಯಿಂದಾಗಿ ನಾವು ಅನುಭವಿಸುವ ಹೊಡೆತಗಳನ್ನು ಮೀರಿದ್ದು) ತಪ್ಪಿಸುವ ಕೆಲವು ತಂತ್ರಗಳು:

- *ಜೀವನವೆಂಬುದು ತೊಂದರೆಗಳು ಮತ್ತು ತೃಪ್ತಿಯಿಂದ ಮಾಡಲ್ಪಟ್ಟಿದೆ ಎಂಬುದನ್ನು ಅರ್ಥ ಮಾಡಿಕೊಳ್ಳಬೇಕು.* ಮೊದಲನೆಯದು ಇಲ್ಲದೆ ನಾವು ಎರಡನೆಯದನ್ನು ಆನಂದಿಸಲಾಗದು. ಏಕೆಂದರೆ, ವ್ಯತಿರಿಕ್ತವು ಜೀವನದಲ್ಲಿ ಒಳ್ಳೆಯ ವಿಷಯಗಳನ್ನು ಶ್ಲಾಘಿಸಲು ನಮಗೆ ಅವಕಾಶ ಮಾಡಿಕೊಡುತ್ತದೆ. ಬಾಯಾರಿಕೆಯಾದಾಗ ತಾಜಾ ನೀರು ನಮಗೆ ಹೆಚ್ಚು ಖುಷಿ ಕೊಡುತ್ತದೆ. ನಾವು ದುಃಖ ಮತ್ತು ಒಂಟಿತನವನ್ನು ಅನುಭವಿಸಿದ ಬಳಿಕ ಪ್ರೀತಿಯನ್ನು ಕಂಡುಕೊಳ್ಳುವುದು ಹೆಚ್ಚು ಸವಲತ್ತಾಗಿ ತೋರುತ್ತದೆ.
- *ನೋವು ತಾತ್ಕಾಲಿಕವಾದುದು ಎಂಬುದು ಅರಿವಿರಲಿ.* ನಮ್ಮನ್ನು ಘಾಸಿಗೊಳಿಸಿದ ಸಂಗತಿಗಳನ್ನು ಮತ್ತೆ ಮತ್ತೆ ನೆನೆಪಿಸಿಕೊಳ್ಳುತ್ತಾ ಇನ್ನಷ್ಟು ನೋವನ್ನು ನಮಗೆ ನಾವು ಕೊಡದೇ ಇದ್ದರೆ ಅವು ಶಾಶ್ವತವಾಗಿ ಉಳಿಯುವುದಿಲ್ಲ. ನಾವು ನೋವಿನಲ್ಲಿ ಓಲಾಡದೇ ಅದನ್ನು ಅನುಭವಿಸುವುದಕ್ಕೆ ಮಾತ್ರ ನಮ್ಮನ್ನು ಸೀಮಿತಗೊಳಿಸಿದರೆ ನೋವು ಕ್ರಮೇಣ

ಮಸುಕಾಗುತ್ತದೆ ಮತ್ತು ನಮಗಾಗಿ ಒಂದು ಜೀವನದ ಪಾಠವಾಗಿ ಉಳಿಯುತ್ತದೆ.

- ಇಚಿಗೊ ಇಚಿಯೆಯ ಕ್ಷಣಗಳನ್ನು ಆನಂದಿಸುವ ಮೂಲಕ ದುರಾದೃಷ್ಟವನ್ನು ಸರಿದೂಗಿಸಿ. ನಾವು ಒಂಟಿಯಾಗಿರಲಿ ಅಥವಾ ಆಪ್ತರ ಸಾಂಗತ್ಯದಲ್ಲಿರಲಿ, ಕಷ್ಟವನ್ನು ಗೆಲ್ಲುವ ಉತ್ತಮ ಮಾರ್ಗವೆಂದರೆ, ನಮಗೆ ಜೀವನದ ಉಜ್ವಲ ಭಾಗವನ್ನು ತೋರಿಸುವ ಸುಂದರ ಅನುಭವವನ್ನು ಉಡುಗೊರೆಯಾಗಿ ಕೊಟ್ಟುಕೊಳ್ಳುವುದು. ಈ ಪುಸ್ತಕದ ಮೂರನೇ ಭಾಗದಲ್ಲಿ, ಅದನ್ನು ಮಾಡುವುದು ಹೇಗೆ ಎಂಬುದಕ್ಕೆ ನಾವು ಹಲವು ಉದಾಹರಣೆಗಳನ್ನು ನೋಡಲಿದ್ದೇವೆ.

ಒಟ್ಟಾರೆಯಾಗಿ ಹೇಳುವುದಾದರೆ, ಮೊದಲನೆಯ ಬಾಣವನ್ನು – ಅಂದರೆ ನೋವನ್ನು– ನಾವು ಒಪ್ಪಿಕೊಂಡು, ಎರಡನೆಯ ಬಾಣವನ್ನು– ಅಂದರೆ ಆ ನೋವಿನ ಬಗ್ಗೆ ಯೋಚಿಸಿ ಕೊರಗುವುದರಿಂದ ಹುಟ್ಟಿಕೊಂಡ ಯಾತನೆಯನ್ನು– ಬರಮಾಡಿಕೊಳ್ಳದೇ ಇದ್ದರೆ, ಈ ಸ್ವಯಂ ಶಿಕ್ಷೆಯನ್ನು ನಾವು ತಪ್ಪಿಸಬಹುದು ಮತ್ತು ಹೆಚ್ಚು ಸರಳವಾಗಿ ಬಾಳಬಹುದು, ನಮಗೆ ಜೀವನವು ನೀಡುವ ಒಳ್ಳೆಯದೆಲ್ಲವನ್ನೂ ಆನಂದಿಸುತ್ತಾ ಬಾಳಬಹುದು.

ಒಂದು ಚಹಾ ಕೂಟದಲ್ಲಿ ಪಾಲ್ಗೊಳ್ಳುವುದು, ಬಯಸಿದ ಆಟವನ್ನು ಆಡುವುದು, ಸಂಗೀತಕ್ಕೆ ಕಿವಿಗೊಡುವುದು, ಹವ್ಯಾಸವನ್ನು ಬೆಳೆಸಿಕೊಳ್ಳುವುದು ಅಥವಾ ಸ್ನೇಹಿತರೊಂದಿಗೆ 100ಕ್ಕೆ 100ರಷ್ಟು ಇಚಿಗೊ ಇಚಿಯೆಯೊಂದಿಗೆ ಕಳೆದ ಕ್ಷಣಗಳನ್ನು ನಾವು ಪ್ರಶಂಸಿಸುವುದು, ಇವೆಲ್ಲವೂ ನಮ್ಮನ್ನು ಮತ್ತೆ ಜೀವನದೊಂದಿಗೆ ಜೋಡಿಸುತ್ತವೆ, ನಾವು ಎಷ್ಟೇ ಎಡರುತೊಡರುಗಳನ್ನು ಮತ್ತು ನಿರಾಸೆಯನ್ನು ಅನುಭವಿಸಿದ್ದರೂ ಸಹ.

ಮೋನೊ ನೊ ಅವೇರ್

ಮೊನೊ ನೋ ಅವೇರ್ ಎಂಬ ಜಪಾನಿ ಮಾತನ್ನು ಸೌಂದರ್ಯವನ್ನು ಹೊಗಳಲು ಬಳಸಲಾಗುತ್ತದೆ. ಅದನ್ನು ಅಕ್ಷರಶಃ, 'ಸರಿದುಹೋಗುತ್ತಿರುವ ಸಮಯದ ಬಗ್ಗೆ ಅರಿವು ಇರುವುದು' ಎಂದು ಅರ್ಥೈಸಬಹುದು. ವರ್ತಮಾನದಲ್ಲಿ ನಾವು ನೋಡುತ್ತಿರುವುದು, ಆಘ್ರಾಣಿಸುವುದು, ಕೇಳುತ್ತಿರುವುದು ಮತ್ತು ಅನುಭವಿಸುತ್ತಿರುವುದು ಎಲ್ಲವೂ ಕ್ಷಣಿಕವಾದುದು ಎಂಬುದು ನಮಗೆ ನಿಜವಾಗಿಯೂ ಮನವರಿಕೆಯಾದಾಗ ನಮ್ಮನ್ನು ಆವರಿಸುವ ಭಾವನೆಯನ್ನು ಉಲ್ಲೇಖಿಸಿ, 'ಮೊನೊ ನೋ ಅವೇರ್' ಎಂಬುದನ್ನು 'ಸಿಹಿಕಹಿ' ಎಂದು ವಿವರಿಸಬಹುದು.

ಮೋನೊ ನೋ ಅವೇರ್ 物の哀れ

哀れ ಪೆಥೋಸ್ (ಉತ್ಕಂಠತೆ/ನಾಸ್ಟಾಲ್ಗಿಯಾ/ಒಂದು ತರಹದ ವ್ಯಥೆ)

の ಆಫ್ (ಅವುಗಳ)

物 ಥಿಂಗ್ಸ್ (ಸಂಗತಿಗಳು)

ಪೂರ್ತಿಯಾಗಿ ವ್ಯಕ್ತಪಡಿಸುವುದಾದರೆ: ಜೀವನದ ಮತ್ತು ಅಸ್ತಿತ್ವದಲ್ಲಿರುವ ಎಲ್ಲವುದರ ಅಶಾಶ್ವತತೆಯ ಬಗ್ಗೆ ಉಂಟಾಗುವ ನಾಸ್ಟಾಲ್ಜಿಯಾ(ಗೃಹವಿರಹ/ಉತ್ಕಂಠತೆ) ಮತ್ತು ವ್ಯಥೆ.

- ಅರಿಸ್ಟಾಟಲನಂತೆ ಹೇಳುವುದಾದರೆ, ಪೆಥೋಸ್ ಎಂದರೆ ಅಸ್ತಿತ್ವವಾದದ ಸಂಕಟವಾಗಬಹುದಾದ ಮಾನವನ ಭಾವನೆ.

ಮೊನೊ ನೋ ಅವೇರ್ ಎಂಬುದು ನಕಾರಾತ್ಮಕ ಅನುಭವವೇನೂ ಅಲ್ಲ. ತದ್ವಿರುದ್ಧವಾಗಿ, ಅದು ಜೀವನದ ನಿಜವಾದ ಸಾರಕ್ಕೆ, ನಶ್ವರವಾದುದಕ್ಕೆ ಅಂಟಿಕೊಂಡಿರುವುದು ಎಂದರ್ಥ, ತನ್ಮೂಲಕ ಇದು ಇಚಿಗೊ ಇಚಿಯೆಗೆ ನೇರವಾದ ದಾರಿಯಾಗುವುದು.

18ನೇ ಶತಮಾನದಲ್ಲಿದ್ದ ಮೊಟೂರಿ ನೊರಿನಗ ಎಂಬ ಜಪಾನಿ ವಿದ್ವಾಂಸರೊಬ್ಬರು, ಜಪಾನಿಯರ ಸಾಮಾನ್ಯ ಮನಸ್ಥಿತಿಯನ್ನು ವಿವರಿಸಲು ಮೊನೊ ನೋ ಅವೇರ್ ಅನ್ನು ಮೊದಲ ಬಾರಿಗೆ ಅಭಿವ್ಯಕ್ತಿಗೊಳಿಸಿದರು. 1330ರಲ್ಲಿ ಬರೆದ 'ದಿ ಟೇಲ್ ಆಫ್ ದಿ ಹೈಕೆ' ಎಂಬ ಪೌರಾಣಿಕ ಕಾದಂಬರಿಯ ಎರಡು ಸಾಲುಗಳನ್ನು ಅನುಸರಿಸಿ ಅವರು ಪ್ರೇರಣೆಗೊಂಡಿದ್ದರು.

ಗಿಯೋನ್ ಶೋಜಾದ ಗಂಟೆಗಳ ಧ್ವನಿಯು ಎಲ್ಲವುಗಳ ನಶ್ವರತೆಯನ್ನು ಪ್ರತಿಧ್ವನಿಸುತ್ತದೆ. ಗರ್ವವುಳ್ಳವರು ಸಹಿಸುವುದಿಲ್ಲ; ಅವರು ವಸಂತದ ರಾತ್ರಿಯ ಕನಸಿನಂತೆ".

(The sound of the Gion Shōja bells echoes the impermanence of all things. . . . The proud do not endure, they are like a dream on a spring night.)

ಪ್ರಕೃತಿಯು ಮೊನೊ ನೋ ಅವೇರ್‌ನ ಸುಂದರ ಕ್ಷಣಗಳನ್ನು ಒದಗಿಸುತ್ತದೆ. ಸಕುರಾ ಹೂಗಳ ಅರಳುವಿಕೆ, ಸೂರ್ಯಾಸ್ತದ ಹೊಂಬಣ್ಣದ ಕಿರಣಗಳು, ಧೂಳಿನಂತೆ ಹರಡಿದ ಮಂಜು ಅಥವಾ ಚಳಿಗಾಲದ ದಿನದಲ್ಲಿ ಒಣಗಿದ ಎಲೆಗಳಿಂದ ಮುಚ್ಚಿದ ದಾರಿ– ಹೀಗೆ.

ಇಂತಹ ಅಮೋಘ, ಉತ್ಕೃಷ್ಟ ಕ್ಷಣಗಳಿಗೆ ನಮ್ಮ ಪರಿಪೂರ್ಣ ಗಮನವನ್ನು ಕೊಡಬೇಕು. ಅವು ನಮ್ಮ ಅತ್ಮಶಕ್ತಿಯನ್ನು ಜಾಗೃತಗೊಳಿಸುತ್ತವೆ.

ಮೊಟೂರಿ ನೊರಿನಗ ಅವರು ಮೊನೊ ನೋ ಅವೇರ್ ಎಂಬುದನ್ನು ಅಭಿವ್ಯಕ್ತಗೊಳಿಸುವುದಕ್ಕೂ ಮೊದಲು, ಅದಕ್ಕೆ ಸಮಾನವಾದುದನ್ನು ಜಪಾನಿಯರು ವ್ಯಕ್ತಪಡಿಸುತ್ತಿದ್ದರು. ಅವರು ನಿಟ್ಟುಸಿರಿನಂತೆ ಅಥವಾ ನಿಡುಸುಯ್ಯುವಂತೆ "ಆಹ್..." ಎಂದು ಉದ್ಗರಿಸುತ್ತಿದ್ದರು.

ಕಲೆ ಮತ್ತು ಸಾಹಿತ್ಯದ ಇತಿಹಾಸವು, ನಾವು ಕಳೆದುಕೊಳ್ಳಲಿರುವುದನ್ನು ವಿಶೇಷವಾದ ತೀವ್ರತೆಯಿಂದ ಪ್ರೀತಿಸುವ ಈ ಕ್ಷಣಗಳಿಂದ ತುಂಬಿದೆ. ಇದು ಮಾನವನ ಸ್ಥಿತಿಯನ್ನು ನಿರೂಪಿಸುವ ಅತ್ಯಂತ ಕಟುವಾದ ಮತ್ತು ಕಾವ್ಯಾತ್ಮಕವಾದ ಭಾವನೆಗಳಲ್ಲೊಂದು.

ಮೊನೊ ನೋ ಅವೇರ್ ಮನೋಭಾವವನ್ನು ಸೆರೆಹಿಡಿಯುವ ಸಮಕಾಲೀನ ಉದಾಹರಣೆ ಎಂದರೆ, ನೊಬೆಲ್ ಪ್ರಶಸ್ತಿ ಪುರಸ್ಕೃತ ಕಜುವೊ ಇಶಿಗುರೊ ಅವರು. ವಿಶೇಷವಾಗಿ, ಅವರ 'ದಿ ರಿಮೇನ್ಸ್ ಆಫ್ ದಿ ಡೇ' ಮತ್ತು 'ನೆವರ್ ಲೆಟ್ ಮಿ ಗೋ' ಕಾದಂಬರಿಗಳಲ್ಲಿನ ಪಾತ್ರಗಳು ಅನಿವಾರ್ಯವಾದ ಸಮಯದ ಹಾದುಹೋಗುವಿಕೆಯನ್ನು ಪ್ರಶ್ನಿಸುತ್ತವೆ/ಅಥವಾ ಎದುರು ನಿಲ್ಲುತ್ತವೆ.

ಇನ್ನೊಂದು ಉದಾಹರಣೆ ಎಂದರೆ, ಬ್ಲೇಡ್ ರನ್ನರ್ ಸಿನೆಮಾದ ಅಸಾಧಾರಣವಾದ ಅಂತ್ಯ.

ನಾನು ಕಂಡ ಸಂಗತಿಗಳನ್ನು ನೀವು ನಂಬಲಾರಿರಿ. ಓರಿಯನ್(ಬೇಟೆಗಾರನ ಹಾಗೆ ಕಾಣುವ ಒಂದು ತಾರೆಗಳ ಗುಂಪು) ಭುಜದಾಚೆ ದಾಳಿ ಹಡುಗುಗಳು ಬೆಂಕಿಯಲ್ಲಿ ಉರಿಯುತ್ತಿರುವುದು; ಟ್ಯಾನ್‌ಹೌಸರ್ ಗೇಟ್(ತಿರುಗುತ್ತಿರುವ ಸ್ಪೇಸ್ ಸ್ಟೇಷನ್) ಬಳಿ ಕತ್ತಲೆಯಲ್ಲಿ ಸಿ–ಕಿರಣಗಳು ಹೊಳೆಯುವುದನ್ನು ನಾನು ನೋಡಿದೆ. ಆ ಎಲ್ಲಾ ಕ್ಷಣಗಳು, ಮಳೆಯಲ್ಲಿ ಕಣ್ಣೀರು ಲೀನವಾದಂತೆ, ಕಾಲದಲ್ಲಿ ಲೀನವಾಗಿಬಿಡುತ್ತವೆ. ಸಾಯುವ ಸಮಯ.

ಹೆಡಾನಿಕ್ ಟ್ರೆಡ್‌ಮಿಲ್ (ಸುಖದ ಪಟ್ಟಿಯಂತ್ರ)

(ಟ್ರೆಡ್‌ಮಿಲ್– ಆಧುನಿಕ ವ್ಯಾಯಾಮಶಾಲೆಗಳಲ್ಲಿ ನಡೆಯಲು/ಓಡಲು ಉಪಯೋಗಿಸುವ ಪಟ್ಟಿಯಂತ್ರ)

ಜೀವನದ ಕ್ಷಣಿಕ ಸ್ವಭಾವದ ಈ ದೃಷ್ಟಿ, ವಿಭಿನ್ನವಾದ ಆರಂಭಿಕ ಅಂಶವನ್ನು ಹೊಂದಿದ್ದರೂ, ಪ್ರಾಚೀನ ಪಾಶ್ಚಿಮಾತ್ಯ ಜಗತ್ತಿನಲ್ಲಿಯೂ ಕಂಡುಬಂದಿದೆ.

ಕ್ರಿಸ್ತಶಕ ಮೂರನೇ ಶತಮಾನದಲ್ಲಿ ಗ್ರೀಸ್‌ನಲ್ಲಿ, ಅದಾಗಲೇ ಸ್ಟಾಯಿಕ್ ತತ್ವಜ್ಞಾನಿಗಳು ಋಣಾತ್ಮಕ ದೃಶ್ಯೀಕರಣವನ್ನು ಅಭ್ಯಾಸ ಮಾಡುತ್ತಿದ್ದರು. ಇದು ನೀವು ಪ್ರೀತಿಸಿದ್ದ ಸಂಗತಿಗಳನ್ನು ಕಳೆದುಕೊಳ್ಳುವುದರ ಬಗ್ಗೆ ಧ್ಯಾನಿಸುವುದನ್ನು ಒಳಗೊಂಡಿರುತ್ತದೆ. ನಿಮ್ಮ ಕೆಲಸ, ನಿಮ್ಮ ಪ್ರೀತಿಪಾತ್ರರನ್ನು ಮತ್ತು ನಿಮ್ಮ ಮನೆಯನ್ನು ಕಿತ್ತುಕೊಂಡರೆ ಏನಾದೀತು?

ಈ ಪ್ರಶ್ನೆಯ ಉದ್ದೇಶ ದುಃಖವನ್ನು ಉಂಟು ಮಾಡುವುದಲ್ಲ, ಬದಲಾಗಿ, ಒಬ್ಬರ ಬಳಿ ಇರುವ ಅಮೂಲ್ಯವಾದುದನ್ನು ಪ್ರಶಂಸಿಸುವುದು.

ಅದೇ ತತ್ವಜ್ಞಾನವನ್ನು ಅಳವಡಿಸಿಕೊಂಡ ರೋಮನ್ನರು, ಇದನ್ನು ಮುಂದಾಗಿಯೇ ಪರ್ಯಾಲೋಚಿಸುವ ಅಭ್ಯಾಸ– 'ಕೆಡುಕುಗಳನ್ನು ಮೊದಲೇ ಪರ್ಯಾಲೋಚಿಸುವುದು' ಎಂದು ಕರೆದರು. ಒಬ್ಬರಲ್ಲಿ ಇರುವುದಕ್ಕೆ ಬೆಲೆಕೊಡುವುದಕ್ಕೆ ಅದನ್ನು ಸಾಧನವಾಗಿ ಬಳಸಿದರು. ಏಕೆಂದರೆ, ನಾವು ಯಾವುದಕ್ಕಾದರೂ ಒಗ್ಗಿಕೊಂಡುಬಿಟ್ಟರೆ, ಅದರ ಬಗ್ಗೆ ಆಗಾಗ ಆಸಕ್ತಿ ಕಳೆದುಕೊಳ್ಳುವುದುಂಟು.

ಆಧುನಿಕ ಮನೋವಿಜ್ಞಾನವು 'ಸುಖದ ಪಟ್ಟಿಯಂತ್ರ' ಎಂಬುದಾಗಿ ವಿವರಿಸುವ ಅಪಾಯಗಳನ್ನು ಸ್ಟೊಯಿಕ್‌ಗಳು ಮೊದಲೇ (ಅಂತರ್ಬೋಧೆಯಿಂದ) ಅರ್ಥಮಾಡಿಕೊಂಡಿದ್ದರು. ಒಮ್ಮೆ ನಮ್ಮ ಬಯಕೆ ತಣಿದರೆ, ನಾವು ಮತ್ತೆ ಅತೃಪ್ತರಾಗುವ ಕಾರ್ಯವಿಧಾನ ಇದಾಗಿದೆ. ಏಕೆಂದರೆ, ನಮಗಿಂತ ಒಂದು ಹೆಜ್ಜೆ ಮುಂದೆ ಇರುವುದನ್ನೇ ನಾವು ಬಯಸುತ್ತೇವೆ.

ಉದಾಹರಣೆಗೆ, ಹತ್ತು ಡಾಲರ್‌ನ ರೆಸ್ಟೋರೆಂಟ್‌ನಲ್ಲಿ ತಿಂದು ನಮಗೆ ರೂಢಿಯಾಗಿದ್ದರೆ, ಮೂವತ್ತು ಡಾಲರ್‌ನ ರೆಸ್ಟೋರೆಂಟ್‌ನಲ್ಲಿ ತಿನ್ನುವುದು ಐಷಾರಾಮವಾಗಿ ನಮಗೆ ಕಾಣುತ್ತದೆ. ಆದರೆ ವರ್ಷಗಳು ಕಳೆದಂತೆ, ನಮ್ಮ ಕೊಳ್ಳುವ ಸಾಮರ್ಥ್ಯ ಹೆಚ್ಚಾಗಿ ನಾವು ಮೂವತ್ತು ಡಾಲರ್ ರೆಸ್ಟೋರೆಂಟ್‌ಗೇ ಹೊಂದಿಕೊಂಡರೆ, ಅಲ್ಲಿನ ಆಹಾರ ಅಥವಾ ಸೇವೆಯನ್ನು ದೂಷಿಸಲು ಶುರು ಮಾಡುತ್ತೇವೆ. ನಮ್ಮನ್ನು ನಾವು ತೃಪ್ತಿಪಡಿಸಲು ಐವತ್ತು ಡಾಲರ್ ಇಲ್ಲವೇ ನೂರು ಡಾಲರ್‌ನ ರೆಸ್ಟೋರೆಂಟ್‌ಗೆ ಹೋಗಲಾರಂಭಿಸುತ್ತೇವೆ.

ವಿರಕ್ತ ಮನಸ್ಸಿನ ಜನರ ಮನಸ್ಥಿತಿಯ ಮೇಲೆ ಇದು ಪರಿಣಾಮ ಬೀರದಿದ್ದರೂ, ಹೆಡಾನಿಕ್ ಟ್ರೆಡ್‌ಮಿಲ್/ಸುಖದ ಪಟ್ಟಿಯಂತ್ರ ಎಂಬುದು ಗ್ರಾಹಕ ಸಮಾಜದ ಬುನಾದಿಯಾಗಿದೆ. ಒಮ್ಮೆ ನಾವು ಬಯಸಿದ್ದನ್ನು ಪಡೆದರೆ, ಸ್ವಲ್ಪ ಸಮಯದ ಬಳಿಕ ನಾವು ಸಂತೋಷದ 'ತಳ ಮಟ್ಟಕ್ಕೆ' ಮತ್ತೆ ಮರಳಿರುತ್ತೇವೆ.

ಸಂಗಾತಿಗಳನ್ನು ಆಗಾಗ ಬದಲಾಯಿಸುತ್ತಿರುವ ಜನರಲ್ಲಿ ಇದು ಸ್ಪಷ್ಟವಾಗಿ ಕಾಣುತ್ತದೆ. ಹೊಸತನ ಒಮ್ಮೆ ಮುಗಿದು ಒಮ್ಮೆ ಅವರು ತಮ್ಮ ಗೆಳತಿಗೆ ಅಥವಾ ಗೆಳೆಯನಿಗೆ ಒಗ್ಗಿಕೊಂಡುಬಿಟ್ಟರೆ. ಮತ್ತೆ ತಮ್ಮಲ್ಲಿ ಅಡ್ರಿನಾಲಿನ್ ಹಾರ್ಮೋನು ಬಿಡುಗಡೆಗೊಳಿಸಲು ಅವರು ಬೇರೆ ಸಂಗಾತಿಯನ್ನು ಬಯಸುತ್ತಾರೆ. (ಹೊಸತನದ ಪ್ರಚೋದನ/ಉತ್ಸಾಹದಲ್ಲಿ ಅಡ್ರಿನಾಲಿನ್ ಹಾರ್ಮೋನು ಬಿಡುಗಡೆಯಾಗುವುದು).

ಈ ಸಮಸ್ಯೆಯನ್ನು ಗಮನಿಸಿದವರು ಬುದ್ಧ. "ಆಸೆಯೇ ದುಃಖಕ್ಕೆ ಮೂಲ" ಎಂಬುದನ್ನು ಅವರು ಕಂಡುಹಿಡಿದವರು. ಇಲ್ಲಿ ವಿವರಿಸಿದ ಕಾರ್ಯವಿಧಾನವನ್ನು ಅರ್ಥೈಸಿಕೊಳ್ಳದೇ ಇದ್ದರೆ ನಾವು ಯಾವಾಗಲೂ ಅತೃಪ್ತರಾಗಿಯೇ ಇರುತ್ತೇವೆ. ಮತ್ತು ಈ ಕ್ಷಣದ ಸಂತೋಷವನ್ನು ಆನಂದಿಸಲು ಅಂದರೆ ಇಚಿಗೊ ಇಚಿಯೆಯನ್ನು ಅನುಭವಿಸುವುದರಿಂದ ನಾವು ವಂಚಿತರಾಗುತ್ತೇವೆ.

ಇದನ್ನು ಸಾಧಿಸುವ ರೀತಿ (ಇದರ ಕಾರ್ಯವಿಧಾನವನ್ನು ಅರಿತುಕೊಳ್ಳುವುದು) ಹೇಗೆಂದರೆ, ಹೊಸ ಆಸೆಗಳೆಡೆಗೆ ವಾಲುವುದನ್ನು ನಿಲ್ಲಿಸುವುದು ಮತ್ತು ನಮ್ಮ ಸುತ್ತಮುತ್ತಲಿನ ಪ್ರತಿಯೊಂದರಲ್ಲಿಯೂ ಇರುವ ಅದ್ಭುತವನ್ನು ಗ್ರಹಿಸಲು ಶುರು ಮಾಡುವುದು. ಬಾಹ್ಯದಲ್ಲಿನ ಯಾವುದನ್ನೂ ಬಯಸದೇ ಇರುವುದರಲ್ಲೇ ಹಾಗೂ ಜೀವನ ನಮಗೆ ಏನು ನೀಡಲಿದೆ ಅದರ ಬಗ್ಗೆ, ಅದು ನಮ್ಮೊಂದಿಗೆ ಇರುವವರೆಗೆ, ಮೆಚ್ಚುಗೆ ವ್ಯಕ್ತಪಡಿಸುವುದರಲ್ಲೇ ನಮ್ಮ ಸಂತೋಷ ಅಡಗಿದೆ.

ಮೆಮೆಂಟೊ ಮೊರಿ

ಮೆಮೆಂಟೊ ಮೊರಿ ಎಂಬ, ಲ್ಯಾಟಿನ್ ಅಭಿವ್ಯಕ್ತಿಯ ಅರ್ಥವೇನೆಂದರೆ, ಕ್ರೈಸ್ತ ಸನ್ಯಾಸಿಗಳು ಹೇಳಿದ್ದನ್ನು ಈ ಹಿಂದೆ ಉಲ್ಲೇಖಿಸಿದಂತೆ, "ನೀನು ಸಾಯುತ್ತೀಯ ಎಂಬುದನ್ನು ನೆನಪಿನಲ್ಲಿಟ್ಟುಕೋ" ಎಂದು. ಇದರ ಉದ್ದೇಶವೇನೆಂದರೆ 'ನಾವು ಇಲ್ಲಿ ಇರುವುದು ತಾತ್ಕಾಲಿಕ ಮತ್ತು ನಾವು ಈ ಪಯಣವನ್ನು ಆನಂದಿಸುತ್ತೇವೋ ಇಲ್ಲವೋ ಎಂಬುದು ಪೂರ್ಣವಾಗಿ ನಮಗೆ ಬಿಟ್ಟದ್ದು' ಎಂಬುದನ್ನು ನಮಗೆ ಯಾವಾಗಲು ಮನವರಿಕೆ ಮಾಡಿಕೊಡುವುದು.

ಪ್ರಾಚೀನ ರೋಮ್‌ನಲ್ಲಿ ಹಿಂದೆ ಹೇಳಲಾಗುತ್ತಿತ್ತು ಏನೆಂದರೆ, ಜಯಿಸಿಬಂದ ಅಧಿಕಾರಿಯು ವಿಜಯೋತ್ಸವ ಮೆರವಣಿಗೆಯಲ್ಲಿ ನಗರವನ್ನು ಸುತ್ತುವಾಗ, ಅವನಿಗೆ ವಿಜಯದ ಅಮಲು ತಲೆಗೆ ಹತ್ತದೇ ಇರಲಿ ಎಂದು, ಒಬ್ಬನು, "ಮೆಮೆಂಟೊ ಮೊರಿ" ಎಂಬ ಮಾತನ್ನು ಪುನರುಚ್ಚರಿಸುತ್ತಲೇ ಅವನ ಹಿಂದೆ ಸಾಗುತ್ತಿದ್ದನಂತೆ.

ಲ್ಯಾಟಿನ್ ಭಾಷೆಯಲ್ಲಿ ಇದೇ ರೀತಿಯ ಜ್ಞಾಪನೆಗಳು ಬರಾಕ್ ಮತ್ತು ನವೋದಯ ಅವಧಿಗಳಾದ್ಯಂತ ತಲೆಬುರುಡೆಗಳು, ಪ್ರತಿಮೆಗಳು, ವರ್ಣಚಿತ್ರಗಳು ಮತ್ತು ಇತರ ಕಲಾಕೃತಿಗಳಲ್ಲಿ ವ್ಯಾಪಕವಾಗಿ ಕಂಡುಬರುತ್ತವೆ. ಅಸ್ತಿತ್ವದ ಕ್ಷಣಿಕ ಸ್ವಭಾವವನ್ನು ಮತ್ತು ಆ ಮೂಲಕ ಪ್ರಸಿದ್ಧ ಕಾಪೆ ಡಿಯಮ್(ಈ ದಿನವನ್ನು ನಿಮ್ಮದಾಗಿಸಿಕೊಳ್ಳಿ/ಆನಂದಿಸಿ; ನಾಳೆಗೆ ಮುಂದೂಡಬೇಡಿ)ಅನ್ನೂ ಇದು ಸೂಚಿಸುತ್ತದೆ!

ಕಾಪೆ ಡಿಯಮ್‌ನ ಸ್ನೇಹಪರ ಮುಖ

ಕಾಪೆ ಡಿಯಮ್ ತತ್ವಶಾಸ್ತ್ರವನ್ನು, ನಾಳೆಗಳೇ ಇಲ್ಲವೇನೋ ಎಂಬಂತೆ ಅತಿಯಾಗಿ ಹಣ ವ್ಯಯಿಸುವುದಕ್ಕೆ ಸಾಮನ್ಯವಾಗಿ ಜೋಡಿಸಲಾಗುತ್ತದೆ. ಆದರೆ ಈ ಕ್ಷಣದಲ್ಲಿ ಬದುಕಲು ಕರೆ ನೀಡುವ ಇದು ಜೀವನದಲ್ಲಿ ಅತ್ಯಂತ ಸುಂದರವಾದ ಮತ್ತು ಅತ್ಯಗತ್ಯವಾದ ವಿಷಯಗಳನ್ನು ಸಹ ಸೂಚಿಸುತ್ತದೆ.

ದಾರ್ಶನಿಕರೊಬ್ಬರು ಒಮ್ಮೆ ಹೇಳಿದ್ದಾರೆ– "ಮಾನವರಿಗೆ ಸಾವು ಎಂಬುದು ಇದ್ದರೂ ತಾವು ಅಮರರೋ ಎಂಬಂತೆ ವರ್ತಿಸುತ್ತಾರೆ, ಆದರೆ ನಮ್ಮನ್ನು ದೇವರಂತೆ ಬದುಕುವಂತೆ ಮಾಡುವ ಬದಲು ಇದು ವರ್ತಮಾನದ ಶತ್ರುಗಳಿಗೆ ದಾರಿ ಮಾಡಿಕೊಡುತ್ತದೆ" ಎಂದು. ವರ್ತಮಾನದ ಶತ್ರುಗಳೆಂದರೆ:

- (ನಮಗೆ) ಪ್ರಮುಖವಾದುದಕ್ಕಿಂತ (ಇತರರ) ತುರ್ತು ಕೆಲಸಕ್ಕೆ ಆದ್ಯತೆ ನೀಡುವುದು.
- ನಮ್ಮಲ್ಲಿ ಅನಿಯಮಿತವಾದ ಸಮಯವಿದೆಯೋ ಎಂಬಂತೆ, ನಾವು ತೀವ್ರವಾಗಿ ಮಾಡಲು ಬಯಸುವುದನ್ನು ಮತ್ತೆ ಮತ್ತೆ ಮುಂದೂಡುತ್ತಾ ಹೋಗುವುದು.
- ನಾವು ಮಾಡಲು ಬಯಸಿದ್ದನ್ನು ಮಾಡಲು ಈಗ ಪರಿಸ್ಥಿತಿ ಸರಿ ಇಲ್ಲ. ಆದರೆ ಮುಂದಿನ ದಿನಗಳಲ್ಲಿ ಅದು ಸರಿಯಾಗಬಹುದು ಎಂದು ಯೋಚಿಸುವುದು.
- ವರ್ತಮಾನವನ್ನು ಆನಂದಿಸದಂತೆ ತಡೆಯುವ ಭಾವನೆಗಳಾದ ಅಸಮಾಧಾನ, ದುಃಖ ಮತ್ತು ಚಿಂತೆಗಳಿಗೆ ಪುಷ್ಟಿ ಕೊಟ್ಟು ವರ್ತಮಾನವನ್ನು ಬಹಿಷ್ಕರಿಸುವುದು.

ವರ್ತಮಾನದಿಂದ ದೂರ ಒಯ್ಯುವ ಈ ಪ್ರವೃತ್ತಿಗಳ ನಡುವೆ, ಕಾಪೆ ಡಿಯಮ್, ಬೌದ್ಧ ಧರ್ಮದಂತೆ, ವಸ್ತುಗಳ ನಶ್ವರತೆಯನ್ನು ನಮಗೆ ನೆನಪಿಸುತ್ತದೆ. ನಾವು ಪ್ರೀತಿಸುವ ಯಾವುದೂ ಶಾಶ್ವತವಲ್ಲ. ಹೀಗಾಗಿ ಪ್ರತಿ ಕ್ಷಣವೂ ಕೊನೆ ಅವಕಾಶವಾಗಬಹುದು.

ಈ ನಿಟ್ಟಿನಲ್ಲಿ, ಇಚಿಗೊ ಇಚಿಯೆ ಎಂಬುದು ಕಾಪೆ ಡಿಯಮ್‌ನ ಸ್ನೇಹಪರ ಮುಖವಾಗುತ್ತದೆ. ಒಂದು ದಿನ ನಾವು ಸಾಯುತ್ತೇವೆ ಎಂಬುದಕ್ಕೆ ಹೆಚ್ಚು ಒತ್ತು ಕೊಡುವ ಬದಲಿಗೆ, ಇವತ್ತು ನಾವು ಬದುಕಬಹುದು ಎಂಬುದನ್ನು ಅದು ನಮಗೆ ನೆನಪಿಸುತ್ತದೆ. ಈ ಪುಸ್ತಕದ ಮೂರನೇ ಭಾಗದಲ್ಲಿ ನಾವು ನೋಡುವಂತೆ, ಸಂಭ್ರಮಿಸಲು ಇದು ಒಂದು ಕಾರಣ.

ನಟಿ, ಸಂಭಾಷಣೆಕಾರ್ತಿ ಮೇ ವೆಸ್ಟ್ ಹೇಳುವಂತೆ, "ನೀವು ಒಂದು ಬಾರಿ ಮಾತ್ರ ಜೀವಿಸುತ್ತೀರಿ. ಆದರೆ ಅದನ್ನು ಸರಿಯಾಗಿ ಜೀವಿಸಿದರೆ ಆ ಒಂದು ಬಾರಿಯೇ ಸಾಕು".

ವಿಧಿಯು ಒಂದು ಕ್ಷಣವನ್ನು ಅವಲಂಬಿಸಿದೆ

1998ರಲ್ಲಿ, ವಿಶಿಷ್ಟ ಜರ್ಮನ್ ಚಲನಚಿತ್ರ ರನ್ ಲೋಲಾ ರನ್ ಬಿಡುಗಡೆಯಾಯಿತು. ಫ್ರಾಂಕಾ ಪೊಟೆಂಟ್ ಅವರದು ಅಗ್ರಪಾತ್ರ, ಅವಳ ಗೆಳೆಯನನ್ನು ಉಳಿಸಿಕೊಳ್ಳಲು ಬೇಕಾದ 100,000 ಡೊಯ್‌ಚೆ ಮಾರ್ಕ್(ಜರ್ಮನ್ ಹಣ)ಗಳನ್ನು ತನ್ನದಾಗಿಸಿಕೊಳ್ಳಲು ಅವಳ ಬಳಿ ಕೇವಲ 20 ನಿಮಿಷಗಳಿವೆ. ತನ್ನ ದರೋಡೆಕೋರ ಮಾಲೀಕನಿಗೆ ಸೇರಿದ ಅದೇ ಮೊತ್ತದ ಹಣವನ್ನು ಅವನು ಒಂದು ರೈಲಿನಲ್ಲಿ ಬಿಟ್ಟುಹೋಗಿದ್ದ. ಇಲ್ಲಿಂದ, ಮೂರು ಸಂಭಾವ್ಯ ರೀತಿಗಳಲ್ಲಿ ಸಣ್ಣಪುಟ್ಟ ವ್ಯತ್ಯಾಸಗಳೊಂದಿಗೆ ಶುರುವಾಗಿ ಘಟನೆಗಳು ಬೇರೆಯೇ ರೀತಿಯಲ್ಲಿ ಮುಂದುವರಿಯುತ್ತಾ ಹೋಗುವುದನ್ನು ನಾವು ನೋಡುತ್ತೇವೆ.

ಮೊದಲಿಗೆ, ಲೋಲಾ ಕೆಳಗೆ ಇಳಿದು ಓಡಿಹೋಗುತ್ತಿದ್ದಂತೆ ಒಂದು ನಾಯಿ ಗುರ್ರ್ ಅನ್ನುತ್ತದೆ. ಅದರಿಂದಾಗಿ ಅವಳು ಇನ್ನೂ ಜೋರಾಗಿ ಓಡತೊಡಗಿದ್ದರಿಂದ, ಟ್ರಾಫಿಕ್‌ನಲ್ಲಿ ಒಬ್ಬಾತನಿಗೆ ಅಪಘಾತವಾಗುತ್ತದೆ. ಆತ ಆಕೆಯ ತಂದೆಯ ಸಹೋದ್ಯೋಗಿಯೇ ಆಗಿದ್ದು, ಆತ ಕೆಲಸ ಮಾಡುತ್ತಿರುವ ಬ್ಯಾಂಕ್‌ನಿಂದ ಒಂದಿಷ್ಟು ಸಾಲ ಪಡೆಯಲು ಸಾಧ್ಯವಾದೀತೇನೋ ಎಂದು ಅವಳು ಆಶಿಸುತ್ತಿದ್ದಳು.

ಎರಡನೇ ಸಾಧ್ಯತೆ ಎಂದರೆ, ನಾಯಿಯ ಮಾಲೀಕರು ಕಾಲು ಅಡ್ಡ ಹಾಕಿದ್ದರಿಂದ ಲೋಲಾ ಮೆಟ್ಟಿಲಿನಿಂದ ಮುಗ್ಗರಿಸಿ ಕೆಳಗೆ ಬೀಳುತ್ತಾಳೆ. ನೋವಿನ ಪರಿಣಾಮವಾಗಿ, ಅವಳು ನಿಧಾನವಾಗಿ ಓಡುತ್ತಾ ಹೋಗುವಂತಾಗುತ್ತದೆ. ಅದರಿಂದಾಗಿ, ಅವಳು ಬ್ಯಾಂಕ್‌ಗೆ ಹೋಗುವ ದಾರಿಯಲ್ಲಿ ನಡೆಯುವುದು ಬೇರೆಯಾಗುತ್ತದೆ.

ಮೂರನೇ ಸಾಧ್ಯತೆಯಲ್ಲಿ, ಲೋಲಾ ನಾಯಿಯ ಮೇಲಿಂದ ಜಿಗಿದು ಸ್ವಲ್ಪ ಭಿನ್ನವಾದ ಕ್ಷಣದಲ್ಲಿ ರಸ್ತೆ ತಲುಪುತ್ತಾಳೆ. ಈ ಹಿಂದಿನ ಎರಡಕ್ಕಿಂತಲೂ ಇದರ ಪರಿಣಾಮ ಭಿನ್ನವೇ ಆಗಿರುತ್ತದೆ.

ಸಾಧ್ಯತೆಗಳ ಈ ಆಟದಾಚೆ, ಚಲನಚಿತ್ರದ ಸಂದೇಶ 'ಪ್ರತಿಕ್ಷಣವೂ ವಿಶಿಷ್ಟವಾಗಿದೆ' ಎಂಬುದಲ್ಲದೇ, ಚಿಟ್ಟೆ ಪರಿಣಾಮ ಎಂದು ಕರೆಯಲ್ಪಡುವ ಒಂದು ಅನುಕ್ರಮದಲ್ಲಿ ಸಂಪೂರ್ಣವಾಗಿ ವಿಭಿನ್ನವಾದ ಪರಿಣಾಮಗಳನ್ನು ಅದು ಪ್ರಚೋದಿಸುತ್ತದೆ. ಈ ವಿದ್ಯಮಾನವನ್ನು "ಆರಂಭಿಕ ಪರಿಸ್ಥಿತಿಗಳಿಗೆ ಸೂಕ್ಷ್ಮತೆಯನ್ನು ಹೊಂದಿರುವುದು" ಎಂದು ವ್ಯಾಖ್ಯಾನಿಸಲಾಗಿದೆ, ಅಂದರೆ ಆರಂಭಿಕ

ಪರಿಸ್ಥಿತಿಯು ಸೂಕ್ಷ್ಮವಾಗಿ ಸಹ ಬದಲಾದರೂ ಅದರ ಅಂತಿಮ ಪರಿಣಾಮದಲ್ಲಿ ಅಗಾಧವಾದ ಭಿನ್ನತೆ ಕಂಡುಬರುತ್ತದೆ. ಮತ್ತು ಅದು 'ಅವ್ಯವಸ್ಥೆಯ ಸಿದ್ಧಾಂತ'ದ ಭಾಗವೂ ಆಗಿದೆ.

ಚಿಟ್ಟೆ ಪರಿಣಾಮ (ಬಟರ್‌ಫ್ಲೈ ಎಫೆಕ್ಟ್)

ಚಿಟ್ಟೆ ಪರಿಣಾಮ ಎಂಬ ಮಾತು, 'ಚಿಟ್ಟೆಯೊಂದು ಹಾಂಕಾಂಗ್‌ನಲ್ಲಿ ರೆಕ್ಕೆ ಬಡಿದರೆ, ನ್ಯೂಯಾರ್ಕ್‌ನಲ್ಲಿ ದೊಡ್ಡ ಬಿರುಗಾಳಿಯೇ ಉಂಟಾಯಿತು' ಎಂಬ ಜನಪ್ರಿಯ ನಾಣ್ಣುಡಿಯೊಂದಿಗೆ ತಳಕು ಹಾಕಿಕೊಂಡಿದೆ. ಇನ್ನೊಂದು ರೀತಿಯಲ್ಲಿ ಹೇಳುವುದಾದರೆ, ಯಾವುದೇ ಬದಲಾವಣೆಯು, ಅದು ಎಷ್ಟೇ ಚಿಕ್ಕದಾಗಿರಲಿ, ಅದರ ವರ್ಧನೆಯ ಪ್ರಕ್ರಿಯೆಯಿಂದಾಗಿ ಕೊನೆಯಲ್ಲಿ ಸಂಪೂರ್ಣ ಭಿನ್ನ ಪರಿಸ್ಥಿತಿ ನಿರ್ಮಾಣವಾಗುತ್ತದೆ.

ಹಾಗಾಗಿ, ನಮ್ಮ ಮೇಲೆ ಆಗುವ ಪರಿಣಾಮ ಬೇರೆಯವರ ಮೇಲೆಯೂ, ಅವರಿಂದ ಇನ್ನೊಂದಷ್ಟು ಜನರ ಮೇಲೆಯೂ ಆಗುತ್ತದೆ. ಆರಂಭಿಕ ಸಣ್ಣ ವ್ಯತ್ಯಾಸವೂ ಕೊನೆಯಲ್ಲಿ ಎಲ್ಲವನ್ನೂ ಬದಲಾಯಿಸುತ್ತದೆ. ಚಿಟ್ಟೆಯ ಪರಿಣಾಮ ಎಂಬುದನ್ನು ಪ್ರಸ್ತಾಪಿಸಿದವನು ಹವಾಮಾನ ತಜ್ಞ ಮತ್ತು ಗಣಿತಜ್ಞ ಎಡ್ವರ್ಡ್ ನಾರ್ಟನ್ ಲೊರೆನ್ಜ್. ನಾವು ಒಂದೇ ರೀತಿಯ ಎರಡು ಪ್ರಪಂಚಗಳನ್ನು ಹೊಂದಿದ್ದರೆ, ಅವುಗಳಲ್ಲಿ ಒಂದೇ ಒಂದು ವ್ಯತ್ಯಾಸವಿದ್ದು– ಅದೇನೆಂದರೆ, ಒಂದರಲ್ಲಿ ಚಿಟ್ಟೆಯು ತನ್ನ ರೆಕ್ಕೆಗಳನ್ನು ಬೀಸುತ್ತಿದೆ– ಈ ಪ್ರಪಂಚವು ಚಿಟ್ಟೆ ಇಲ್ಲದ ಪ್ರಪಂಚಕ್ಕಿಂತ ಸಂಪೂರ್ಣವಾಗಿ ಭಿನ್ನವಾಗಿರುತ್ತದೆ ಎಂದು ಅವನು ಪ್ರತಿಪಾದಿಸಿದ. ಚಿಟ್ಟೆಯನ್ನು ಒಳಗೊಂಡಿರುವ ಪ್ರಪಂಚದಲ್ಲಿ, ಕಾರಣಗಳ ಮತ್ತು ಪರಿಣಾಮಗಳ ಸಂಯೋಜನೆಯು– ಮೊದಲಿಗೆ ಅತ್ಯಲ್ಪವಾಗಿದ್ದರೂ– ಕೊನೆಯಲ್ಲಿ ಬೃಹತ್ ಸುಂಟರಗಾಳಿಯನ್ನೇ ಪ್ರಚೋದಿಸಬಲ್ಲದು.

ಲೊರೆನ್ಜ್ ಈ ಪರಿಣಾಮವನ್ನು 1960ರಲ್ಲಿ, ಹವಾಮಾನ ಮುನ್ಸೂಚನೆ ನೀಡುವ ನಿಟ್ಟಿನಲ್ಲಿ ಹಳೆಯ ಕಂಪ್ಯೂಟರ್‌ವೊಂದರಲ್ಲಿ ಕೆಲಸ ಮಾಡುತ್ತಿರುವ ವೇಳೆ, ಕಂಡುಹಿಡಿದರು. ಅಳತೆಗಳನ್ನು ದಾಖಲಿಸುತ್ತಿದ್ದ ಪ್ರಿಂಟರ್‌ನಲ್ಲಿ ಜಾಗ ಉಳಿಸುವುದಕ್ಕೋಸ್ಕರ, ಆರು ದಶಾಂಶವುಳ್ಳ ಅಂಕಿಯೊಂದನ್ನು, ಅವರು ಮೂರು ದಶಾಂಶವನ್ನಾಗಿಸಿದ್ದರು. (0.506127 ಎಂದು ಬರೆಯುವ ಬದಲು 0.506 ಎಂದು ಬರೆದಿದ್ದರು).

ಮೂರು ದಶಮಾಂಶವುಳ್ಳ ಈ ಅಂಕಿಯ ಲೆಕ್ಕವನ್ನು ಕಂಪ್ಯೂಟರ್‌ನಲ್ಲಿ ದಾಖಲಿಸುವಾಗ, ಎರಡು ತಿಂಗಳ ಹವಾಮಾನ ಮುನ್ಸೂಚನೆಯು, ಆರು ದಶಮಾಂಶದ ಅಂಕಿಯೊಂದಿಗೆ ಪಡೆದದ್ದಕ್ಕಿಂತ ಸಂಪೂರ್ಣವಾಗಿ ಭಿನ್ನವಾಗಿತ್ತು.

ಯಾವುದೇ ವಿಚಲನ, ಅದೆಷ್ಟೇ ಚಿಕ್ಕದಾಗಿದ್ದರೂ, ನಿರ್ಣಾಯಕವಾಗಿ ಹೊರಹೊಮ್ಮುತ್ತದೆ ಎಂಬುದನ್ನು ಲೊರೆನ್ಜ್ ಕಂಡುಹಿಡಿದದ್ದು ಹೀಗೆ.

ಹವಾಮಾನ ಮುನ್ಸೂಚನೆಯಿಂದಾಚೆಗೂ ಅಥವಾ ಲೋಲಾ ಮತ್ತವಳ ಗೆಳೆಯನ ಪ್ರಕರಣದಲ್ಲಿ ಕಂಡಂತೆ ವಿಪರೀತದ ಸನ್ನಿವೇಶಗಳಿಂದಾಚೆ, ಚಿಟ್ಟೆಯ ಪರಿಣಾಮ ಯಾವ್ಯಾವ ರೀತಿಯಲ್ಲಿ ನಮ್ಮ ದೈನಂದಿನ ಜೀವನದಲ್ಲಿ ತಲೆದೋರುತ್ತದೆ ಎಂಬುದನ್ನು ಒಂದಷ್ಟು ನಿದರ್ಶನಗಳ ಮೂಲಕ ನೋಡೋಣ:

- ಯಾರಾದರೂ ಹಿಮದಲ್ಲಿ ಜಿಗಿದಾಗ ಹಿಮಪಾತಕ್ಕೆ ಕಾರಣವಾಗುವುದು; ಉರಿಯದ ಸಿಗರೇಟು ಅಂತಿಮವಾಗಿ ದೊಡ್ಡ ಭೂಪ್ರದೇಶದಲ್ಲಿ ಕಾಡ್ಗಿಚ್ಚಿಗೆ ಕಾರಣವಾಗಿ ಅಲ್ಲಿನ ನಿವಾಸಿಗಳ ಬದುಕನ್ನೇ ಬದಲಾಯಿಸುವುದು.

- ಸೂಕ್ತ ಸಮಯದಲ್ಲಿ ನಿಮ್ಮ ತಾಯಿ ಅಥವಾ ತಂದೆ ಹೇಳಬೇಕಾದುದನ್ನು ಹೇಳದೇ ಇದ್ದಿದ್ದರೆ ಅವರ ಸಂಬಂಧವೇ ಅರಳುತ್ತಿರಲಿಲ್ಲ ಮತ್ತು ನೀವು ಜನಿಸುತ್ತಿರಲಿಲ್ಲ ಮತ್ತು ಇದನ್ನು ಈ ಕ್ಷಣ ನೀವು ಓದುತ್ತಿರಲಿಲ್ಲ.
- ಸ್ಕಾಲರ್‌ಶಿಪ್ ಅಥವಾ ನೇಮಕಾತಿ ಪಟ್ಟಿಗೆ ಸಂಬಂಧಿಸಿದಂತೆ ಹೇಳುವುದಾದರೆ, "ನನಗೆ ಅದು ಸಿಗುವುದೇ ಇಲ್ಲ" ಎಂದು ಕೈಚೆಲ್ಲುವ ಬದಲಿಗೆ ಸೂಕ್ತ ಕ್ರಮ ಕೈಗೊಂಡಿದ್ದರೆ ಸಂಪೂರ್ಣ ವಿಭಿನ್ನವಾದ ಬದುಕು ನಿಮ್ಮದಾಗುತ್ತಿತ್ತು.
- ನಮ್ಮ ಮನಸ್ಸಿನಲ್ಲಿ ಸುಳಿಯುವ ಉಪಾಯವನ್ನು (ಕಲ್ಪನೆ) ಅನುಸರಿಸಬೇಕೇ ಬೇಡವೇ ಎಂಬ ನಿರ್ಧಾರವು, ದೊಡ್ಡ ಉದ್ಯಮವನ್ನು ಶುರುಮಾಡುವ ಮತ್ತು ಏನೂ ಮಾಡದೇ ಇರುವುದರ ನಡುವಿನ ವ್ಯತ್ಯಾಸವನ್ನೇ ತರಬಲ್ಲದು.

ಚಿಟ್ಟೆ ಪರಿಣಾಮದಿಂದ ನಾವು ತೀರ್ಮಾನಿಸಬಹುದಾದ ಸಂಗತಿ ಏನೆಂದರೆ, ನಮ್ಮ ಕೆಲಸ ಮತ್ತು ತೀರ್ಮಾನಗಳ ಅಂತಿಮ ಪರಿಣಾಮಗಳು ಏನು ಎಂಬುದು ನಮಗೆ ಯಾವತ್ತೂ ಗೊತ್ತಾಗದೇ ಇದ್ದರೂ, ಪ್ರತಿ ಕ್ಷಣಕ್ಕೂ ಅದರದ್ದೇ ಆದ ಮಹತ್ವವಿದೆ. ಇದರಿಂದ ನಾವು ಇಚಿಗೋ ಇಚಿಯೆಗೆ ಮರಳುತ್ತೇವೆ, ಇದರ ಪರಿಣಾಮ ಭವಿಷ್ಯದಲ್ಲಿ ನಮಗೆ ಕಾಣುತ್ತದೆ: ನಾವು ಈ ಸಮಯದಲ್ಲಿ ಮಾಡುವುದು ಬೇರೆ ಸಮಯದಲ್ಲಿ ಮಾಡುವುದಕ್ಕಿಂತ ವಿಭಿನ್ನವಾದ ಮತ್ತು ಅನನ್ಯವಾದ ಫಲಿತಾಂಶವನ್ನು ಹೊಂದಿರುತ್ತದೆ.

ಆಮೊರ್ ಫಾಟಿ

ಆಮೊರ್ ಫಾಟಿ ಎಂಬ ಲ್ಯಾಟಿನ್ ಮಾತು, 'ವಿಧಿಯ ಪ್ರೀತಿ', ಅಂದರೆ 'ಜೀವನದಲ್ಲಿ ಏನೇ ಘಟಿಸಿದರೂ ಅದಕ್ಕೊಂದು ಕಾರಣ ಇದ್ದೇ ಇರುತ್ತದೆ, ಆದರೆ ಆ ಕ್ಷಣಕ್ಕೆ ನಮಗೆ ಹಾಗೆ ಅನಿಸದೇ ಇರಬಹುದು' ಎಂಬ ನಂಬಿಕೆಯನ್ನು ಅರ್ಥೈಸುತ್ತದೆ.

ಜೀವನದ ಅನೇಕ ಸಂಗತಿಗಳನ್ನು ಅರ್ಥ ಮಾಡಿಕೊಳ್ಳುವ ಉದ್ದೇಶದಿಂದ "ಚುಕ್ಕೆಗಳನ್ನು ಜೋಡಿಸಬೇಕು" ಎಂದು ಸ್ಟೀವ್ ಜಾಬ್ಸ್ ಹೇಳಿದ್ದಾರೆ. ಎಲ್ಲವೂ ಒಂದು ಕಾರಣಕ್ಕಾಗಿ ನಡೆಯುತ್ತದೆ ಎಂಬುದು, ವಿಧಿಯಲ್ಲಿ ಸೂಚ್ಯವಾದ ನಂಬಿಕೆಯನ್ನು ಒಳಗೊಂಡಿದೆ. ಆದರೆ, ಮುಂದಕ್ಕೆ ನಾವು ನೋಡುವಂತೆ, ಅದೃಷ್ಟವೂ ಮಧ್ಯಪ್ರವೇಶಿಸುತ್ತಿರುತ್ತದೆ.

ಆಕರ್ಷಣೆಯ ನಿಯಮಕ್ಕೆ ನಮ್ಮನ್ನು ನಾವು ಒಪ್ಪಿಸಿಕೊಂಡು ಎಲ್ಲವೂ ಸಂಭವಿಸುವವರೆಗೆ ಕಾಯಬೇಕು ಎಂದರ್ಥವಲ್ಲ. ಸ್ಕೋಪೆನ್‌ಹೂವರ್ ಹೇಳುವಂತೆ, ವಿಧಿಯ ಮೂಲಕ ನಮಗೆ ನಿಗದಿಯಾಗಿರುವ ಕಾರ್ಡ್‌ಗಳ ಪ್ರಕಾರ ನಮಗೆ ಅದೃಷ್ಟವು ಏನು ನೀಡುತ್ತದೆಯೋ ಅದನ್ನು ಧನಾತ್ಮಕ ಮನೋಭಾವನೆ ಮತ್ತು ಉತ್ತಮ ನಿರ್ಧಾರಗಳೊಂದಿಗೆ ರೂಪಿಸಬೇಕು.

ಸ್ಕೋಪೆನ್‌ಹೂವರ್‌ನ ಸಮಕಾಲೀನ ತತ್ವಶಾಸ್ತ್ರಜ್ಞನಾದ ಫ್ರೀಡರಿಕ್ ನೈಟ್‌ಶೆ, ಆಮರ್ ಫಾಟಿ ಕುರಿತು ಹೀಗೆ ಹೇಳುತ್ತಾನೆ: ವಸ್ತುಗಳ ಸೌಂದರ್ಯವನ್ನು ನೋಡಲು ಕಲಿಯುವುದರಿಂದ, ಅವುಗಳನ್ನು ಸುಂದರಗೊಳಿಸುವ ಅವಕಾಶ ನಮಗೆ ಸಿಕ್ಕಂತಾಗುತ್ತದೆ.

ಆಮರ್ ಫಾಟಿ ಅಂದರೆ, ನಮ್ಮೊಡನೆ ಸಂಭವಿಸುವ ಪ್ರತಿಯೊಂದೂ, ಅದು ನಮಗೆ ಖುಷಿಯ ಸಂಗತಿ ಆಗಿರದೇ ಇದ್ದರೂ, ಒಂದು ಕಾರಣದಿಂದ ನಡೆದಿರುತ್ತದೆ ಎಂದು ಒಪ್ಪಿಕೊಳ್ಳುವುದು. ನಮ್ಮ ಧೋರಣೆ/ಮನೋಭಾವನೆಯಿಂದ ಮತ್ತು ಕ್ಷಣದಿಂದ ಕ್ಷಣಕ್ಕೆ ವಿಧಿ ನಮಗೆ ಏನು ಕೊಡುತ್ತದೆಯೋ ಅದರ ಬಗ್ಗೆ ನಾವು ತೆಗೆದುಕೊಳ್ಳುವ ತೀರ್ಮಾನದ ಮೂಲಕ ಅದಕ್ಕೊಂದು ಸಕಾರಾತ್ಮಕ ಅರ್ಥ ಕೊಡುವುದು ನಮಗೆ ಬಿಟ್ಟಿದ್ದು.

ಫಾರೆಸ್ಟ್ ಗಂಪ್ ಮತ್ತು ಇಚಿಗೊ ಇಚಿಯೆ

ಜಪಾನ್‌ನಲ್ಲಿ 1995ರಲ್ಲಿ *ಫಾರೆಸ್ಟ್ ಗಂಪ್* ಎಂಬ ಚಲನಚಿತ್ರವು ತೆರೆಕಂಡಾಗ, ಇಚಿಗೊ ಇಚಿಯೆ ಎಂಬುದು ಉಪಶೀರ್ಷಿಕೆಯಾಗಿತ್ತು (ಸಬ್‌ಟೈಟಲ್). *ಫಾರೆಸ್ಟ್ ಗಂಪ್‌*ನ ಹಿಂದೆ 'ಟಾಮ್ ಹ್ಯಾಂಕ್' ಎಂದು ಸೇರ್ಪಡೆ ಮಾಡಲಾಗಿತ್ತು. ಹಾಗಾಗಿ, ಜಪಾನ್‌ನಲ್ಲಿ ಈ ಚಲನಚಿತ್ರದ ಪೂರ್ತಿ ಶೀರ್ಷಿಕೆ, 'ಟಾಮ್ ಹ್ಯಾಂಕ್ಸ್ ಈಸ್ *ಫಾರೆಸ್ಟ್ ಗಂಪ್*, ಇಚಿಗೊ ಇಚಿಯೆ' ಎಂದಾಗಿತ್ತು.

ಇಲ್ಲಿ ಒತ್ತಿಹೇಳಲಾಗಿದ್ದೇನೆಂದರೆ ಈ ಕಥೆಯಲ್ಲಿ ನಾಯಕನು ಪ್ರಪಂಚದಾದ್ಯಂತ ಸುತ್ತಾಡುತ್ತಾ ಅನೇಕ ಆಕಸ್ಮಿಕ ಮುಖಾಮುಖಿಗಳನ್ನು ಎದುರಿಸುತ್ತಾನೆ ಆದರೆ ಅವುಗಳನ್ನು ಅವನು ಮಾಮೂಲು ಮುಖಾಮುಖಿಗಳಾಗಿ ಇರಲು ಬಿಡುವುದಿಲ್ಲ, ಬದಲಿಗೆ ಆಮೋರ್ ಫಾಟಿಯ ದೃಷ್ಟಿಯನ್ನಿಟ್ಟುಕೊಂಡು, ಆ ಪ್ರತಿಯೊಂದು ಕ್ಷಣದಲ್ಲಿ ಅವನು ತನ್ನ ಹೃದಯವನ್ನು ಸಂಪೂರ್ಣವಾಗಿ ಆ ಕ್ಷಣದಲ್ಲಿ ಇರುವಂತೆ –ಇಚಿಗೊ ಇಚಿಯೆ– ನೋಡಿಕೊಳ್ಳುತ್ತಾನೆ, ಆ ಕ್ಷಣಗಳು ಅವನ ಬದುಕಿಗೆ ಅಪ್ರಸ್ತುತವಾಗಿ ಕಂಡರೂ ಸಹ. ಈ ಕಾರಣಕ್ಕಾಗಿಯೇ ಫಾರೆಸ್ಟ್ ಗಂಪ್ ಅಷ್ಟೊಂದು ಆಪ್ತವೆನಿಸುತ್ತಾನೆ.

ಅದೃಷ್ಟದ ನಿಗೂಢ ಪಾತ್ರ

1971ರಲ್ಲಿ, ಜಾರ್ಜ್ ಕಾಕ್ರಫ್ಟ್ ಎಂಬ ಲೇಖಕ, 'ದಿ ಡೈಸ್ ಮ್ಯಾನ್' ಎಂಬ ಕಾದಂಬರಿಯನ್ನು ಬರೆದು ಜಗತ್ತನ್ನೇ ಚಕಿತಗೊಳಿಸಿದರು. ಕಳೆದ 50 ವರ್ಷಗಳಲ್ಲೇ ಅತ್ಯಂತ ಪ್ರಭಾವಶಾಲಿಯಾದ ಪುಸ್ತಕ ಎಂದು ಬಿ.ಬಿ.ಸಿ.ಯಿಂದ ಗುರುತಿಸಲ್ಪಟ್ಟ ಕಾದಂಬರಿ ಅದು.

ಮೂಲತಃ ಲೇಖಕರೇ ನಾಯಕನಾಗಿ, ಅವರ ಆತ್ಮಚರಿತ್ರೆಯಾಗಿ ಪ್ರಸ್ತುತಗೊಂಡ 'ದಿ ಡೈಸ್ ಮ್ಯಾನ್'(ದಾಳಗಳ ಮನುಷ್ಯ) ಮನಃಶಾಸ್ತ್ರಜ್ಞ ಲ್ಯೂಕ್ ರೀನ್‌ಹರ್ಟ್ ಅವರ ಕತೆಯನ್ನು ಹೇಳುತ್ತದೆ. ತಮ್ಮ ಬದುಕಿನ ಬೇಸರವನ್ನು ಅವರು ಹೀಗೆ ವಿವರಿಸುತ್ತಾರೆ: "ಜೀವನವೆಂಬುದು ವಿಷಣ್ಣತೆಗಳ ಸಾಗರದ ಮಧ್ಯೆ ದೊಡ್ಡ ದೊಡ್ಡ ಹಿಗ್ಗುಗಳ, ಭಾವಪರವಶೆಯ ದ್ವೀಪಗಳಿದ್ದಂತೆ, ಮತ್ತು ಮೂವತ್ತರ ಬಳಿಕ ಭೂಮಿಯು ವಿರಳವಾಗಿ ಕಂಡುಬರುತ್ತದೆ".

ರೀನ್‌ಹಾರ್ಟ್, ತನ್ನ ರೋಗಿಗಳಿಗೆ ಅವರು ತೀರ್ಮಾನ ತೆಗೆದುಕೊಳ್ಳುವಲ್ಲಿ ಸಹಾಯ ಮಾಡಿ ಮಾಡಿ ಸುಸ್ತಾಗಿದ್ದ. ಅವುಗಳಲ್ಲಿ ಹಲವಾರು ಕೆಟ್ಟ ತಿರುವು ಪಡೆದುಕೊಂಡದ್ದೂ ಇದೆ. ಹಾಗಾಗಿ ಅವನು ತನ್ನನ್ನೇ ಒಂದು ಪ್ರಚೋದನಕಾರಿ ಪ್ರಶ್ನೆ ಕೇಳಿಕೊಳ್ಳುತ್ತಾನೆ: "ಒಂದು ವೇಳೆ ನಾವು ನಮ್ಮ ಅತ್ಯಂತ ಪ್ರಮುಖ ನಿರ್ಧಾರಗಳನ್ನು ಅದೃಷ್ಟದ ಕೈಲಿಟ್ಟರೆ ಹೇಗೆ?"

ಈ ಯೋಚನೆಯನ್ನೇ ಪ್ರಯೋಗಕ್ಕಿಳಿಸಲು ಬಯಸಿದ ಅವನು, ತನ್ನ ಆಯ್ಕೆಗಳನ್ನು ದಾಳಗಳ ಜೋಡಿಗೆ ಬಿಡುತ್ತಾನೆ ಅಂದರೆ ಅದೃಷ್ಟದ ಕೈಯಲ್ಲಿಡುತ್ತಾನೆ. ಪ್ರತಿಯೊಂದು ಪ್ರಮುಖ ಸನ್ನಿವೇಶಕ್ಕಾಗಿ ಅವನು ಖುದ್ದು ಬರೆಯುವ ಕೆಲವೊಂದು ಹಾಸ್ಯಾಸ್ಪದ ಆಯ್ಕೆಗಳ ಪಟ್ಟಿಯನ್ನು ಆಧರಿಸಿ ಅವನು ಏನು ಮಾಡಬೇಕೆಂದು ಆ ದಾಳಗಳು ನಿರ್ದೇಶಿಸುತ್ತವೆ.

ಈ ನಡೆಯ ಪರಿಣಾಮವು ರೀನ್‌ಹಾರ್ಟ್‌ನ ರೋಗಿಗಳ ಚಿಕಿತ್ಸೆಯ ಮೇಲಷ್ಟೇ ಅಲ್ಲದೆ, ಸ್ವತಃ ಅವನ ಜೀವನದ ಮೇಲೂ ಬೀರುತ್ತದೆ. ಅಂತಿಮವಾಗಿ, ಅವನು ಅದೃಷ್ಟದ ವ್ಯಕ್ತಿಯಾಗುವುದರ ಜೊತೆಗೆ, 'ಆರು–ಮುಖಗಳ ಧರ್ಮ'ದ ಸೃಷ್ಟಿಕರ್ತನಾಗಿಬಿಡುತ್ತಾನೆ. ಆ ದಾಳವು ಅರ್ಚಕನಾಗಿರುತ್ತದೆ! 'ನೀವು ನಿಮ್ಮ ಜೀವನವನ್ನು ಅದೃಷ್ಟದ ಕೈಲಿಟ್ಟಾಗ, ಅದು ನಿಮ್ಮನ್ನು ಕಾಪಾಡುತ್ತದೆ, ನೀವು

ಅನುಭವಿಸಬೇಕಾಗಿರುವ ಸ್ಥಳ ಮತ್ತು ಪರಿಸ್ಥಿತಿಗಳಿಗೆ ನಿಮ್ಮನ್ನು ಕೊಂಡೊಯ್ಯುತ್ತದೆ' ಎಂಬುದು, ಈ ಕಾದಂಬರಿಯ ಮೂಲ ಕಲ್ಪನೆ.

ಆಮೇಲೆ ತಮಾಷೆಯಾಗಿ ಕಂಡರೂ, ದಾಳದ ಮನುಷ್ಯನ ಆಮೂಲಾಗ್ರ ಆಮೋರ್ ಫಾಟಿಯು ಮನುಷ್ಯರ ನಿಯಂತ್ರಣ ಕಳೆದುಕೊಳ್ಳುವ ಭಯವನ್ನು ಪ್ರದರ್ಶಿಸುತ್ತದೆ. ನಮ್ಮ ಜೀವನದ ದಾರಿಯನ್ನು, ಅದರ ಜವಾಬ್ದಾರಿಗಳನ್ನೊಳಗೊಂಡಂತೆ, ನಾವೇ ತೀರ್ಮಾನಿಸಬಹುದು ಎಂದು ನಾವು ನಂಬುತ್ತೇವೆ. ಆದರೆ ವಾಸ್ತವವೇನೆಂದರೆ, ಅದೃಷ್ಟ ಎಂಬುದು ಯಾವಾಗಲೂ ಮಧ್ಯಪ್ರವೇಶಿಸುತ್ತದೆ, ಮತ್ತು ಕೆಲವೊಮ್ಮೆ ಅನಿರೀಕ್ಷಿತವಾದ ತಿರುವು ನಮ್ಮನ್ನು ನಮಗೇ ಅರಿವಿಲ್ಲದಂತೆ ನಮ್ಮ ನಿಜವಾದ ಗುರಿಯತ್ತ ಕೊಂಡೊಯ್ಯುತ್ತದೆ.

ಅದೃಷ್ಟದ ಕಸರತ್ತು

ಡಾಕ್ಟರ್ ರೀನ್‌ಹಾರ್ಟ್ ಅವರ ಕಾದಂಬರಿಯಲ್ಲಿರುವಂತೆ ಅತಿರೇಕಕ್ಕೆ ಹೋಗದಿದ್ದರೂ, ಕಾಲಕಾಲಕ್ಕೆ ನಾವೂ ನಮ್ಮ ಜೀವನವನ್ನು ಅದೃಷ್ಟದ ಕೈಯಲ್ಲಿಡಬಹುದು. ಆಗ ನಮ್ಮ ಬದುಕಿನಲ್ಲೂ ಒಂದಿಷ್ಟು ಸಾಹಸ/ ಹೊಸತನವನ್ನು ತಂದು, ನಮ್ಮ ವಿರಾಮದ ವೇಳೆಯನ್ನು ಊಹಿಸಬಹುದಾದ ಮಾದರಿಯಿಂದ ಹೊರತಂದು ವಿಭಿನ್ನ ಮತ್ತು ಅವಿಸ್ಮರಣೀಯವಾಗಿಸಬಹುದು.

ಒಂದು ಸಣ್ಣ ಅವಕಾಶವನ್ನೂ ನಿಮ್ಮ ಜೀವನಕ್ಕೆ ನೀವು ಬಿಟ್ಟುಕೊಡದೇ ಇದ್ದರೆ, ನಿಮ್ಮ ಅನುಭವಗಳು ಯಾವಾಗಲೂ ಏಕತಾನವಾಗಿ ಇರುತ್ತವೆ.

ಏಕತಾನತೆಯನ್ನು ತೊಡೆದುಹಾಕಲು, ಕೆಲವೊಮ್ಮೆ ಅದೃಷ್ಟದ ಪರೀಕ್ಷೆಗೆ ನಮ್ಮನ್ನು ಒಡ್ಡಿಕೊಳ್ಳಬಹುದು. ಬೇಕಿದ್ದರೆ ತಿಂಗಳಿಗೊಮ್ಮೆ. ಇನ್ನಷ್ಟು ಸರಳೀಕರಿಸಲು ಎರಡು ದಾಳಗಳು ಬದಲು ಒಂದೇ ದಾಳದೊಂದಿಗೆ ಆರಂಭಿಸಬಹುದು. ಈಗ ಆರು ಆಯ್ಕೆಗಳನ್ನು ಬರೆದಿಟ್ಟುಕೊಂಡು ಯಾವ ಆಯ್ಕೆಯನ್ನು ದಾಳವು ನಿರ್ದೇಶಿಸುತ್ತದೆಯೋ ಅದನ್ನೇ ಆಯ್ದುಕೊಳ್ಳಬಹುದು. ಅಂತಹುದೇ ಕೆಲವು ಉದಾಹರಣೆಗಳನ್ನು ನೋಡೋಣ.

1. ಒಂದು ಪುಸ್ತಕದ ಮಳಿಗೆಯಲ್ಲಿ, ಹಿಂದೆಂದೂ ನೀವು ಕೇಳರಿಯದ, ಆದರೆ ಯಾವುದೋ ಕಾರಣಗಳಿಗಾಗಿ ನಿಮ್ಮ ಗಮನ ಸೆಳೆದಿರುವ ಆರು ಪುಸ್ತಕಗಳನ್ನು ಆರಿಸಿಕೊಳ್ಳಿ. ಅವುಗಳಲ್ಲಿ ಯಾವ ಪುಸ್ತಕವನ್ನು ದಾಳ ನಿರ್ದೇಶಿಸುತ್ತದೆಯೋ ಅದನ್ನು ಆಯ್ದುಕೊಳ್ಳಿ. ಅದೃಷ್ಟದ ನಿಯಮದ ಪ್ರಕಾರ, ಆ ಪುಸ್ತಕವು ನೀವು ಓದಲೇಬೇಕಾದ ಕೆಲವು ಅಂಶಗಳನ್ನು ಒಳಗೊಂಡಿರುತ್ತದೆ- ಅದು ನಿಮ್ಮ ಜೀವನಕ್ಕೆ ಒಂದು ಸುಳಿವು ನೀಡುತ್ತದೆ.

2. ಒಂದು ರೆಸ್ಟೋರೆಂಟನ್ನು ಆರಿಸಿಕೊಳ್ಳುವಾಗಲೂ ಹಿಂದೆಂದೂ ಭೇಟಿ ನೀಡಿರದ, ಆರು ಸ್ಥಳಗಳ ಪೈಕಿ ಅದೇ ನಿಯಮದ ಮೂಲಕ ಒಂದನ್ನು ಆರಿಸಿ. ಯಾದೃಚ್ಛಿಕತೆಯನ್ನು ಇನ್ನೊಂದು ಹಂತದವರೆಗೆ ತೆಗೆದುಕೊಂಡು ಹೋಗಬೇಕೆಂದು ನೀವು ಬಯಸಿದರೆ, ರೆಸ್ಟೋರೆಂಟ್‌ನಲ್ಲಿ ಮೆನುವಿನ ಪ್ರತಿ ವಿಭಾಗದಲ್ಲಿಯೂ ನೀವು ದಾಳವನ್ನು ಬಳಸಬಹುದು, ಮೊದಲಿಗೆ, ನೀವು ಯಾವತ್ತೂ ತಿನ್ನದಿರುವ ಖಾದ್ಯಗಳನ್ನು ಕೈಬಿಟ್ಟಮೇಲೆ. ಆ ಮೂಲಕ ನಿಮ್ಮ ಊಟ ಅದೃಷ್ಟದ ಮೂಲಕವೇ ಆರಿಸಲ್ಪಟ್ಟಿದೆ ಎಂಬುದನ್ನು ಖುದ್ದು ಅನುಭವಿಸಿ.

ಯಾವುದೋ ಚಲನಚಿತ್ರ ನೋಡಬೇಕೆನಿಸಿದಾಗಲೂ, ವಾರಾಂತ್ಯದ ವಿಹಾರಕ್ಕಾಗಿ ಸ್ಥಳ ಆರಿಸುವಾಗಲೂ ಅಥವಾ ವಿರಾಮದ ಯಾವುದೇ ಚಟುವಟಿಕೆ ಮಾಡಬೇಕೆನಿಸಿದಾಗಲೂ ಇದೇ ನಿಯಮವನ್ನು ನೀವು ಪಾಲಿಸಬಹುದು. ತಿಂಗಳಿಗೊಂದು ಬಾರಿ, ಯಾವುದೇ ನಕಾರಾತ್ಮಕ

ಪರಿಣಾಮ ಬೀರದ ಯಾವುದೇ ತೀರ್ಮಾನ ಕೈಗೊಳ್ಳುವಾಗಲೂ ಹಾಗೆ ಮಾಡಬಹುದು. ಅದರಿಂದ ಇಚಿಗೊ ಇಚಿಯೆ ಜೀವನವನ್ನು ವಿಭಿನ್ನವಾಗಿ ಅನುಭವಿಸುವ ಅವಕಾಶ ನಿಮ್ಮದಾಗುತ್ತದೆ.

ಅರ್ಥಪೂರ್ಣ ಕಾಕತಾಳೀಯಗಳು

1992ರಲ್ಲಿ, ಪೌಲ್ ಆಸ್ಟರ್ 'ದಿ ರೆಡ್ ನೋಟ್‌ಬುಕ್' ಪ್ರಕಟಿಸಿದ. ಅದು 13 ನೈಜ ಕತೆಗಳ ಸಂಕಲನ. ಅವನ ಬದುಕಿನಲ್ಲಿ ನಡೆದ, ಕಾಕತಾಳೀಯ ಅಥವಾ ಸಿಂಕ್ರೊನಿಸಿಟಿ[6] ಅಂತಹ ಘಟನೆಗಳ ರೂಪದಲ್ಲಿ ಅದೃಷ್ಟವು ಪ್ರಮುಖ ಪಾತ್ರ ವಹಿಸಿದ ನೈಜ ಘಟನೆಗಳ ಕತೆಗಳವು.

ಅವುಗಳ ಪೈಕಿ ಒಂದರಲ್ಲಿ, ಬ್ರೂಕ್ಲಿನ್ ಲೇಖಕನು ಮೂರು ವರ್ಷಗಳ ಹಿಂದಿನ ಘಟನೆಯೊಂದನ್ನು ಮೆಲುಕು ಹಾಕುತ್ತಾನೆ. ಮೂರು ವರ್ಷಗಳ ಹಿಂದೆ ಒಂದು ದಿನ ಅವನಿಗೆ ತನ್ನ ಅಂಚೆಪೆಟ್ಟಿಗೆಯಲ್ಲಿ ಒಂದು ಪತ್ರ ಸಿಗುತ್ತದೆ. ಅದರಲ್ಲಿ ಸಿಯಾಟೆಲ್‌ನ ರಾಬರ್ಟ್ ಎಂ. ಮಾರ್ಗನ್ ಎಂಬಾತನ ವಿಳಾಸವಿರುತ್ತದೆ. ಅದನ್ನು ಅಂಚೆಗೆ ಕಳುಹಿಸಿದ್ದ ಮೂಲ ವ್ಯಕ್ತಿಗೇ ಅಂಚೆ ಸೇವೆಯವರು ಅದನ್ನು ಮರಳಿಸಿರುತ್ತಾರೆ. ಪತ್ರದ ಲಕೋಟೆಯ ಹಿಂಭಾಗದಲ್ಲಿ, ಪತ್ರ ಬರೆದವರ ಹೆಸರು, ವಿಳಾಸ ಸ್ಪಷ್ಟವಾಗಿ ಬರೆಯಲಾಗಿತ್ತು.

ತಾನಂತೂ ಅಂತಹ ವ್ಯಕ್ತಿಗೆ ಎಂದೂ ಪತ್ರ ಬರೆದೇ ಇಲ್ಲವಲ್ಲಾ ಎಂದುಕೊಳುತ್ತಾ, ಆಸ್ಟರ್ ಆ ಲಕೋಟೆಯನ್ನು ತೆರೆಯುತ್ತಾನೆ. ಅದರಲ್ಲಿ ಟೈಪ್ ಮಾಡಲಾದ ಪತ್ರವಿತ್ತು. ಪೌಲ್ ಆಸ್ಟರ್ ಎನ್ನುವ ವ್ಯಕ್ತಿಯು ಮಾರ್ಗನ್ ಎಂಬಾತನಿಗೆ ಬರೆದ ಪತ್ರವದು. ಅದರಲ್ಲಿ, ಸಮಕಾಲೀನ ಕಾದಂಬರಿಗಳ ಒಂದು ಕಾಲೇಜು ಕೋರ್ಸ್‌ನಲ್ಲಿ, ಆಸ್ಟರ್‌ನ ಒಂದು ಪುಸ್ತಕದ ಬಗ್ಗೆ ಮಾರ್ಗನ್‌ನ ಅನಿಸಿಕೆಗಳನ್ನು ಹೊಗಳಿ ಬರೆಯಲಾಗಿತ್ತು.

"ಅಬ್ಬರದ, ಆಡಂಬರದ ಶೈಲಿಯಲ್ಲಿ, ಫ್ರೆಂಚ್ ತತ್ವಜ್ಞಾನಿಗಳ ಉಲ್ಲೇಖಗಳಿಂದ ತುಂಬಿ, ಅಹಂಕಾರ ಮತ್ತು ಆತ್ಮತೃಪ್ತಿಯ ಸ್ವರವನ್ನೂ ಹೊರಹಾಕಿ ಆ ಪತ್ರವನ್ನು ಬರೆಯಲಾಗಿತ್ತು" ಎಂದು, 'ದಿ ರೆಡ್ ನೋಟ್‌ಬುಕ್'ನಲ್ಲಿ ನಿಜವಾದ ಪೌಲ್ ಆಸ್ಟರ್ ವಿವರಿಸಿದ್ದಾನೆ. "ಅದೊಂದು ಅವಹೇಳನಕಾರಿ ಪತ್ರವಾಗಿತ್ತು. ನಾನಂತೂ ಯಾರಿಗಾದರೂ ಹಾಗೆ ಬರೆಯುವುದನ್ನು ಕನಸಿನಲ್ಲಿಯೂ ಊಹಿಸಲಾರೆ. ಆದರೆ ಅದನ್ನು ನನ್ನ ಸಹಿಯೊಂದಿಗೆ ಬರೆಯಲಾಗಿತ್ತು".

ಆರಂಭದಲ್ಲಿ ಅದೊಂದು ಕಾಕತಾಳೀಯ ಎಂದು ಆಸ್ಟರ್ ಭಾವಿಸಿದರೂ ತಕ್ಷಣವೇ ಅದು ನಿಗೂಢ ಆಯಾಮವೊಂದನ್ನು ಪಡೆದುಕೊಂಡಿತು. ಆಸ್ಟರ್ ಎಂಬಾತನು ಮಾರ್ಗನ್ ಎಂಬಾತನಿಗೆ ಬರೆದಂತೆ ಮೇಲ್ನೋಟಕ್ಕೆ ಕಾಣುವ ಆ ಪತ್ರ, ತಪ್ಪಾದ ವಿಳಾಸಕ್ಕೆ ಹೋಗಿ ಮತ್ತೆ ಆಸ್ಟರ್‌ನ ಬಳಿ ಮರಳಿದೆ. ಪತ್ರ ಯಾರ ಕೈ ಸೇರಬೇಕಾಗಿತ್ತೋ ಅವನು ಮತ್ತು ಪತ್ರ ಬರೆದ ಆಸ್ಟರ್‌ನೆಂದು ಅಂದುಕೊಂಡಿರುವ ಲೇಖಕರು ಇಬ್ಬರೂ ಒಂದೇ ಆಗಿದ್ದರು.

ಈ ಕೀಟಲೆಯ ಕರ್ತೃವಿಗೆ ಆಸ್ಟರ್‌ನ ವಿಳಾಸ ಹೇಗೆ ತಿಳಿಯಿತು? ಆಸ್ಟರ್‌ನ ಗುರುತನ್ನು ತಾನು ಕಸಿದುಕೊಂಡಿದ್ದೇನೆ ಎಂದು ತಿಳಿಯಪಡಿಸಲು ಅವನಿಗೆ ಇದ್ದ ಉದ್ದೇಶವೇನು?

'ನ್ಯೂಯಾರ್ಕ್ ಟ್ರೈಲಾಜಿ'ಯ ಕರ್ತೃವಿಗೆ ಈ ನಿಗೂಢವನ್ನು ಎಂದಿಗೂ ಬಗೆಹರಿಸಲಾಗಲಿಲ್ಲ. ಆದರೆ, "ಆ ಪತ್ರವನ್ನು ತಿರಸ್ಕರಿಸಲು ತನಗೆ ಸಾಧ್ಯವಾಗಲಿಲ್ಲ ಹಾಗೂ ಅದನ್ನು ಪ್ರತಿ ಬಾರಿ ನೋಡಿದಾಗಲೂ ತನಗೆ ಒಂಥರಾ ತಣ್ಣಗಾದಂತೆ ಆಗುತ್ತದೆ" ಎಂದು ಅವರು ತಮ್ಮ

---

[6]ಸಿಂಕ್ರೊನಿಸಿಟಿ–ಏಕಕಾಲಕ್ಕೆ ಸಂಭವಿಸಿರುವ ಘಟನೆಗಳು, ಅವು ಗಮನಾರ್ಹವಾಗಿ ಸಂಬಂಧಿಸಿರುತ್ತವೆ ಆದರೆ ಸ್ಪಷ್ಟವಾದ ಸಾಂದರ್ಭಿಕ ಸಂಪರ್ಕವನ್ನು ಹೊಂದಿರುವುದಿಲ್ಲ.

'ಕಾಕತಾಳೀಯಗಳ' ಕುರಿತ ಪುಸ್ತಕದಲ್ಲಿ ಒಪ್ಪಿಕೊಂಡಿದ್ದಾರೆ. ಆದರೂ, ತಾವು ತಮ್ಮ ಡೆಸ್ಕ್‌ನ ಮೇಲೆ ಇರರ ವಸ್ತುಗಳಂತೆ ಅದನ್ನೂ ಇರಿಸಿದ್ದಾಗಿಯೂ ಅವರು ಖಚಿತಪಡಿಸುತ್ತಾರೆ: "ಬಹುಶಃ ಅದು 'ನನಗೆ ಏನೂ ಗೊತ್ತಿಲ್ಲ' ಎಂಬುದನ್ನು ನನಗೆ ನೆನಪಿಸಿಕೊಡುತ್ತದೆ, 'ನಾನು ಬದುಕುತ್ತಿರುವ ಜಗತ್ತು ನನ್ನಿಂದ ತಪ್ಪಿಸಿಕೊಳ್ಳುತ್ತಲೇ ಹೋಗುತ್ತದೆ' ಎಂಬುದನ್ನು ನನಗೆ ನೆನಪಿಸಿಕೊಡುತ್ತದೆ".

ಸಿನ್ಕ್ರೊನಿಸಿಟಿ(Synchronicity): ಆ ಕ್ಷಣದ ಸಂದೇಶ

ಸಿನ್ಕ್ರೊನಿಸಿಟಿ (Synchronicity) ಎಂಬ ಪದವನ್ನು ಮೊದಲು ಬಳಸಿದ್ದು ಕಾರ್ಲ್ ಯಂಗ್. ಅವರು ಇತರ ಎಷ್ಟೋ ಪರಿಕಲ್ಪನೆಗಳ ಜೊತೆಗೆ ಇದರ ಬಗ್ಗೆಯೂ ಸಹ ಹೇಳಿದ್ದಾರೆ. ಸಿನ್ಕ್ರೊನಿಸಿಟಿ ಎಂದರೆ ಎರಡು ಅಥವಾ ಮೂರು ಘಟನೆಗಳು ಏಕಕಾಲಕ್ಕೆ ಘಟಿಸುವುದು, ಅವುಗಳಲ್ಲಿ ಒಂದಕ್ಕೊಂದು ಕಾರಣ-ಪರಿಣಾಮದ ಸಂಬಂಧವಿರುವುದಿಲ್ಲ ಆದರೆ ಅವುಗಳ ನಡುವೆ ಪರಸ್ಪರ ಸ್ಪಷ್ಟವಾದ ಸಂಬಂಧವಿರುತ್ತದೆ ಎಂದು ಅವರು ಉಲ್ಲೇಖಿಸಿದ್ದಾರೆ. ಇದಕ್ಕೆ ಹತ್ತಿರದ ಕನ್ನಡ ಪದ 'ಕಾಕತಾಳೀಯ'.

ನಾವು ಸಾಮಾನ್ಯವಾಗಿ ಗಮನಿಸದ ವಿಷಯಗಳತ್ತ ನಮ್ಮ ಗಮನ ಸೆಳೆಯಲು ಕೆಲವೊಮ್ಮೆ ಅದೃಷ್ಟ ನಮ್ಮೊಂದಿಗೆ ಆಟವಾಡಿದ ಹಾಗೆ. ಕಾಕತಾಳೀಯದ ಕೆಲವು ದೈನಂದಿನ ಉದಾಹರಣೆಗಳು ಇಲ್ಲಿವೆ:

- ನಿಮ್ಮ ತಲೆಗೆ ಏಕಾಏಕಿ ಯಾವುದೋ ಒಂದು ರಾಗ ಹೊಳೆಯುತ್ತದೆ. ಅದೇ ಹೊತ್ತಿಗೆ, ನಿಮ್ಮ ಮುಂದೆ ಕುಳಿತ ವ್ಯಕ್ತಿ ಆ ರಾಗವನ್ನು ಹಾಡತೊಡಗುತ್ತಾರೆ.
- ನೀವು ಆ ಕ್ಷಣ ಬಹಳ ದಿನಗಳಿಂದ ನೆನಪಿಸಿಕೊಳ್ಳದಿದ್ದ ವ್ಯಕ್ತಿಯ ಬಗ್ಗೆ ಯೋಚಿಸುತ್ತೀರಿ, ಏಕಾಏಕಿ ಅದೇ ಕ್ಷಣ ಆತ ನಿಮಗೆ ಫೋನ್ ಕರೆ ಮಾಡುತ್ತಾರೆ.

ಆಕಸ್ಮಿಕವಾಗಿ ಏಕಾಏಕಿ ಅದೃಷ್ಟವಶಾತ್ ಘಟಿಸುವ ಈ ಸಂಗತಿಗಳ ನಡುವೆ ಸಂಬಂಧ ಕಲ್ಪಿಸದೇ ಇರಲು ಸಾಧ್ಯವೇ ಇಲ್ಲ. ಅವು ನಮ್ಮ ಗಮನ ಸೆಳೆಯಲೆಂದೇ ಘಟಿಸಿದಂತಿರುತ್ತವೆ.

ಯಂಗ್ ಪ್ರಕಾರ, ಕಾಕತಾಳೀಯಗಳು ಒಬ್ಬ ವ್ಯಕ್ತಿಯ ಪ್ರಾಮುಖ್ಯತೆಯನ್ನು ಅಥವಾ ನಾವು ಸಾಮಾನ್ಯವಾಗಿ ಗಮನಿಸದೇ ಇರುವ ವಿವರವನ್ನು ನಮ್ಮ ಗಮನಕ್ಕೆ ತರುವ ಉದ್ದೇಶ ಹೊಂದಿರುತ್ತವೆ. ಅವನು ತನ್ನ ಕ್ಲಿನಿಕಲ್ ಅನುಭವದ ಈ ಉದಾಹರಣೆಯನ್ನು ಕೊಡುತ್ತಾರೆ:

ನಾನು ಚಿಕಿತ್ಸೆ ಕೊಡುತ್ತಿದ್ದ ಒಬ್ಬ ಯುವತಿಗೆ ಬಿದ್ದ ಕನಸಿನಲ್ಲಿ ಚಿನ್ನದ ಜೀರುಂಡೆ ಸಿಕ್ಕಿರುತ್ತದೆ. ಈ ಕನಸಿನ ಬಗ್ಗೆ ಅವಳು ನನ್ನಲ್ಲಿ ಹೇಳುವಾಗ, ನಾನು ಕಿಟಕಿಯೊಂದಕ್ಕೆ ಒರಗಿ ಕುಳಿತಿದ್ದೆ. ತಕ್ಷಣ ನನ್ನ ಬೆನ್ನ ಹಿಂದಿನಿಂದ, ಮೆತ್ತಗೆ ಬಡಿದಂತೆ ಸದ್ದು ಕೇಳಿಸಿತು. ನಾನು ತಿರುಗಿನೋಡಿದರೆ, ಒಂದು ಕೀಟವು ಕಿಟಕಿಯ ಚೌಕಟ್ಟಿಗೆ ತನ್ನ ರೆಕ್ಕೆಯನ್ನು ಬಡಿಯುತ್ತಿತ್ತು. ನಾನು ಕಿಟಕಿ ತೆರೆದಾಗ ಗಾಳಿಯಲ್ಲಿ ತೇಲಾಡುತ್ತಾ ಅದು ಒಳಬರಲು ಯತ್ನಿಸುತ್ತಿತ್ತು. ನಮ್ಮ ಅಕ್ಷಾಂಶ(ಲೆಟಿಟ್ಯೂಡ್)ಗಳಲ್ಲಿ ಕಂಡುಬರುವ ಗೋಲ್ಡನ್ ಸ್ಕಾರಬ್ (ಜೀರುಂಡೆ)ಯ ತದ್ರೂಪ ಅದಾಗಿತ್ತು. ಸ್ಕರಾಬೈಡ್ ಜೀರುಂಡೆ ತನ್ನ ಸಹಜ ವಾಸಸ್ಥಾನಕ್ಕೆ ವಿರುದ್ಧವಾಗಿ, ಈ ಕತ್ತಲ ಕೋಣೆಯೊಳಗೆ ಪ್ರವೇಶಿಸಲು ಆ ಕ್ಷಣ ಹವಣಿಸುತ್ತಿತ್ತು.

ಈ ಕಾಕತಾಳೀಯ ಘಟನೆಯಿಂದಾಗಿ ರೋಗಿಯ ಚಿಕಿತ್ಸೆಯಲ್ಲಿ ಆ ಕನಸು ಮಹತ್ವದ ಪಾತ್ರ ವಹಿಸುತ್ತದೆ ಹಾಗೂ ತಿಳಿದುಕೊಳ್ಳಬೇಕಾದ ಯೋಗ್ಯ ಸುಳಿವುಗಳನ್ನೂ ನೀಡುತ್ತದೆ ಎಂದು ಯಂಗ್‌ಗೆ ಅರಿವಾಯಿತು.

ಪ್ರಜ್ಞಾಪೂರ್ವಕ ಚಮತ್ಕಾರಕ್ಕೆ ಒಂದು ಸಾಧನ

ಕೆಲವರು ಅನೇಕ ಅರ್ಥಪೂರ್ಣ ಕಾಕತಾಳೀಯಗಳನ್ನು ಅನುಭವಿಸಿದರೆ ಇತರರು ಅದರಿಂದ ವಿನಾಯಿತಿ ಪಡೆದಂತೆ ತೋರುತ್ತಾರೆ. ಏಕೆ?

ಇದು ಮುಖ್ಯವಾಗಿ ಗಮನದ ಮೇಲೆ ಅವಲಂಬಿತವಾಗಿರುತ್ತದೆ. ಕಾಕತಾಳೀಯಗಳನ್ನು ನಾವು ಕಂಡುಕೊಂಡಾಗ, ನಾವು ಅವುಗಳಿಗೆ ಹೆಚ್ಚು ಸೂಕ್ಷ್ಮ ಸಂವೇದಿಗಳೂ ಆಗುತ್ತೇವೆ, ಮತ್ತು ಅವುಗಳನ್ನು ಕೂಲಂಕಷವಾಗಿ ಗಮನಿಸಲೂ ಶುರು ಮಾಡುತ್ತೇವೆ. ಹಾಗಾಗಿ ಇಂಥವುಗಳನ್ನು ಇನ್ನಷ್ಟು ಪತ್ತೆ ಹಚ್ಚಲು ಇದು ನೆರವಾಗುತ್ತದೆ. ಆಕಸ್ಮಿಕವಾಗಿ ನಮಗೆ ಕಳುಹಿಸಲಾದ ಈ ಸೂಕ್ಷ್ಮ ಸಂದೇಶಗಳು, ನಾವು ವಿವಿಧ ರೀತಿಯಲ್ಲಿ ಬೆಳೆಸಿಕೊಳ್ಳಬಹುದಾದ ಪ್ರಜ್ಞಾಪೂರ್ವಕ **ಚಮತ್ಕಾರಕ್ಕೆ** ಸಾಧನವಾಗಿವೆ:

- ನಮ್ಮ ಸುತ್ತ ಏನಾಗುತ್ತದೆಯೋ ಅದರ ಬಗ್ಗೆ ಹೆಚ್ಚು ಗಮನ ಕೊಡುವುದು: ಇತರರೊಂದಿಗಿನ ಭೇಟಿ, ಮಾತುಕತೆಗಳು, ಪುಸ್ತಕಗಳು, ಚಲನಚಿತ್ರಗಳು... ಸಾಮಾನ್ಯವಾಗಿ ದೈನಂದಿನ ವಿವರಗಳಲ್ಲಿ ಕಾಕತಾಳೀಯಗಳು ಮುಚ್ಚಿಹೋಗಿರುತ್ತವೆ. ಇದರರ್ಥ, ಅವುಗಳನ್ನು ಕಂಡುಕೊಳ್ಳಲು ಹೆಚ್ಚು ಕುತೂಹಲಕಾರಿ ಮತ್ತು ಗಮನಿಸುವ ದೃಷ್ಟಿಕೋನದ ಅಗತ್ಯ ಇರುತ್ತದೆ.
- ಒಂದು ದಿನಚರಿಯನ್ನು ಇಟ್ಟುಕೊಳ್ಳುವುದು. ನಮ್ಮ ದೈನಂದಿನ ಅನುಭವಗಳನ್ನು ಬರೆದಿಟ್ಟುಕೊಳ್ಳುತ್ತಾ ಹೋಗುವುದರಿಂದಾಗಿ ವಾಸ್ತವಗಳ ಸೂಕ್ಷ್ಮಾತಿಸೂಕ್ಷ್ಮತೆ ಬಗ್ಗೆ ನಾವು ಹೆಚ್ಚು ಹೆಚ್ಚು ಜಾಗೃತರಾಗಿರುತ್ತೇವೆ ಹಾಗೂ ಅದೃಷ್ಟದ ಮಾರ್ಮಿಕ ಸಂದೇಶಗಳನ್ನು ಹೇಗೆ ಗ್ರಹಿಸಬೇಕು ಎಂಬುದರತ್ತ ನಾವು ತರಬೇತುಗೊಳ್ಳುತ್ತಾ ಹೋಗುತ್ತೇವೆ. ಮನಃಶಾಸ್ತ್ರಜ್ಞ ಸ್ಟಾನಿಸ್ಲಾವ್ ಗ್ರೋಫ್ ಅವರ ಅಭಿಪ್ರಾಯದ ಪ್ರಕಾರ, ಕಾಕತಾಳೀಯದ ಯಾವುದೋ ಒಂದು ನಿದರ್ಶನವನ್ನು ನಾವು ಗಮನಿಸಿದರೆ, ಅದೊಂದು ಕನಸೋ ಎಂಬಂತೆ ಅರ್ಥೈಸಿಬಿಡುತ್ತೇವೆ.
- ಕ್ರಿಯಾಶೀಲ ವ್ಯಕ್ತಿಗಳ ಜೊತೆಗೆ ಮಾತನಾಡುವುದು. ಬೆಳವಣಿಗೆಯ ಕ್ಷಣವನ್ನು ಅನುಭವಿಸುವ ಜನರ ಇಲ್ಲವೇ ಉನ್ನತವಾದ ಕ್ರಿಯಾಶೀಲತೆಯುಳ್ಳವರ ಬದುಕಿನಲ್ಲಿ ಕಾಕತಾಳೀಯಗಳು ಪದೇಪದೇ ಎದುರಾಗುತ್ತವೆ ಎಂದು ಯಂಗ್ ಪ್ರತಿಪಾದಿಸಿದ್ದಾರೆ. ನಾವು ಗಮನಿಸದೇ ಇರುವ ಎಷ್ಟೋ ಸಂಗತಿಗಳನ್ನು ಅವರು ನಮಗೆ ತೋರಿಸಿಕೊಡುವ ಕಾರಣ ಅಂತಹ ಜನರೊಂದಿಗೆ ಸಮಯ ಕಳೆಯುವುದರಿಂದ ನಮ್ಮ ಅಲೋಚನೆಗಳನ್ನು, ದಿಕ್ಕನ್ನು ಇನ್ನಷ್ಟು ಸೂಕ್ಷ್ಮವಾಗಿ ಸರಿಪಡಿಸಿಕೊಳ್ಳಲು ಸಾಧ್ಯವಾಗಬಹುದು.
- ಧ್ಯಾನದ ಅಭ್ಯಾಸ. ಕಾಕತಾಳೀಯಗಳನ್ನು ಸುಲಭವಾಗಿ ಗುರುತಿಸಲು ಇದು ನಮಗೆ ನೆರವಾಗಬಹುದು. ಏಕೆಂದರೆ ಅದು ಈ ಕ್ಷಣದ ಬಗ್ಗೆ, ಎಲ್ಲಿ ಕಾಕತಾಳೀಯಗಳು ಸಂಭವಿಸುತ್ತವೆ, ಜಾಗೃತರಾಗಿರುವಂತೆ ಮಾಡುವುದರ ಜತೆಗೆ ನಮ್ಮ ಗ್ರಹಿಕೆಯ ವ್ಯಾಪ್ತಿಯನ್ನೂ ಹಿಗ್ಗಿಸುತ್ತದೆ.

ಬಿಕ್ಕಟ್ಟು ಮತ್ತು ರೂಪಾಂತರಣದ ಕ್ಷಣಗಳು ಸಿನ್ಕ್ರೊನಿಸಿಟಿ/ಕಾಕತಾಳೀಯಕ್ಕೆ ಫಲವತ್ತಾದ ನೆಲವಾಗಿದೆ ಎಂದು ಯಂಗ್ ಪ್ರತಿಪಾದಿಸಿದ್ದಾರೆ. ಏಕೆಂದರೆ, ಈ ಸಮಯಗಳಲ್ಲಿ, ವಿಧಿಯು ನಮಗೆ ರವಾನಿಸುವ ಸಂದೇಶ/ಸೂಚನೆಗಳ ಬಗ್ಗೆ ನಾವು ಹೆಚ್ಚು ಜಾಗೃತರಾಗಿರುತ್ತೇವೆ. ಈ ನಿಟ್ಟಿನಲ್ಲಿ, ಇಂತಹ ಎಷ್ಟೋ ವಿಶೇಷ ಕ್ಷಣಗಳನ್ನು ನಾವು ಅನುಭವಿಸುತ್ತಾ ಹೋದಂತೆ, ನಾವು ಸರಿಯಾದ ದಾರಿಯಲ್ಲಿಯೇ ಸಾಗುತ್ತಿದ್ದೇವೆ ಎಂದು ಜೀವನವು ನಮಗೆ ತಿಳಿಸುತ್ತಿದೆ ಎಂಬಂತಾಗುತ್ತದೆ.

II

ಇಚಿಗೊ ಇಚಿಯೆಯನ್ನು ಜೀವಿಸುವುದು

ಗಮನದ ಸಮಾರಂಭ/ ಕೂಟ

ಚನೊಯು(ಶಾಬ್ದಿಕ ಅರ್ಥದಲ್ಲಿ- ಚಹಾ ಕುಡಿಯುವುದು) ಎಂದು ಕರೆಯಲಾಗುವ ಜಪಾನಿನ ಚಹಾ ಸಮಾರಂಭವು (ಕೂಟ) ಪುನರುಜ್ಜೀವನಗೊಳಿಸುವ ಪೇಯವನ್ನು ಕುಡಿಯುವ ಅತ್ಯಾಧುನಿಕ ಆಚರಣೆಗಿಂತಲೂ ಅಕ್ಷರಶಃ ಹೆಚ್ಚಿನದು.

ನಮ್ಮ ಪಂಚೇಂದ್ರಿಯಗಳನ್ನು (ಅವುಗಳ ಬಗ್ಗೆ ಮುಂದಿನ ಅಧ್ಯಾಯಗಳಲ್ಲಿ ತಿಳಿದುಕೊಳ್ಳಲಿದ್ದೇವೆ) ಹದಗೊಳಿಸುವ ಕೂಟ ಅದಾಗಿರುತ್ತದೆ. ಹೇಗೆಂದರೆ:

- ರುಚಿ. ನಮಗೆ ನೀಡಲಾಗಿರುವ ಚಹಾ ಅತ್ಯುನ್ನತ ಗುಣಮಟ್ಟದ್ದು. ಯಕಃಶ್ಚಿತ್, ಒಂದು ಕಪ್ ಮೂಲಸ್ವಾದದ ಚಹಾ ಸೇವಿಸಲಾಗುತ್ತದೆ ಮತ್ತು, ಎಷ್ಟೋ ಹೊತ್ತು ಅದರ ಸ್ವಾದ ನಮ್ಮಲ್ಲಿ ಉಳಿದಿರುತ್ತದೆ.
- ಸುವಾಸನೆ. ಅದರಲ್ಲಿ ಮಿಳಿತವಾಗಿರುವ ಸುವಾಸನೆಯು, ತೀವ್ರ ಮತ್ತು ಪರಿಮಳಭರಿತವಾಗಿರುತ್ತದೆ. ಸಮಾರಂಭದಲ್ಲಿ ನೀಡುವ ಸಿಹಿತಿನಿಸುಗಳ ಸುವಾಸನೆಗಳಷ್ಟೇ ಇದೂ ಮುಖ್ಯ. ಒಂದು ವೇಳೆ ಸಾಂಪ್ರದಾಯಿಕ ಚಹಾಮನೆಯಲ್ಲಿ ಸಮಾರಂಭ ಏರ್ಪಾಡಾದರೆ, ಸೌದೆಯ ಸುವಾಸನೆ, ಕೈತೋಟದ ತೇವಭರಿತ ಮಣ್ಣಿನ ಸುವಾಸನೆ ಮತ್ತು ಮರಗಳ ಸುವಾಸನೆಯೂ ಸಮಾರಂಭದ ಭಾಗವಾಗಿ ನಾವು ಅನುಭವಿಸುತ್ತೇವೆ.
- ನೋಟ. ಚಹಾ ಸೆಟ್‌ಗಳು(ಚಹಾಗೆ ಉಪಯೋಗಿಸುವ ಕಪ್‌ಗಳ ಮತ್ತು ಕೆಟಲ್‌ನ ಗುಂಪು) ವಿಶೇಷವಾಗಿ ಅವುಗಳ ಸರಳತೆಯಿಂದ ಚಂದ ಕಾಣುತ್ತವೆ. ಸಾಂಪ್ರದಾಯಿಕ ಸಮಾರಂಭದ ಭಾಗವೆಂದು ಅದಕ್ಕೆ ವಿಶೇಷ ಮೆಚ್ಚುಗೆ ಮತ್ತು ಹೊಗಳಿಕೆ ಸಿಗುತ್ತದೆ. ಟೀ ಮಾಸ್ಟರ್‌ನ ಸೌಮ್ಯ ಚಲನ-ವಲನವು ಇಡೀ ಆಚರಣೆಯಲ್ಲಿ ಒಂದು ನೃತ್ಯ ಸಂಯೋಜನೆಯಂತೆ ಕಾಣುವ ಕಾರಣ ಅದೂ ಕಣ್ಣಿಗೆ ಹಬ್ಬವೇ ಆಗಿರುತ್ತದೆ.
- ಸ್ಪರ್ಶ. ನಿಮ್ಮ ತುಟಿಯನ್ನು ಸ್ಪರ್ಶಿಸುವುದಕ್ಕೂ ಮೊದಲು ಚಹಾ ಕಪ್‌ಅನ್ನು ಕೈಯಲ್ಲಿ ಹಿಡಿಯುತ್ತೀರಲ್ಲ ಆಗ ಈ ನಾಲ್ಕನೇ ಇಂದ್ರಿಯ ಚುರುಕುಗೊಂಡು, ಚನೊಯು ಮೂಲಕ ಮನೆಯೊಳಗಿನ ಪ್ರಶಾಂತತೆಯ ಜೊತೆಗಿನ ಸಂಪರ್ಕವನ್ನು ಸಂಕೇತಿಸುತ್ತದೆ.

- ಶಬ್ದ. ನಮ್ಮ ಸುತ್ತಲೂ ಮರಗಳಿದ್ದರೆ ಎಲೆಗಳ ಮರ್ಮರ ಕೇಳಿಸಬಹುದು. ಅಲ್ಲದೆ, ಆಧುನಿಕ ಚಹಾ ಕೂಟದಲ್ಲಿ ಪಾಲ್ಗೊಳ್ಳುವವರು ಅತ್ಯಂತ ಗಮನವಿಟ್ಟು ಮಾತನಾಡುತ್ತಾ, ಹೆಚ್ಚು ಸೂಕ್ಷ್ಮವಾಗಿ ಆಲಿಸುತ್ತಾ ಇರುತ್ತಾರೆ. ಇದು ಒಂದು ಶಿಷ್ಟಾಚಾರ, ಇದರ ಬಗ್ಗೆ ನಾವು ನಂತರ ಕಂಡುಕೊಳ್ಳುತ್ತೇವೆ.

ನಮ್ಮ ಪಂಚೇಂದ್ರಿಯಗಳ ಮೇಲೆ ಗಮನವಿಡಬೇಕು ಹಾಗೂ ಪ್ರಸ್ತುತದಲ್ಲಿ ನಮ್ಮನ್ನು ನಾವು ಇರಿಸಬೇಕು, ಆ ಮೂಲಕ ಕೂಟವನ್ನು, ಚಹಾ ಸೇವನೆಗಿಂತಲೂ ಹೆಚ್ಚಿನದಾದ ಒಂದು ಕಲೆಯಾಗಿ ಮಾರ್ಪಡಿಸಬೇಕು ಎಂಬುದರ ಸೂಚನೆಯೇ ಚನೊಯು.

ಈಗ ನಮಗೆ ಕಾಲವನ್ನು ಸ್ಥಗಿತಗೊಳಿಸುವುದು ಹೇಗೆ ಎಂಬುದು ತಿಳಿದಿದೆ. ಹಾಗಾಗಿ, ಈ ಸೂಕ್ಷ್ಮ ಕಲೆ ಅಸ್ತಿತ್ವಕ್ಕೆ ಬಂದದ್ದು ಹೇಗೆ ಎಂಬುದನ್ನು ತಿಳಿದುಕೊಳ್ಳುವ ಸಲುವಾಗಿ ನಾವು ಭೂತಕಾಲಕ್ಕೆ ಸ್ವಲ್ಪ ಪ್ರಯಾಣ ಮಾಡೋಣ.

ರಾಕು ಮತ್ತು ಕಿನ್‌ತ್ಸುಗಿ

ಹದಿನಾರನೇ ಶತಮಾನದಲ್ಲಿ, ಸೆನ್ ಸೊ ರಿಕ್ಯು ಎಂಬ ಟೀ ಮಾಸ್ಟರ್, ಚಹಾ ಕೂಟದ ಕೊಠಡಿಯನ್ನು ಎರಡೇ ಟಟಾಮಿ ನೆಲಹಾಸಿಗೆಗೆ ಇಳಿಸುವ ಮೂಲಕ, ಕೊಠಡಿಯ ವಿನ್ಯಾಸದಲ್ಲಿ ಕ್ರಾಂತಿಯನ್ನೇ ಉಂಟು ಮಾಡಿದರು. ಈ ಆಚರಣೆಯಲ್ಲಿ ಬಳಸುವ ಪಾತ್ರೆಗಳ ಅಭಿಜ್ಞರೇ ಆಗಿದ್ದರು ಅವರು. ಆಗಿನ ದಿನಗಳಲ್ಲಿ ಬಹುತೇಕ ಪಾತ್ರೆಗಳನ್ನು ಚೀನಾದಿಂದ ಆಮದು ಮಾಡಿಕೊಳ್ಳಲಾಗುತ್ತಿತ್ತು.

ತಮ್ಮ ಜ್ಞಾನದ ನೆಲೆಯಲ್ಲಿ, ಹೊಸ ಬಗೆಯ ಚಹಾ ಕಪ್ ಅನ್ನು ತಯಾರಿಸಲು ರಿಕ್ಯು ತೀರ್ಮಾನಿಸಿದರು. ಅದರ ಹೆಸರು ರಾಕು. ಗೆಳೆಯನಾದ ಟನಕ ಚೋಜೀರೊ ಜೊತೆಗೂಡಿ ಅವರು, ಚೀನಾದ ಕಪ್‌ಗಿಂತಲೂ ಸಾದಾ ಸೀದಾ ಸರಳವಾಗಿದ್ದ ಕಪ್‌ವೊಂದನ್ನು ವಿನ್ಯಾಸ ಮಾಡಿಬಿಟ್ಟರು. ಈ ಕಪ್‌ಗಳ ಸೌಂದರ್ಯ ಇದ್ದುದೇ ಅವುಗಳ ಸರಳತೆಯಲ್ಲಿ.

ರಿಕ್ಯುನ ಚಹಾ ಕೊಠಡಿ ಮತ್ತು ರಾಕುನ ವಿನ್ಯಾಸ, ಇವೆರಡೂ ಈಗ ನಾವು ಕಾಣುವ ಜಪಾನಿನ ಸೌಂದರ್ಯಪ್ರಜ್ಞೆಗೆ ಅಡಿಪಾಯವಾಯಿತು.

ಈ ಸೌಂದರ್ಯಪ್ರಜ್ಞೆಯ ಮತ್ತೊಂದು ಪ್ರಮುಖ ಪರಿಕಲ್ಪನೆಯನ್ನು ನಾವು ಅದೇ ಅವಧಿಯಲ್ಲಿ ನೋಡಬಹುದು– ಅದು ಕಿನ್‌ತ್ಸುಗಿ; ಕಿನ್‌ತ್ಸುಕುರೊಯಿ ಎಂದೂ ಕರೆಯುತ್ತಾರೆ. ಇದು ಮಾನವ ಆತ್ಮಕ್ಕೆ ಆಳವಾದ ಮಹತ್ವವನ್ನು ಹೊಂದಿದೆ. ಕಿನ್‌ತ್ಸುಗಿ ಎಂಬುದು, ಮೆರುಗು ನೀಡುವ ದ್ರಾವಣ (ವಾರ್ನಿಶ್) ಮತ್ತು ಚಿನ್ನದ ಪುಡಿಯನ್ನು ಬಳಸಿ ಪಿಂಗಾಣಿಗಳನ್ನು ರಿಪೇರಿ ಮಾಡುವ ಜಪಾನಿ ಕಲೆ.

> ಕಿನ್‌ತ್ಸುಗಿಯನ್ನು ಜಪಾನಿ ಭಾಷೆಯಲ್ಲಿ ಹೀಗೆ ಬರೆಯುತ್ತಾರೆ:
>
> ಕಿನ್: ಚಿನ್ನ
>
> ತ್ಸುಗಿ: ಎರಡು ತುಂಡುಗಳನ್ನು ರಿಪೇರಿ ಮಾಡುವುದು ಅಥವಾ ಜೋಡಿಸುವುದು.

ಮುರಿದ ಪಿಂಗಾಣಿಗಳನ್ನು ರಿಪೇರಿ ಮಾಡುವ ಕಲೆ ಅದಾಗಲೇ ಚೀನಾದಲ್ಲಿ ಪರಿಚಿತವಾಗಿತ್ತು. ಝಾಂಗ್ ಯಿಮೊ ಅವರ ಗ್ರಾಮೀಣ ಸಿನಿಮಾ 'ದಿ ರೋಡ್ ಹೋಮ್'ನಲ್ಲಿ ಅದನ್ನು ಕಾಣಬಹುದು. ಹಳ್ಳಿ ಹುಡುಗಿ ಮತ್ತು ನಗರದಲ್ಲಿ ಓದಿದ ಸುಶಿಕ್ಷಿತ ಶಾಲಾ ಶಿಕ್ಷಕನ ನಡುವಿನ ಪ್ರೇಮ ಕತೆಯನ್ನು ಒಳಗೊಂಡ ಸಿನಿಮಾ ಅದು.

ಆ ತರುಣಿಗೆ, ಅಡುಗೆಯ ಮೂಲಕ ಬಿಟ್ಟರೆ, ತನ್ನ ಪ್ರೀತಿಯನ್ನು ವ್ಯಕ್ತಪಡಿಸಲು ಬೇರಾವ ಮಾರ್ಗವೂ ಗೊತ್ತಿರುವುದಿಲ್ಲ. ಆ ಶಿಕ್ಷಕನಿಗೆ ಆಕೆ ಊಟ ಸಿದ್ಧಪಡಿಸುವ ಪಿಂಗಾಣಿ ಬಟ್ಟಲು ಒಂದು ದಿನ ರಸ್ತೆಯಲ್ಲಿ ಬಿದ್ದು ಒಡೆದುಹೋಗುತ್ತದೆ. ಅಷ್ಟೊಂದು ಭಾವುಕ ನಂಟು ಹೊಂದಿದ್ದ ಆ ಪಿಂಗಾಣಿ ಬಟ್ಟಲು ಒಡೆದುಹೋದುದರಿಂದ ಆಕೆ ತಲ್ಲಣಗೊಳ್ಳುತ್ತಾಳೆ. ಆದರೆ, ಆಕೆ ಒಬ್ಬ ಕುಶಲಕರ್ಮಿಯನ್ನು ಭೇಟಿಯಾಗುತ್ತಾಳೆ. ಪೂರ್ವಜರ ಕಾಲದಿಂದ ಪಾಲಿಸುತ್ತಿದ್ದ ಆದರೆ ಈಗ ಅಳಿವಿನ ಅಂಚಿನಲ್ಲಿದ್ದ ಪಿಂಗಾಣಿ ಪಾತ್ರೆಗಳ ರಿಪೇರಿ ಮಾಡುವ ಪದ್ಧತಿಯಲ್ಲಿ ಆತ ಪರಿಣಿತನಿದ್ದ. ಆ ಕುಶಲಕರ್ಮಿ ಇತರ ಲೋಹದ ನೆರವಿನಿಂದ ಪಿಂಗಾಣಿಯನ್ನು ರಿಪೇರಿ ಮಾಡುತ್ತಿದ್ದ. ಆ ತರುಣಿಯು ತನ್ನ ಪ್ರೀತಿಯ ದ್ಯೋತಕವಾದ ಪಿಂಗಾಣಿ ಬಟ್ಟಲನ್ನು ಆ ಕುಶಲಕರ್ಮಿಯ ಮೂಲಕ ರಿಪೇರಿ ಮಾಡಿಸುತ್ತಾಳೆ.

ಜಪಾನಿ ಸಂಸ್ಕೃತಿಯು ಚೀನೀ ಸಂಪ್ರದಾಯಗಳನ್ನು ಮರುರೂಪಿಸುವ ಮೂಲಕ– ಕೆಲವೊಮ್ಮೆ ಇನ್ನಷ್ಟು ವ್ಯವಹಾರ ನೈಪುಣ್ಯದಿಂದ– ತನ್ನ ವೈಶಿಷ್ಟ್ಯತೆಯನ್ನು ಕಾಯ್ದುಕೊಂಡಿದೆ. ಇದೂ ಹಾಗೆಯೇ.

ದಂತಕತೆಯ ಪ್ರಕಾರ, ಐದು ಶತಮಾನಗಳ ಹಿಂದೆ, ನಿರಂಕುಶ ದೊರೆ ಅಶಿಕಾಗ ಯೋಶಿಮಾ, ತನ್ನ ನೆಚ್ಚಿನ, ಆದರೆ ಮುರಿದುಹೋಗಿದ್ದ, ಎರಡು ಚಹಾ ಕಪ್‌ಗಳನ್ನು ಚೀನಾಕ್ಕೆ ಕಳುಹಿಸುತ್ತಾನೆ. ಅವುಗಳನ್ನು ಅಂತಹುದೇ ಪದ್ಧತಿಯ ಮೂಲಕ ರಿಪೇರಿ ಮಾಡಿ–ಸಿನಿಮಾದಲ್ಲಿ ಕುಶಲಕರ್ಮಿ ಪಿಂಗಾಣಿಗಳನ್ನು ರಿಪೇರಿ ಮಾಡುತ್ತಾನಲ್ಲ ಹಾಗೇ ರಿಪೇರಿ ಮಾಡಿ– ಅವನಿಗೆ ಮರಳಿಸಲಾಗುತ್ತದೆ. ಆದರೆ ಒಂದಕ್ಕೊಂದು ಅಂಟಿಕೊಂಡಂತಿದ್ದ ತುಣುಕುಗಳ ಕಚ್ಚಾ ನೋಟ ಅವನಿಗೆ ಇಷ್ಟವಾಗುವುದಿಲ್ಲ.

ಅಷ್ಟರಲ್ಲಿ, ಚೀನಾದಲ್ಲಿ ರಿಪೇರಿಯಾಗಿ ಬಂದ ಪಿಂಗಾಣಿ ಕಪ್‌ಗಳು ತನ್ನಲ್ಲಿರುವ ಇತರ ಪಿಂಗಾಣಿ ಕಪ್‌ಗಳಿಗಿಂತ ವಿಭಿನ್ನ ರೂಪ ಹೊಂದಿವೆ ಎಂದು ಯೊಶಿಮಾಸನಿಗೆ ಮನವರಿಕೆಯಾಗುತ್ತದೆ. ಅದರ ಬಾಹ್ಯ ನೋಟ ಅವನಿಗೆ ಇಷ್ಟವಾಗದೇ ಇದ್ದರೂ, ಅದಕ್ಕೊಂದು ತನ್ನದೇ ಆದ ವ್ಯಕ್ತಿತ್ವ, ರೂಪ ಇದೆ ಎಂದುಕೊಳ್ಳುತ್ತಾನೆ. ಹಾಗಾಗಿ ಅವನು, ಕೆಲವು ಜಪಾನಿ ಕುಶಲಕರ್ಮಿಗಳನ್ನು ಕರೆದು, ಪಿಂಗಾಣಿಯ ಬಿರುಕುಗಳನ್ನು ಸಾಧ್ಯವಾದಷ್ಟು ಅತ್ಯುನ್ನತ ಲೋಹದಿಂದ ತುಂಬುವಂತೆ ಹೇಳುತ್ತಾನೆ.

ಕಿನ್‌ತ್ಸುಗಿ ಜನ್ಮ ತಾಳಿದ್ದು ಹಾಗೆ. ಪಿಂಗಾಣಿಗಳನ್ನು ಚಿನ್ನದಿಂದ ರಿಪೇರಿ ಮಾಡಲಾಗುತ್ತದೆ. ಚಿನ್ನದ ರೇಖೆಗಳು ಆ ಪಿಂಗಾಣಿಗಳಿಗೆ ಚಂದದ ಹೊಸ ನೋಟವನ್ನು ನೀಡುತ್ತವೆ.

ಅದು ಯೊಶಿಮಾಸನಿಗೆ ಅದೆಷ್ಟು ಇಷ್ಟವಾಯಿತೆಂದರೆ, ತನ್ನ ಬಳಿಯಿದ್ದ ಇತರ ಪಿಂಗಾಣಿ ಪಾತ್ರೆಗಳನ್ನೆಲ್ಲಾ ಒಡೆದು ಮರುಜೋಡಿಸುವಂತೆ ಕಲಾವಿದರಿಗೆ ಹೇಳಿದ. ಅವುಗಳಲ್ಲಿ ಕೆಲವು ಅತ್ಯಂತ ಬೆಲೆಬಾಳುವ ಪಿಂಗಾಣಿಗಳೂ ಇದ್ದವು. ಆದರೂ ಅವುಗಳನ್ನು ಒಡೆದು ಅವುಗಳಿಗೆ ಹೊಸ ನೋಟ ನೀಡಲಾಯಿತು.

ಕಿನ್‌ತ್ಸುಗಿ ತತ್ವ

ಕಿನ್‌ತ್ಸುಗಿ ಎಂಬುದು, ವಾಬಿ–ಸಾಬಿಗೆ ಒಂದು ಅಮೂಲಾಗ್ರ ಉದಾಹರಣೆ. ಅಪರಿಪೂರ್ಣವಾದುದರಲ್ಲಿಯೂ ಸೌಂದರ್ಯವಿದೆ ಎಂಬುದನ್ನು ಅದು ಕಲಿಸುತ್ತದೆ. ಗಾಯಗಳು ಮತ್ತು ನಷ್ಟಗಳನ್ನು ಒಳಗೊಂಡ ಜೀವನದ ರೂಪಕವಾಗಿಯೂ ಅದನ್ನು ನಾವು ಕಾಣಬಹುದು.

ಮುರಿದ ಪಿಂಗಾಣಿಯನ್ನು ರಿಪೇರಿ ಮಾಡದೇ ಬಿಡುವ ಹಾಗೆ, ನಮ್ಮ ಭಾವನಾತ್ಮಕ ಗಾಯಗಳನ್ನು ಶಾಶ್ವತವಾಗಿ ಬಿಟ್ಟುಬಿಡುವುದರಿಂದ ಅನಗತ್ಯ ಸಂಕಟ ಉಂಟಾಗುತ್ತದೆ. ಆದರೆ ದುರಾದೃಷ್ಟ ಮತ್ತು ವೈಫಲ್ಯಗಳಿಂದ ನಾವು ಕಲಿತದ್ದನ್ನು ಬಳಸಿಕೊಂಡು ಚೇತರಿಸಿಕೊಳ್ಳಬಲ್ಲೆವು. ಈ ರೀತಿಯಾಗಿ, ನಮ್ಮ ಗಾಯದ ಗುರುತುಗಳು, ಕಿನ್‌ತ್ಸುಗಿಯ ಚಿನ್ನದ ಮೆರುಗಿನ ವಾರ್ನಿಶ್‌ನಂತೆ (ಮೆರುಗು ಕೊಡಲು ಬಳಸುವ ಜಪಾನಿನ ಒಂದು ಬಗೆಯ ಮರದಿಂದ ದೊರಕುವ ರಾಳ) ನಮ್ಮ ಕತೆಗಳನ್ನು ಹೇಳುತ್ತವೆ.

ಸೂಕ್ಷ್ಮವಾದ ಪಿಂಗಾಣಿ ತುಂಡಿನಂತೆಯೇ, ಮಾನವನ ಹೃದಯವೂ ಹಾನಿಗೊಳಗಾಗಬಹುದು. ಆದರೆ ಅದನ್ನು ನಾಚಿಕೆಯಿಂದ ಮರೆಮಾಚುವುದು ಪರಿಹಾರವಲ್ಲ. ಹಾನಿಯು ನಮ್ಮ ಇತಿಹಾಸದ ಭಾಗವೇ ಆಗಿದೆ. ನಮ್ಮನ್ನು ಈಗಿರುವ ಸ್ಥಿತಿಗೆ ತಂದಿರುವುದು ಅದೇ. ಅದಕ್ಕಾಗಿಯೇ, ಇದು ಚಿನ್ನದ ತೇಜಸ್ಸಿಗೆ ಅರ್ಹವಾಗಿದೆ. ಈ ಸಂದರ್ಭದಲ್ಲಿ ಅದು ನಮ್ಮದೇ ಆದ ಬೆಳಕನ್ನು ಪ್ರತಿಬಿಂಬಿಸುತ್ತದೆ.

ಫಿಲ್ ಲಿಬಿನ್‌ನ ಸಂಪತ್ತು

ಫಿಲ್ ಲಿಬಿನ್, ತಾಂತ್ರಿಕ ನವೋದ್ಯಮಗಳಾದ ಎವರ್‌ನೋಟ್ ಮತ್ತು ಆಲ್ ಟರ್ಟಲ್ಸ್‌ನ ಸಹಸಂಸ್ಥಾಪಕರು. ಅವರು ಮಹಾನ್ ಸಿಲಿಕಾನ್ ವ್ಯಾಲಿ ಆವಿಷ್ಕಾರಿ ಮಾತ್ರವಲ್ಲದೆ ಟೋಕಿಯೊದಲ್ಲಿ ಸಾಕಷ್ಟು ಸಮಯ ಕಳೆಯುವ ಜಪಾನಿನ ಸಕಲ ಕಲಾ ವಲ್ಲಭ ಕಲಾಭಿಜ್ಞರಾಗಿದ್ದಾರೆ. ಅಲ್ಲಿ ಅವರು ತಂತ್ರಜ್ಞಾನ ಸಮ್ಮೇಳನಗಳಲ್ಲಿ ಪರಿಚಿತ ಮುಖ.

ಲಿಬಿನ್ ಅವರು ಸ್ಟಾರ್ ವಾರ್ಸ್‌ನ ದೊಡ್ಡ ಅಭಿಮಾನಿ. ಎವರ್‌ನೋಟ್ ಸ್ಥಾಪಿಸಿದಾಗಿನಿಂದಲೂ ಅವರು ತಮ್ಮ ಕಚೇರಿಯಲ್ಲಿ 'ದಿ ಎಂಪೈರ್ ಸ್ಟ್ರೈಕ್ಸ್ ಬ್ಯಾಕ್' ನ ಪಿಂಗಾಣಿ ಮಗ್/(ಕಪ್) ಅನ್ನೇ ಬಳಸುತ್ತಿದ್ದರು.

ಆದರೆ ಒಂದು ದಿನ ಅದು ಅವರ ಕೈಯಿಂದ ಕೆಳಗೆ ಬಿದ್ದು, ಹತ್ತಕ್ಕೂ ಹೆಚ್ಚು

ಚೂರುಗಳಾಗಿ ಒಡೆದುಹೋಯಿತು.

"ನಾನು ಆ ಎಲ್ಲಾ ಚೂರುಗಳನ್ನು ಗುಡಿಸಿ ಒಂದು ಪ್ಲಾಸ್ಟಿಕ್ ಚೀಲಕ್ಕೆ ತುಂಬಿದೆ. ಆದರೆ ಅದನ್ನು ಹೊರಗೆ ಎಸೆಯಲು ಬೇಸರವೋ, ಸೋಮಾರಿತನವೋ ಆಯಿತು" ಎಂದು ಆಬಿನ್ ಹೇಳಿಕೊಳ್ಳುತ್ತಾರೆ.

ಒಡೆದ ಪಿಂಗಾಣಿಯ ಚೂರುಗಳನ್ನು ಕಿನ್‌ತ್ಸುಗಿ ಮೂಲಕ ಮರುಜೋಡಿಸಬಹುದು ಎಂದು ಯಾವಾಗ ಗೊತ್ತಾಯಿತೊ, ಶುನ್‌ಸುಕೆ ಇನೋಯಿ ಎಂಬ ಕಲಾವಿದನ ಹತ್ತಿರ ಅವುಗಳನ್ನು ಕೊಂಡೊಯ್ದರು. ಫುಕುಶಿಮಾದಲ್ಲಿ ವಾಸಿಸುವ ಈ ಕಲಾವಿದ ಪಿಂಗಾಣಿ ಮಗ್ ಅನ್ನು ರಿಪೇರಿ ಮಾಡಿಕೊಟ್ಟರು.

"ಮೂಲದಲ್ಲಿ ಇದ್ದುದಕ್ಕಿಂತಲೂ ರಿಪೇರಿಯಾದ ಪಿಂಗಾಣಿ ಮಗ್ ತನಗೆ ಬಹಳ ಇಷ್ಟವಾಯಿತು ಎಂದು ಆಬಿನ್ ಒತ್ತಿಹೇಳಿದ್ದಾರೆ. ಅವರದೇ ಮಾತಿನಲ್ಲಿ ಹೇಳುವುದಾದರೆ, "ಹೊಸ ಬಿರುಕುಗಳು ಚಿನ್ನದ ವಾರ್ನೀಸಿನಲ್ಲಿ ಸ್ಫುಟವಾಗಿ ಕಾಣುತ್ತಿವೆ. ಅದು ಕೇವಲ ರಿಪೇರಿಯಾಗಿಲ್ಲ, ಬದಲಿಗೆ ಅದು ಉನ್ನತ ಮಟ್ಟಕ್ಕೇರಿದೆ."

ವಾಬಿ–ಸಾಬಿಯ ಪರಿಶುದ್ಧ ಆವೃತ್ತಿಯಲ್ಲಿ, ಕಿನ್‌ತ್ಸುಗಿ ಯಾವುದೇ ಬಿರುಕುಗಳನ್ನು ಮುಚ್ಚಿಹಾಕಲು ಪ್ರಯತ್ನ ಮಾಡುವುದಿಲ್ಲ. ಅದಕ್ಕೆ ತದ್ವಿರುದ್ಧ: ಅದನ್ನು ಸ್ಫುಟವಾಗಿ ಕಾಣಿಸುತ್ತದೆ, ವಸ್ತುಗಳಿಗೆ ಹೊಸ ಮೆರುಗು, ಹೊಸ ವ್ಯಕ್ತಿತ್ವವನ್ನು ನೀಡುತ್ತದೆ. ಸಮಸ್ಯೆಗಳಿರುವುದು ಜೀವಂತವಾಗಿರುವುದರ ಸಂಕೇತ. ನಮ್ಮ ಸಂತೃಪ್ತಿಯ ಅವಧಿಗಳಿಗಿಂತಲೂ ಹೆಚ್ಚಾಗಿ, ನಮ್ಮ ಕಷ್ಟಗಳು ಮತ್ತು ಅವುಗಳನ್ನು ನಾವು ಹೇಗೆ ಎದುರಿಸುತ್ತೇವೆ ಎಂಬುದು ನಮ್ಮನ್ನು ನಮ್ಮ ಜೀವನದುದ್ದಕ್ಕೂ ರೂಪಿಸುತ್ತದೆ.

ಒಡೆದ ಮಡಕೆಗಳು/ಕುಡಿಕೆಗಳು

ಬಿರುಕುಗಳ ಚಂದ ಮತ್ತು ಉಪಯುಕ್ತತೆ ಕುರಿತಾಗಿ ಒಂದು ಹಳೆಯ ಭಾರತೀಯ ನೀತಿ ಕತೆ ಇದೆ. ನಮ್ಮಲ್ಲಿನ ತಾಜಾ ಮತ್ತು ಅತ್ಯಂತ ಸೃಜನಶೀಲ ಅಂಶಗಳನ್ನು ಬಿಂಬಿಸಲು ಅವಕಾಶ ಕಲ್ಪಿಸುವ ಆ ನೀತಿಕತೆಗಳಿಗೆ ನಾವು ಆಭಾರಿಯಾಗಿರಬೇಕು.

ಭಾರತೀಯ ನೀರು ಹೊರುವ ವ್ಯಕ್ತಿ ಆ ಕತೆಯ ನಾಯಕ. ತನ್ನ ಭುಜದ ಮೇಲೆ ಹೊತ್ತಿದ್ದ ಹಲಗೆಯ ಎರಡೂ ತುದಿಗಳಿಗೆ ಎರಡು ದೊಡ್ಡ ಮಡಕೆಗಳನ್ನು ನೇತುಹಾಕಿರುತ್ತಾನೆ. ಒಂದು ಮಡಕೆ ಪರಿಪೂರ್ಣವಾಗಿತ್ತು, ಹೊಳೆಯಿಂದ ನೀರು ತುಂಬಿಸಿ ಯಜಮಾನನ ಮನೆವರೆಗೂ ಅದು ಅಷ್ಟೂ ನೀರನ್ನು ಸಾಗಿಸಬಹುದಾಗಿತ್ತು. ಇನ್ನೊಂದು ಮಡಕೆಯಲ್ಲಿ ಒಂದಷ್ಟು ಬಿರುಕುಗಳಿದ್ದವು. ಹಾಗಾಗಿ ಅವನು ತನ್ನ ಗಮ್ಯ ತಲುಪುವಷ್ಟರಲ್ಲಿ ಮಡಕೆಯಲ್ಲಿ ಅರ್ಧದಷ್ಟು ಮಾತ್ರ ನೀರು ಉಳಿಯುತ್ತಿತ್ತು.

ಎಷ್ಟೋ ವರ್ಷಗಳಿಂದ ಆ ಮಡಕೆಗಳಲ್ಲಿ ಅವನು ನೀರು ಹೊತ್ತೊಯ್ಯುತ್ತಿದ್ದ. ಯಾವಾಗಲೂ ನೀರಿನ ಪ್ರಮಾಣ ಅಸಮಾನವಾಗಿಯೇ ಇರುತ್ತಿತ್ತು. ಪೂರ್ತಿ ತುಂಬಿರುತ್ತಿದ್ದ ಮಡಕೆಗೆ ತನ್ನ ಸಾಧನೆಯ ಬಗ್ಗೆ ಅಂದರೆ ಯಾವ ಉದ್ದೇಶಕ್ಕಾಗಿ ತನ್ನನ್ನು ನಿರ್ಮಿಸಲಾಗಿತ್ತೋ ಆ ಉದ್ದೇಶವನ್ನು ತಾನು ಪೂರೈಸುತ್ತಿರುವ ಕಾರಣಕ್ಕೆ ಯಾವಾಗಲೂ ಹೆಮ್ಮೆ. ಒಡೆದ ಮಡಕೆಗೆ, ತನ್ನ ಬಿರುಕುಗಳಿಂದಾಗಿ

ತನ್ನ ಉದ್ದೇಶವನ್ನು ಅರ್ಧದಷ್ಟು ಮಾತ್ರ ಪೂರೈಸಬಲ್ಲೆ ಎಂಬ ಕಾರಣದಿಂದಾಗಿ ಯಾವಾಗಲೂ ಮುಜುಗರ.

ಒಂದು ಸಲ ಅದರ ದುಃಖ ಮಿತಿ ಮೀರಿತ್ತು. ಒಡೆದ ಮಡಕೆಯು, ನೀರು ಹೊರುವ ತನ್ನ ಯಜಮಾನನ ಬಳಿ ಮಾತನಾಡಿಯೇ ಬಿಡೋಣ ಎಂದು ತೀರ್ಮಾನಿಸಿತು. "ನನಗೆ ನನ್ನ ಬಗ್ಗೆ ನಾಚಿಕೆ ಎನಿಸುತ್ತಿದೆ. ನಿನ್ನ ಬಳಿ ಕ್ಷಮೆ ಕೋರಬೇಕು ಎಂದುಕೊಂಡಿದ್ದೇನೆ. ನನ್ನಲ್ಲಿನ ಬಿರುಕುಗಳಿಂದಾಗಿ, ನೀನು ಅರ್ಧದಷ್ಟೇ ನೀರನ್ನು ಕೊಂಡೊಯ್ಯಬಲ್ಲೆ. ಅದರಿಂದಾಗಿ, ನಿನಗೆ ಸಿಗಬೇಕಾದುದರಲ್ಲಿ ಅರ್ಧದಷ್ಟು ಹಣ ಮಾತ್ರ ಸಿಗುತ್ತಿದೆ" ಎಂದು ಹೇಳಿತು.

ನೀರು ಹೊರುವವನು ಕರುಣೆ ತುಂಬಿ ಹೀಗೆ ಹೇಳಿದ: "ನಾವು ವಾಪಸ್ ಹೋಗುವಾಗ ದಾರಿಯುದ್ದಕ್ಕೂ ಅರಳಿ ನಿಂತಿರುವ ಸುಂದರ ಹೂವುಗಳನ್ನು ನಿನಗೆ ತೋರಿಸುತ್ತೇನೆ".

ನಿಶ್ಚಿತವಾಗಿಯೂ, ದಾರಿಯುದ್ದಕ್ಕೂ ಸುಂದರವಾದ ಅನೇಕ ಹೂವುಗಳನ್ನು ಮಡಕೆಯೂ ಗಮನಿಸಿತ್ತಾದರೂ, ಅದಕ್ಕೆ ಬೇಸರವಾಗಿತ್ತು. ನೀರು ಹೊರುವವನು ಅರ್ಧದಷ್ಟೇ ನೀರನ್ನು ಕೊಂಡೊಯ್ಯಲು ಸಾಧ್ಯವಾಗುತ್ತದೆ ಎಂಬುದು ಅದರ ಕೊರಗು.

"ದಾರಿಯಲ್ಲಿ ನಿನ್ನ ಬದಿಯಲ್ಲಷ್ಟೇ ಹೂವುಗಳು ಅರಳಿ ನಿಂತಿರುವುದನ್ನು ನೀನು ಗಮನಿಸಿದ್ದೀಯಾ?" ಎಂದು ನೀರು ಹೊರುವವನು ಕೇಳಿದ. "ನಿನ್ನಲ್ಲಿ ಬಿರುಕು ಇರುವುದು ನನಗೆ ಯಾವಾಗಲೂ ಗೊತ್ತಿತ್ತು. ಆದರೆ ಅದರಲ್ಲಿನ ಲಾಭವನ್ನೂ ನಾನು ಕಂಡುಕೊಂಡೆ. ನಾವು ನೀರು ಸಾಗಿಸುವ ದಾರಿಯುದ್ದಕ್ಕೂ ನಾನು ಬೀಜಗಳನ್ನು ನೆಟ್ಟೆ. ನೀನು ಅವುಗಳಿಗೆ ನೀರುಣಿಸಿದೆ. ಅಂತಿಮವಾಗಿ, ನಮ್ಮ ಮುಂದೆ ಈ ಹೂವುಗಳಿವೆ. ಬಿರುಕುಗಳಿರುವ ನೀನು ಇಲ್ಲದೇ ಹೋಗಿದ್ದರೆ ನಾನು ಮರುಭೂಮಿಯಲ್ಲಿ ನಡೆದಾಡಬೇಕಿತ್ತು".

ಮತ್ತೆ ಸೆನ್ ನೊ ರಿಕ್ಯೂಗೆ ಮರಳೋಣ. ವಾಬಿ ಎಂಬ ಪದವನ್ನು ಮತ್ತು ವಾಬಿ–ಚಾ ಚಹಾ ಕೂಟವನ್ನು ಹುಟ್ಟುಹಾಕಿದ ಮೂಲಪುರುಷನ ಕತೆಯನ್ನು, ಟಕಿನೊ ಜೊಓ ಮತ್ತು ಮುರಾಟ ಜುಕೊ ಜೊತೆಗೇ ನಾವು ಹೇಳಲು ಹೊರಟಿದ್ದೇವೆ.

ಈಗಾಗಲೇ ಹೇಳಿರುವಂತೆ, ಸೆನ್ ನೊ ರಿಕ್ಯೂ ಅವರ ಒಬ್ಬ ಶಿಷ್ಯ ಇಚಿಗೊ ಇಚಿಯೆ ಪದಗಳನ್ನು ತಮ್ಮ ವೈಯಕ್ತಿಕ ಟಿಪ್ಪಣಿಯಲ್ಲಿ ಮೊದಲು ಪ್ರಸ್ತಾಪಿಸಿದವರು. ವಾಬಿ–ಚಾದ ಸಾರವನ್ನು ತಿಳಿದುಕೊಳ್ಳುವ ಮೂಲಕ, ಈ ಶಿಸ್ತಿನ ಅಭ್ಯಾಸದ ನಡುವೆ ಇಚಿಗೊ ಇಚಿಯೆ ಏಕೆ ಹುಟ್ಟಿಕೊಂಡಿತು ಎಂಬುದನ್ನು ಸರಿಯಾಗಿ ಅರ್ಥೈಸಿಕೊಳ್ಳಲು ನಮಗೆ ಸಹಾಯವಾಗುತ್ತದೆ.

ಜಪಾನ್‌ನ ಮುರೊಮಚಿ ಅವಧಿಯಲ್ಲಿ (1336 ರಿಂದ 1573) ದೇಶದೆಲ್ಲೆಡೆ ಚಹಾ ಕೂಟ ಸಂಸ್ಕೃತಿ ಹರಡಿತು. ಚೀನಾದಿಂದ ಆಮದು ಮಾಡಿಕೊಳ್ಳಲಾದ ಆಲಂಕಾರಿಕ ಪಾತ್ರೆಗಳನ್ನು ಅವುಗಳಲ್ಲಿ ಬಳಸಲಾಗುತ್ತಿತ್ತು. ಈ ಸೌಂದರ್ಯಪ್ರಜ್ಞೆಯ ಪ್ರತಿಕ್ರಿಯೆಯಾಗಿ, ಜಪಾನ್‌ನಲ್ಲಿ ತಯಾರಾಗುವ ಸರಳ ವಿನ್ಯಾಸದ ಮತ್ತು ಕರಕುಶಲ ಕಲೆಯುಳ್ಳ ಪಾತ್ರೆಗಳ ಬಳಕೆಯಾಗುವ ವಾಬಿ–ಚಾ ಹುಟ್ಟಿಕೊಂಡಿತು.

ಈ ಕನಿಷ್ಠ ಪಾತ್ರೆಗಳೊಂದಿಗೆ, ಚಹಾ ಕೂಟವನ್ನು ನಡೆಸುವ ಸ್ಥಳವನ್ನೂ ಸರಳಗೊಳಿಸಿದ್ದಕ್ಕಾಗಿಯೂ ವಾಬಿ–ಚಾ ಹೆಸರುವಾಸಿಯಾಯಿತು.

ಸೆನ್ ನೊ ರಿಕ್ಯೂ ವಿನ್ಯಾಸಗೊಳಿಸಿದ ಕೋಣೆಗಳು ಇಬ್ಬರಿಗೆ ಸಾಕಾಗುವಷ್ಟು ದೊಡ್ಡದಿತ್ತು. ಈ ಮಹಾನ್ ಮಾಸ್ಟರ್ ಅಂದು ವಿನ್ಯಾಸಗೊಳಿಸಿದ್ದ ಕೋಣೆಗಳಲ್ಲಿ ಒಂದು ಇವತ್ತಿಗೂ ಉಳಿದುಕೊಂಡಿದೆ.

ರಾಷ್ಟ್ರೀಯ ಸಂಪತ್ತು ಎಂದು ಗೊತ್ತುಪಡಿಸಲಾಗಿರುವ ಆ ಕೋಣೆಯನ್ನು ಟೈಯಾನ್ ಎಂದು ಕರೆಯಲಾಗುತ್ತದೆ. ಅದು ಕ್ಯೋಟೊದ ದಕ್ಷಿಣಕ್ಕೆ ಯಮಜಾಕಿ ನಿಲ್ದಾಣದ ಬಳಿ ಇದೆ. ವಾಬಿ–ಚಾ ನಡೆಯುವ ಇತರ ಕೋಣೆಗಳಿಗೆ ಟೈಯಾನ್‌ನ ವಿನ್ಯಾಸವನ್ನು ಮಾದರಿಯಾಗಿ ಬಳಸಿಕೊಳ್ಳಲಾಗಿದೆ.

- ಕೋಣೆಯಲ್ಲಿ ಕೇವಲ ಎರಡೇ ಟಟಾಮಿ ಚಾಪೆ ಇದೆ. ಚಹಾಕ್ಕೆ ನೀರು ಕಾಯಿಸಲು ಮೂಲೆಯಲ್ಲಿ ಒಂದಿಷ್ಟು ಜಾಗ ಇರಿಸಲಾಗಿದೆ. ಅಲ್ಲಿಯವರೆಗೂ, ಅತಿ ಸಣ್ಣದಾದ ಚಹಾ ಕೋಣೆಯಲ್ಲಿ ನಾಲ್ಕೂವರೆ ಟಟಾಮಿಗಳನ್ನು ಹಾಕಲಾಗುತ್ತಿತ್ತು.
- ಅಲ್ಲಿ ಟೊಕೊನೊಮ ಕೂಡಾ ಇರುತ್ತದೆ. ಅದೇನೆಂದರೆ ಕೋಣೆಯ ಒಂದು ಅಂಚಿನಲ್ಲಿರುವ ಒಂದು ಮೂಲೆ, ಎಲ್ಲಿ ಒಂದು ಕಾವ್ಯಾತ್ಮಕ ಸಂದೇಶ ಹೊತ್ತಿರುವ ಒಂದು ಸುರುಳಿ ನೇತಾಡುತ್ತಿರುತ್ತದೆ. ಆ ಸಂದೇಶ ಬಹುಶಃ ಇಚಿಗೊ ಇಚಿಯೆಯ ಧ್ಯೇಯವಾಗಿರಬಹುದು. ವಾಸ್ತವವಾಗಿ ಅದು ಎಲ್ಲಾ ಬಗೆಯ ಚಹಾ ಕೋಣೆಗಳಲ್ಲಿ ಕಂಡುಬರುತ್ತದೆ.
- ಕೋಣೆಯ ಮೂಲೆಯೊಂದರಲ್ಲಿ ಕಾಸ್ಟ್ ಐರನ್ ಕೆಟಲ್/(ಎರಕಹೊಯ್ದ ಕಬ್ಬಿಣದ ಪಾತ್ರೆ) ಚಹಾ ಕಾಯಿಸುವ ಪಾತ್ರೆ ಇರುತ್ತದೆ. ಮರಳಿನ ಅಚ್ಚು ಅಥವಾ ಆಧುನಿಕ ಕಾಲದಲ್ಲಿ ಕುಲುಮೆಯನ್ನು ಬಳಸಿ ಅದನ್ನು ತಯಾರಿಸಲಾಗಿರುತ್ತದೆ.

ಸರಳವಾದ ಕನಿಷ್ಟ ಶೈಲಿಯ ವಾಬಿ–ಚಾ ಜಾಗವು ಒಂದು ವಿಶಿಷ್ಟ ಸಂವೇದನೆಯ ಪ್ರಪಂಚವನ್ನು ಸೃಷ್ಟಿಸುತ್ತದೆ. ಅಲ್ಲಿ ಭೂತಕಾಲ ಅಥವಾ ಭವಿಷ್ಯತ್‌ಕಾಲಕ್ಕೆ ಪಲಾಯನಗೈಯ್ಯುವುದು ಕಷ್ಟ. ವರ್ತಮಾನದ ಮೇಲೆ ಗಮನ ಕೇಂದ್ರೀಕರಿಸುವಂತೆ ಅದು ನಮ್ಮನ್ನು ಒತ್ತಾಯಿಸುತ್ತದೆ. ಏಕೆಂದರೆ, ಕೋಣೆಯಲ್ಲಿ ಕೇವಲ ಇನ್ನೊಬ್ಬ ವ್ಯಕ್ತಿ, ಎರಡು ಟಟಾಮಿಗಳು, ಚಹಾ ಮತ್ತು ಸಂದೇಶವನ್ನು ಹೊತ್ತ ಸುರುಳಿಯಷ್ಟೇ ಇರುತ್ತದೆ.

ವಾಬಿ–ಚಾ ಯಾವುದೇ ಗಮನಭಂಗವಿಲ್ಲದೆ ಸಾಧ್ಯವಾದಷ್ಟು ನೇರ ಮತ್ತು ಪ್ರಾಮಾಣಿಕವಾಗಿರುವಂತೆ ಮಾಡುವ ಉದ್ದೇಶದಿಂದಲೇ ಚಹಾ ಕೊಠಡಿಗಳನ್ನು ಸೆನ್ ನೊ ರಿಕ್‌ಯು ಈ ರೀತಿ ವಿನ್ಯಾಸ ಮಾಡಿದ್ದರು. ತನ್ನನ್ನು ತಾನು ಸಾಧ್ಯವಾದಷ್ಟು ಪ್ರಾಮಾಣಿಕವಾಗಿ ತಿಳಿದುಕೊಳ್ಳುವ ಮಾರ್ಗವನ್ನು ವಾಬಿ–ಚಾ ಒದಗಿಸುತ್ತದೆ ಎಂದು ಈ ಪೌರಾಣಿಕ ಟೀ ಮಾಸ್ಟರ್ ನಂಬಿದ್ದರು.

ಬಣ್ಣದ ಆರ್ಥಿಕತೆ

ಜಪಾನ್‌ನಲ್ಲಿ, ಒಂದು ಬಣ್ಣ ಪ್ರಾಮುಖ್ಯತೆ ಪಡೆದಾಗ, ಬೇರೆಯವುಗಳ ಮಧ್ಯಪ್ರವೇಶವನ್ನು ತಡೆಯುವ ಪ್ರಯತ್ನ ನಡೆಯುತ್ತದೆ. ಉದಾಹರಣೆಗೆ, ಮರಗಳಿರುವ ಪ್ರದೇಶಗಳಲ್ಲಿ, ಹಸಿರು ಮತ್ತು ನಸು ಹಳದಿ ಕಂದುಬಣ್ಣ ಪ್ರಮುಖವಾಗಿರುತ್ತವೆ. ಮರಗಳ ಸೌದೆಯ ಮತ್ತು ಇತರ ನೈಸರ್ಗಿಕ ಛಾಯೆಗಳನ್ನು ಬಳಸಿಕೊಂಡ ಬೌದ್ಧ ಮಂದಿರಗಳು ಅವುಗಳ ಮಧ್ಯೆ ಊಸರವಳ್ಳಿಗಳಂತೆ ವಿಲೀನವಾದಂತಿರುತ್ತವೆ. ಆ ಮೂಲಕ ಪ್ರಕೃತಿಯಿಂದ ಭಿನ್ನವಾಗಿ ನಿಲ್ಲುವ ಬದಲು ಪ್ರಕೃತಿಯೊಂದಿಗೆ ಲೀನವಾದಂತಿರುತ್ತವೆ.

ಇದಕ್ಕೆ ಹೊರತಾಗಿ ಎಂಬಂತೆ, ಬೌದ್ಧ ಮಂದಿರಗಳ ಮುಖ್ಯ ಕಟ್ಟಡದ ಒಳಬದಿಯಲ್ಲಿ, ಚಿನ್ನದಂತಹ ಇತರ ಛಾಯೆಗಳಿಗೆ ಅವಕಾಶ ನೀಡಲಾಗಿರುತ್ತದೆ. ಬೇರೆಯದೇ ಲೋಕಕ್ಕೆ ಅಥವಾ ಸ್ಥಳಕ್ಕೆ ನಾವು ಪ್ರವೇಶಿಸಿದ್ದೇವೋ ಏನೋ ಎಂಬ ಭಾವವನ್ನು ಕಟ್ಟಿಕೊಡುವುದು ಅದರ ಉದ್ದೇಶ.

ಚಹಾ ಕೂಟ ನಡೆಯುವ, ಟಟಾಮಿಗಳನ್ನು ಒಳಗೊಂಡ ಕೋಣೆಗಳಲ್ಲಿ ಬಣ್ಣದ ಆರ್ಥಿಕತೆ ಇರುತ್ತದೆ. ಗೋಡೆಗಳಿಗೆ ಟಟಾಮಿಗಳದ್ದೇ ಛಾಯೆಯ ಬಣ್ಣ ಬಳಿಯಲಾಗಿರುತ್ತದೆ. ಕೂಟದಲ್ಲಿ ಭಾಗವಹಿಸುವವರ ಗಮನವು ಮಿಶ್ರ ಬಣ್ಣಗಳಿಂದಾಗಿ ಬೇರೆಡೆ ಹೊರಳುವುದನ್ನು ತಡೆಯುವುದು ಇದರ ಉದ್ದೇಶ.

ಚಹಾ ಸಿದ್ಧವಾದ ತಕ್ಷಣ ಎಲ್ಲಕ್ಕಿಂತಲೂ ಹಸಿರು ಬಣ್ಣವೇ ಪ್ರಾಬಲ್ಯ ಹೊಂದಿರುತ್ತದೆ.

ನಿಮ್ಮದೇ ಚಹಾ ಕೂಟವನ್ನು ಮಾಡಿ

ಜಪಾನ್‌ನೊಂದಿಗೆ ನಮಗೆ ನಂಟು ಇರುವುದರಿಂದ ಅನೇಕ ಟೀ ಹೌಸ್‌ಗಳಲ್ಲಿ ನಮಗೆ ಚನೋಯುವನ್ನು ಸವಿಯುವ ಅವಕಾಶವಿತ್ತು. ಈ ಪುಸ್ತಕದ ಆರಂಭದಲ್ಲಿ ನೋಡಿದ ಕ್ಯೋಟೊದಲ್ಲಿನ ಸಾಹಸದ ಬಳಿಕ, ನಾವು ಟೋಕಿಯೊದ ಇಪ್ಪೊಡೊ ಸರಣಿಯ ಆಧುನಿಕ ಟೀ ಹೌಸ್‌ವೊಂದರಲ್ಲಿ ಪರಸ್ಪರ ವಿದಾಯ ಹೇಳಿದೆವು. ಅಲ್ಲಿ ಮೌನ ಮತ್ತು ಸಾಮರಸ್ಯ ಮನೆಮಾಡಿತ್ತು.

ನಮ್ಮ ಆಯ್ಕೆಯ ಚಹಾವನ್ನು, ನಾವೇ ಮಿಶ್ರಣ ಮಾಡಿಕೊಳ್ಳಬಹುದಾದಂತಹ ಒಂದು ಸಣ್ಣ ಪಾತ್ರೆಯಲ್ಲಿ ಇರಿಸಿಕೊಂಡು, ಒಂದು ಟ್ರೇಯಲ್ಲಿ ಪಾರಿಚಾರಕರು ಹುಷಾರಾಗಿ ತಂದುಕೊಟ್ಟರು. ಚಹಾ ಅನ್ನು ನಾವು ನೋಡಿ ಸುವಾಸನೆಯನ್ನು ಆಘ್ರಾಣಿಸಬಹುದಾಗಿತ್ತು, ಟ್ರೇಯಲ್ಲಿ ಒಂದು ಕೆಟಲ್, ಒಂದು ಕಪ್ ಮತ್ತು ಸಿಹಿತಿನಿಸೂ ಇತ್ತು.

ಚಹಾ ಕೂಟದ ಆಚರಣೆಗೆ ಟೀ ಮಾಸ್ಟರ್ ಇಲ್ಲದ ಕಾರಣ ಅಂದಿನ ಚನೋಯುವನ್ನು

ಸ್ಮರಣೀಯವಾಗಿಸುವ ಹೊಣೆ ನಮ್ಮದೇ ಆಗಿತ್ತು. ರಾಜಧಾನಿಯನ್ನು ಅಂತರರಾಷ್ಟ್ರೀಯ ವಿಮಾನ ನಿಲ್ದಾಣಕ್ಕೆ ಸಂಪರ್ಕಿಸುವ ಅತಿ ವೇಗದ ರೈಲು ನಾರಿಟ ಎಕ್ಸ್‌ಪ್ರೆಸ್ ಬಾಗಿಲ ಬಳಿ ನಾವು ನಮ್ಮ ನಮ್ಮ ದಾರಿ ಹಿಡಿಯಬೇಕಿತ್ತು. ಅದಕ್ಕೂ ಮೊದಲು ನಾವು ಒಬ್ಬರನ್ನೊಬ್ಬರು ಬಿಗಿದಪ್ಪಿಕೊಂಡು, ವಿದಾಯ ಮತ್ತು ಇಚಿಗೊ ಇಚಿಯೆ ಹೇಳಿಕೊಂಡೆವು.

ಕಾಲ ಬದಲಾಗಿದೆ. 'ನ್ ನೊ ರಿಕ್ಯೂ'ರಂತಹ ಚಹಾ ಕೂಟಗಳನ್ನು ಕಟ್ಟುನಿಟ್ಟಾಗಿ ಮಾಡುವಂತೆ ಏನೂ ಒತ್ತಾಯವಿಲ್ಲದಿದ್ದರೂ, ನೀವು ಮೊದಲ ಬಾರಿಗೆ ಜಪಾನ್‌ಗೆ ಭೇಟಿ ನೀಡುತ್ತಿದ್ದರೆ, ಜೀವನದಲ್ಲಿ ಒಂದು ಸಲವಾದರೂ ಇದರ ಅನುಭವ ಪಡೆಯುವುದು ಚೆನ್ನಾಗಿರುತ್ತದೆ.

ನಮ್ಮ ದೈನಂದಿನ ಬದುಕಿನಲ್ಲಿ, ಎಲ್ಲಿ ಬೇಕಾದರೂ ನಾವು ಚನೊಯುವನ್ನು ಮಾಡಬಹುದು: ಸಾರ್ವಜನಿಕ ಟೀ ಹೌಸ್‌ವೊಂದರಲ್ಲಿ ಮೇಜಿನ ಸುತ್ತ ಉಪಸ್ಥಿತರಿರುವವರ ಜೊತೆ ಅಥವಾ ಲಿವಿಂಗ್ ರೂಂನಲ್ಲೇ ಸ್ನೇಹಿತರೊಂದಿಗೆ– ಹೀಗೆ ಎಲ್ಲಿ ಬೇಕಾದರೂ. ಆದರೆ ಮುಖ್ಯವಾದ ಸಂಗತಿ ಏನೆಂದರೆ, ಒಮ್ಮೆ ಚಹಾ ಬಡಿಸಿದ ಮೇಲೆ, ಇಡೀ ದಿನದ ಬೇಸರಗಳನ್ನು, ದೂರುಗಳನ್ನು, ಟೀಕೆಗಳನ್ನು ನಿಮ್ಮ ತಲೆಯಿಂದ ಒದ್ದೋಡಿಸಿ ಸಮಯ ನಿಂತುಹೋಗಲು ನೀವು ಅವಕಾಶ ನೀಡುತ್ತೀರಿ.

ಚಹಾ ಕೂಟದಲ್ಲಿ ಪಾಲ್ಗೊಳ್ಳುವ ಪ್ರತಿಯೊಬ್ಬರೂ ಹೃದಯದಲ್ಲಿ ಇಚಿಗೊ ಇಚಿಯೆಯನ್ನು ತುಂಬಿಕೊಂಡು ಹೀಗೆ ಮಾಡುವುದು ಮುಖ್ಯ. ಅಥವಾ ಬೇರೆ ರೀತಿಯಿಂದ ಹೇಳುವುದಾದರೆ, ಉಪಸ್ಥಿತರಿರುವ ಇತರರೊಂದಿಗೆ ಚಹಾ ಕುಡಿಯುವ ಆ ಸಮಯ ಮತ್ತೆಂದೂ ಸಂಭವಿಸದ ಅಸಾಮಾನ್ಯ ಸಂಗತಿಯಾಗಿದೆ ಎಂದು ಅವರು ಪ್ರಶಂಸಿಸಬೇಕು.

ನಮ್ಮ ನಮೂನೆಯ ಚನೊಯುಗೆ ಕೆಲವೊಂದು ಶಿಷ್ಟಾಚಾರಗಳಿರುತ್ತವೆ. ಅವೇನೆಂದರೆ:

- ಭೇಟಿಯ ಸ್ಥಳ ಪ್ರಶಾಂತವಾಗಿರಲು ಪ್ರೇರಣೆ ನೀಡುವಂತಿರಬೇಕು. ಅಬ್ಬರದ ಸಂಗೀತ ಇರುವ ಬಾರ್‌ಗಳಲ್ಲಿ ಅಥವಾ ರೆಸ್ಟೋರೆಂಟ್‌ಗಳಲ್ಲಿ, ಅಥವಾ ಹೊರಗಿನ ಟ್ರಾಫಿಕ್‌ನ ಶಬ್ದನಿರೋಧಕಗಳಿಲ್ಲದ ಸ್ಥಳಗಳಲ್ಲಿ ಭೇಟಿಯಾಗುವುದು ಸಮಂಜಸವಲ್ಲ.
- ಇಚಿಗೊ ಇಚಿಯೆಯನ್ನು ಹಾರೈಸುವುದರೊಂದಿಗೆ ಸಭೆ ಆರಂಭವಾಗಲಿ. ಮತ್ತೆಂದೂ ಪುನರಾವರ್ತನೆಯಾಗದಂತಹ ಭೇಟಿಯನ್ನು ನೀವು ಆನಂದಿಸಲಿದ್ದೀರಿ ಎಂಬುದನ್ನು ನಿಮಗೆ ನೀವೇ ನೆನಪಿಸುವುದು ಅದರ ಉದ್ದೇಶ.
- ಕೂಟ ಶುರುವಾಗುತ್ತಿದ್ದಂತೆ ಮೌನಕ್ಕೆ ಒತ್ತು ನೀಡಿ. ಯಾವುದೋ ಹಳೆಯ ಮಾತುಕತೆಯಿಂದ ಈ ಖಾಲಿ ಸಮಯವನ್ನು ತುಂಬುವ ಪ್ರಯತ್ನ, ಹಠ ಬೇಡ.
- ಯಾವಾಗ ಮಾತನಾಡುತ್ತೀರಿ ಆಗ, ವಿವಾದಿತ, ಅಪ್ರಿಯವಾದ ಅಥವಾ ನೋವಿನ ಸಂಗತಿಗಳನ್ನು ಪ್ರಸ್ತಾಪಿಸಬೇಡಿ. ಪರಸ್ಪರರನ್ನು ಒಡೆಯುವ ಯಾವುದೇ ಸಂಗತಿಗಳಿಗೆ ಅಲ್ಲಿ ಜಾಗವಿಲ್ಲದಿರಲಿ.
- ಬದಲಿಗೆ, ಉಪಸ್ಥಿತರನ್ನು ಉಲ್ಲಸಿತರಾಗಿಡುವಂತಹ ವಿಷಯಗಳ ಬಗ್ಗೆ ಮಾತುಕತೆ ನಡೆಸಿ. ಆ ಸ್ಥಳ ಎಷ್ಟು ವಿಶಿಷ್ಟವಾಗಿದೆ ಎಂದೋ, ಚಹಾದ ಗುಣಮಟ್ಟದ ಬಗ್ಗೆಯೋ, ಚಹಾ ಪಾತ್ರೆಯ ಚಂದದ ಬಗ್ಗೆಯೋ, ನೀವು ಇತ್ತೀಚೆಗೆ ನಡೆಸಿದ ಕಲಾತ್ಮಕ ಅಥವಾ ಸಾಂಸ್ಕೃತಿಕ ಅವಿಷ್ಕಾರದ ಬಗ್ಗೆ, ಪ್ರವಾಸಿ ತಾಣಗಳ ಬಗ್ಗೆ, ರೆಸ್ಟೋರೆಂಟ್‌ಗಳ ಬಗ್ಗೆ ಅಥವಾ ಪಾರ್ಕ್‌ಗಳ ಬಗೆ ಶಿಫಾರಸು ಮಾಡುವುದು... ಹೀಗೆ ಮಾತುಕತೆಗೆ ಖುಷಿ ಎನಿಸುವ ಯಾವುದೇ ಸಂಗತಿಗಳ ಬಗ್ಗೆ.

- ಕಿವಿಗೊಟ್ಟು ಕೇಳುವುದು ಸಹ, ಉಪಸ್ಥಿತರರೆಲ್ಲರೂ ಈ ಕೂಟದ ಒಂದು ಭಾಗ ಎಂಬ ಭಾವನೆ ಎಲ್ಲರಲ್ಲೂ ಮೂಡುತ್ತದೆ. ಅದಕ್ಕಾಗಿ, ಇತರರ ಮಾತಿಗೆ ಅಡ್ಡಿಬರುವುದು, ಅವರು ಏನೋ ಹೇಳುತ್ತಿರುವಾಗ ನಾವು ನಮ್ಮದೇ ಚಿಂತೆಗಳ ಬಗ್ಗೆ ಅಥವಾ ಉತ್ತರದ ಬಗ್ಗೆ ಯೋಚಿಸುತ್ತಾ ವಿಮುಖರಾಗುವುದು– ಇವುಗಳನ್ನು ತಪ್ಪಿಸಿ.
- ಚನೊಯುವಿನ ಕೊನೆಯಲ್ಲಿ, ಇಚಿಗೊ ಇಚಿಯೆಯೊಂದಿಗೇ ವಿದಾಯ ಹೇಳಿ. ಅಂತಹುದೊಂದು ಸನ್ನಿವೇಶ ಅದೇ ರೀತಿಯಲ್ಲಿ ಮತ್ತೆಂದೂ ಸಂಭವಿಸದು ಹಾಗಾಗಿ ಅದೊಂದು ಅಪೂರ್ವ ಕ್ಷಣ ಎಂಬುದನ್ನು ನಿಮಗೆ ನೀವೇ ನೆನಪಿಸಿಕೊಳ್ಳುವ ಪ್ರಯತ್ನ ಅದು.

ನಿಮ್ಮೊಂದಿಗೇ ಚಹಾ ಸೇವಿಸುವುದು

ಚನೊಯು ಕೂಟವನ್ನು ಇಬ್ಬರಿಗಾಗಿ ಮಾತ್ರ ಸೃಜಿಸಿದ್ದರೂ– ಒಬ್ಬರು ಟೀ ಮಾಸ್ಟರ್, ಇನ್ನೊಬ್ಬರು ಅತಿಥಿ!– ನಿಯಮಿತವಾಗಿ 'ನೀವು ನಿಮ್ಮೊಂದಿಗೇ' ಚಹಾ ಸೇವಿಸುವುದೂ ಎಷ್ಟು ಅದ್ಭುತವಾದ ಯೋಚನೆ ಅಲ್ವೇ? ಉರುಗುಯನ್ ಲೇಖಕ ವಾಲ್ಟರ್ ಡ್ರೆಸೆಲ್ ನೀಡಿದ ಸಲಹೆ ಇದು.

ಸತತವಾಗಿ ಯಾವುದಾದರೊಂದು ಕೆಲಸಗಳಿಗೆ ಬದ್ಧರಾಗಿರುವುದು ಮತ್ತು ಬಾಹ್ಯ ಒತ್ತಡಗಳಲ್ಲೇ ನಾವು ಇರುತ್ತೇವೆ. ಹಾಗಿರುವಾಗ ನಮ್ಮೊಂದಿಗೇ ನಾವು ವಾರಕ್ಕೊಮ್ಮೆಯಾದರೂ ಕಾಲ ಕಳೆಯುವುದು ನಮ್ಮ ಆತ್ಮಕ್ಕೆ ಮಲಾಮು ಇದ್ದಂತೆ, ನಮ್ಮನ್ನು ನಾವು ಪುನರುಜ್ಜೀಸುವ ಉತ್ತಮ ಮಾರ್ಗ.

ನೀವು ಒಂದು ಸಮಯ ನಿಗದಿಮಾಡಿಕೊಂಡು, ನಿಮಗೆ ಸ್ಫೂರ್ತಿ ಕೊಡುವಂತಹ ಯಾವುದಾದರೂ ಕೆಫೆ ಅಥವಾ ಟೀ ಹೌಸ್‌ನಲ್ಲಿ ವಾರಕ್ಕೊಮ್ಮೆಯಾದರೂ ಕಳೆಯಬಹುದು. ನಿಮ್ಮ ಚಹಾವನ್ನು ಆರ್ಡರ್ ಮಾಡಿದ ಕ್ಷಣದಿಂದ, ಆ ಸಮಯವನ್ನು ಯೋಚಿಸಲು, ಟಿಪ್ಪಣಿ ಬರೆಯಲು ಅಥವಾ ದೀರ್ಘವಾಗಿ ಉಸಿರಾಡಲು ಮತ್ತು ನಿಮ್ಮ ಎಲ್ಲಾ ಪಂಚೇಂದ್ರಿಯಗಳಿಂದ ನಿಮ್ಮ ಸುತ್ತಲಿನ ಪ್ರಪಂಚವನ್ನು ಆಸ್ವಾದಿಸಲು ವಿನಿಯೋಗಿಸಿ.

ಆಲಿಸುವ ಕಲೆ

ನಿಜವಾಗಿಯೂ ಆಲಿಸುವವರು ಸಿಗುವುದು ಬಹಳ ಕಡಿಮೆ. ಯಾರದೋ ಮಾತು ಮತ್ತು ನಮ್ಮ ಕಿವಿಗಳ ನಡುವೆ ಎಲ್ಲಾ ಬಗೆಯ ಫಿಲ್ಟರ್‌ಗಳು(ಶೋಧಕಗಳು) ಮತ್ತು ಅಡೆತಡೆಗಳಿರುತ್ತವೆ. ಅವುಗಳಲ್ಲಿ ಕೆಲವನ್ನು ನೋಡೋಣ:

- ಮಾತನಾಡುತ್ತಿರುವ ವ್ಯಕ್ತಿಯ ಕುರಿತ ನಮ್ಮ ಅಭಿಪ್ರಾಯ.
- ಮಾತನಾಡುತ್ತಿರುವ ವಿಷಯದ ಬಗೆಗಿನ ನಮ್ಮ ಪೂರ್ವಗ್ರಹಗಳು ಮತ್ತು ಪೂರ್ವಭಾವಿ ಕಲ್ಪನೆಗಳು.
- ಬೇರೆಯವರು ಮಾತು ಮುಗಿಸಿದಾಗ ನಾವು ಏನು ಹೇಳಲಿದ್ದೇವೆ ಎಂಬ ಆಲೋಚನೆಗಳು.

ಮಾತನಾಡುತ್ತಿರುವ ವ್ಯಕ್ತಿಗೆ ನಾವು ನೇರವಾಗಿ ಅಡ್ಡಪಡಿಸದೇ ಇದ್ದರೂ, ಮೇಲೆ ಹೇಳಿದ ಸಂಗತಿಗಳ ಪರಿಣಾಮವಾಗಿ ನಾವು ಮೇಲ್ಮೇಲೆ ಕೇಳಿಸಿಕೊಳ್ಳುತ್ತೇವೆ.

ಇತರರೊಂದಿಗೆ ಇಚಿಗೊ ಇಚಿಯೆಯ ಕ್ಷಣಗಳನ್ನು ಅನುಭವಿಸಲು, ಆಲಿಸುವ ಕಲೆಯನ್ನು ಸಿದ್ಧಿಸಿಕೊಳ್ಳುವುದು ಮುಖ್ಯವಾಗುತ್ತದೆ. ಜನನವಾಗುವ ಮುಂಚಿನ ತಿಂಗಳುಗಳಲ್ಲಿಯೇ ನಮಗೆ ಆ ಶಕ್ತಿಯನ್ನು ಪ್ರಕೃತಿ ನೀಡಿರುತ್ತದೆ.

ಜನನಕ್ಕೂ ಮೊದಲು ಆಲಿಸುವಿಕೆ

ಶಿಶುಗಳು ಜನಿಸುವುದಕ್ಕೂ ಮೊದಲೇ ಆಲಿಸಬಲ್ಲರು. ವಾಸ್ತವವಾಗಿ, ಬಸುರಿನ ಅರ್ಧ ಅವಧಿಯ ಬಳಿಕ ಭ್ರೂಣಕ್ಕೆ ತನ್ನ ತಾಯಿಯ ಹೃದಯಬಡಿತ ಮತ್ತು ಅವಳ ಶರೀರದಲ್ಲಿ ಆಗುವ ಎಲ್ಲಾ ಸದ್ದುಗಳು ಕೇಳಿಸುತ್ತವೆ. ಗರ್ಭಕೋಶದೊಳಗಿಂದ, ಜೀರ್ಣಕ್ರಿಯೆಯ ಸದ್ದು ಮತ್ತು ಅದರ ಮೊದಲ ಮನೆಯೊಳಗಿನ ಇತರ ಎಲ್ಲಾ ಸದ್ದುಗಳನ್ನು ಭ್ರೂಣವು ಆಲಿಸಬಲ್ಲದು.

ಆರು ತಿಂಗಳ ಬಳಿಕ, ತಾಯಿಯ ಶರೀರದ ಹೊರಗೆ ಏನಾಗುತ್ತದೆ ಎಂಬುದನ್ನೂ ಅದು ಆಲಿಸಬಲ್ಲದು. ಹೆತ್ತವರ ಮಾತುಗಳಿಗೆ ಪ್ರತಿಯಾಗಿ ಭ್ರೂಣವು ಒದೆತ ಹಾಗೂ ಚಲನೆಯ ಮೂಲಕ ಪ್ರತಿಕ್ರಿಯಿಸುತ್ತದೆ ಎಂದು ಹೇಳಿದರೆ ಅದು ಅತಿಶಯೋಕ್ತಿಯಾಗಲಾರದು.

ಜನನಕ್ಕೂ ಮೊದಲು ನಾವು ಸಂಗೀತದ ಕಡೆಗೆ ಹಾಗೂ ಮನೆಯೊಳಗಿನ ಯಾವುದೇ ಶಬ್ದಗಳಿಗೆ ಹೆಚ್ಚು ಸಂವೇದನಾಶೀಲರಾಗಿರುತ್ತೇವೆ ಎಂಬುದು ಸಾಬೀತಾಗಿದೆ.

ಜನನದ ಬಳಿಕ ಈ ಸ್ವಾಭಾವಿಕ ಗಮನಗಳು ಹೆಚ್ಚುತ್ತಾ ಹೋಗುತ್ತವೆ. ಆದರೆ ನಾವು ಬೆಳೆದಂತೆ ಆಂತರಿಕ ಮತ್ತು ಬಾಹ್ಯ ಗೊಂದಲಗಳು, ಗಮನಭಂಗಗೊಳಿಸುವ ವಿಷಯಗಳು ನಮ್ಮ ಸುತ್ತಲೂ ಏನಾಗುತ್ತದೆ ಎಂಬುದನ್ನು ಸ್ಪಷ್ಟವಾಗಿ ಗ್ರಹಿಸುವ ನಮ್ಮ ಸಾಮರ್ಥ್ಯವನ್ನು ದುರ್ಬಲಗೊಳಿಸಲಾರಂಭಿಸುತ್ತವೆ.

ಸಂಪರ್ಕಿತ ಅಥವಾ ಪ್ರತ್ಯೇಕಿತ

ಯಾರಾದರೂ ಮಾತನಾಡುತ್ತಿರುವಾಗ, ನಾವು ಏನು ಹೇಳಬೇಕು ಎಂಬ ಬಗ್ಗೆ ಯೋಚಿಸುವುದರಲ್ಲೇ, ನಾವು ಏನನ್ನು ಪ್ರಸ್ತುತಪಡಿಸಬೇಕು ಅಥವಾ ಪರಿಸ್ಥಿತಿಯನ್ನು ನಿಯಂತ್ರಿಸುವುದರಲ್ಲೇ ಹೆಚ್ಚಿನ ಸಮಯ ಕಳೆಯುತ್ತೇವೆ. ಸ್ಪಷ್ಟವಾಗಿ ಆಲಿಸುವುದೆಂದರೆ, ನಿಯಂತ್ರಣವನ್ನು ಬಿಡುವುದು. ಅದೇನೂ ಸುಲಭವಲ್ಲ, ಅದಕ್ಕೆ ತರಬೇತಿ ಬೇಕು.

'ನಾವು ಆಲಿಸಲ್ಪಟ್ಟಿದ್ದೇವೆ' ಎಂದಾದಾಗ, ನಾವು ಸಂಪರ್ಕಿತರಾಗಿದ್ದೇವೆ ಎಂಬ ಭಾವ ನಮಗೆ ಬರುತ್ತದೆ. ನಾವು ಆಲಿಸಲ್ಪಡದೇ ಇದ್ದಾಗ ನಾವು ಪ್ರತ್ಯೇಕಿತರಾದ ಭಾವ ಬರುತ್ತದೆ"

– ತಾರಾ ಬ್ರಾಚ್, *ದಿ ಸೇಕ್ರೆಡ್ ಆರ್ಟ್ ಆಫ್ ಲಿಸನಿಂಗ್*

ಶಬ್ದ ಮಾಲಿನ್ಯ

ವೈಯಕ್ತಿಕ ಚಹಾ ಕೂಟದಲ್ಲಿ ಪಾಲ್ಗೊಳ್ಳುವವರು ಯಾವುದೇ ಹಿನ್ನೆಲೆ ಸಂಗೀತದ ಅಬ್ಬರವಿಲ್ಲದ ಪ್ರಶಾಂತ ಸ್ಥಳದಲ್ಲಿ ಸೇರುವ ಪ್ರಾಮುಖ್ಯತೆಯನ್ನು ನಾವು ಈಗಾಗಲೇ ಒತ್ತಿಹೇಳಿದ್ದೇವೆ. ಏಕೆಂದರೆ ಶಬ್ದ ಮತ್ತು ನಮ್ಮ ಗಮನದ ನಡುವೆ ನೇರ ನಂಟು ಇದೆ. ನಮ್ಮ ಗಮನವು ಒತ್ತಡದಿಂದಾಗಿ ಕಡಿಮೆಯಾಗಿರುತ್ತದೆ.

ನಾವು ಓದಲು ಅಥವಾ ಬರೆಯಲು ಯತ್ನಿಸುತ್ತಿರುವಾಗ ಯಾರಾದರೂ ಮಾತನಾಡಿದರೆ, ನಮ್ಮ ಉತ್ಪಾದಕತೆಯು ಶೇಕಡಾ 66ರಷ್ಟು ಇಳಿಮುಖವಾಗುತ್ತದೆ ಎಂದು ಅಂದಾಜಿಸಲಾಗಿದೆ.

ಇದಕ್ಕೆ ತದ್ವಿರುದ್ಧವಾಗಿ, ಲಂಡನ್ ಅಂಡರ್‌ಗ್ರೌಂಡ್‌ನಲ್ಲಿ ನಡೆದ ಒಂದು ಪ್ರಯೋಗದ ಪ್ರಕಾರ ಇಂಪಾದ ಧ್ವನಿ ಅಪರಾಧಗಳನ್ನು ಕಡಿಮೆ ಮಾಡಿದೆ ಎನ್ನಲಾಗಿದೆ. ಅತ್ಯಧಿಕ ಪ್ರಮಾಣದ ಕಳ್ಳತನ ಮತ್ತು ಆಕ್ರಮಣಗಳು ನಡೆಯುವ ಸ್ಟೇಷನ್‌ನಲ್ಲಿ ಶಾಸ್ತ್ರೀಯ ಸಂಗೀತವನ್ನು ನುಡಿಸುವುದಾಗಿ ಅಂಡರ್‌ಗ್ರೌಂಡ್‌ನ ಪ್ರಾಧಿಕಾರಿಗಳು ತೀರ್ಮಾನಿಸಿದ್ದರು. ಈ ಕ್ರಮದ ಪರಿಣಾಮವಾಗಿ, ಕಳ್ಳತನ ಪ್ರಕರಣಗಳು ಶೇಕಡಾ 33ರಷ್ಟು ಮತ್ತು ದಾಳಿ/ ಆಕ್ರಮಣ ಪ್ರಕರಣಗಳು ಶೇಕಡಾ 25ರಷ್ಟು ಇಳಿಮುಖವಾದವು ಎಂದು 'ದಿ ಇಂಡಿಪೆಂಡೆಂಟ್' ವರದಿ ಪ್ರಕಟಿಸಿತ್ತು.

ಶಬ್ದಮಾಲಿನ್ಯದಿಂದ ಕಿರಿಕಿರಿ ಅನುಭವಿಸದ ತಂಡಗಳು ತಮ್ಮ ಶ್ರವಣ ಸಾಮರ್ಥ್ಯವನ್ನು ಹೇಗೆ ಹೆಚ್ಚಿಸಿಕೊಳ್ಳುತ್ತವೆ ಎಂಬುದು ನಿಜಕ್ಕೂ ಕುತೂಹಲಕಾರಿ ಸಂಗತಿ. ಅರಣ್ಯದಲ್ಲಿ ಅಥವಾ ಗ್ರಾಮೀಣ ಪ್ರದೇಶಗಳಲ್ಲಿ ವಾಸಿಸುವ ಸಮುದಾಯಗಳು ಹಾಗೂ ಸನ್ಯಾಸಿಗಳ ಮತ್ತು ಕ್ರೈಸ್ತ ಸನ್ಯಾಸಿಗಳ, ಸನ್ಯಾಸಿನಿಯರ, ಮಿಷನರಿಗಳ ಶ್ರವಣ ಸಾಮರ್ಥ್ಯ ಚೆನ್ನಾಗಿರುವುದು ಇದೇ ಕಾರಣಕ್ಕೆ.

ಒಳ್ಳೆಯ ಕೇಳುಗನಾಗಲು ಕೆಲವು ಸಲಹೆಗಳು

ನಾವು ಚನೊಯು ಅಭ್ಯಾಸ ಮಾಡುತ್ತಿರಲಿ ಅಥವಾ ಇನ್ಯಾವುದೇ ಸಂಭ್ರಮಾಚರಣೆಯಲ್ಲಿರಲಿ ಇಲ್ಲವೇ ನಮ್ಮ ಸಂಗಾತಿ, ಕುಟುಂಬದ ಸದಸ್ಯರು, ಸ್ನೇಹಿತರು ಅಥವಾ ಸಹೋದ್ಯೋಗಿಗಳೊಂದಿಗೆ ನಮ್ಮ ಬಾಂಧವ್ಯವನ್ನು ಉತ್ತಮಗೊಳಿಸಲು ಬಯಸುತ್ತಿರಲಿ, ಈ ಕೆಳಗಿನ ಸರಳ ಉಪಾಯಗಳು ನಮ್ಮನ್ನು ಮತ್ತು ಇತರರನ್ನು ಉತ್ತಮ ಕೇಳುಗರನ್ನಾಗಿಸಲು ನೆರವಾಗಬಹುದು:

- ಮಹತ್ವದ ಮಾತುಕತೆಗಳಿಗೆ ಸ್ಥಳದ ಆಯ್ಕೆ ಸೂಕ್ತವಾಗಿರಲಿ. ಅಬ್ಬರದ ಸದ್ದು ಮತ್ತು ನಿರಂತರ ಫೋನ್ ರಿಂಗಣಿಸುವ ಕಚೇರಿಯಾಗಲಿ, ಟಿ.ವಿ. ಹಾಕಿರುವ ಇಲ್ಲವೇ ಜೋರಾಗಿ ಸಂಗೀತ ಹಾಕಿರುವ ಲಿವಿಂಗ್ ರೂಂ ಆಗಲಿ ಉತ್ತಮ ಮಾತುಕತೆಗೆ ಸೂಕ್ತವಾದ ಸ್ಥಳವಲ್ಲ. ಉತ್ತಮ ಕೇಳುಗನಾಗಲು ಮೊದಲ ಹೆಜ್ಜೆ ಏನೆಂದರೆ, ಶಬ್ದ ಮಾಲಿನ್ಯದಿಂದ ದೂರವಿರಲು ಸಾಧ್ಯವಿರುವ ಎಲ್ಲಾ ಪ್ರಯತ್ನಗಳನ್ನು ಮಾಡುವುದು.

- ನಿಮ್ಮ ಸಂವಾದಕನ ಕಣ್ಣಲ್ಲಿ ಕಣ್ಣಿಟ್ಟು ನೋಡಿ. ಕಣ್ಣಿನ ನೇರ ಸಂಪರ್ಕದೊಂದಿಗೆ, ಅವರು ನಮಗೆ ಮುಖ್ಯ ಮತ್ತು ನಾವು ಸಂಪೂರ್ಣವಾಗಿ ಉಪಸ್ಥಿತರಿದ್ದೇವೆ ಎಂದು ನಾವು ನಮ್ಮ ಸಂವಾದಕರು ತಿಳಿದುಕೊಳ್ಳುವಂತೆ ಮಾಡಬಹುದು. ಇಷ್ಟಾದರೂ, ಈ ಕಣ್ಣಿನ ಸಂಪರ್ಕವು ಬೆದರಿಸುವಂತಿರಬಾರದು. ನಾವು ಬೇರೆ ವ್ಯಕ್ತಿಯ ಮೌಖಿಕ ಭಾಷೆಗೆ ಗಮನ ಕೊಡಬೇಕು ಮತ್ತು ಅವರು ನಮ್ಮ ನಡುವೆ ಇರುವ ಭೌತಿಕ ಸ್ಥಳಾವಕಾಶದಿಂದ ಆರಾಮವಾಗಿದ್ದಾರೆ ಎಂಬುದನ್ನು ಖಚಿತಪಡಿಸಿಕೊಳ್ಳಬೇಕು. ಈ ಮಾಹಿತಿಯು ಬಹಳ ಮೌಲಿಕವಾಗಿದ್ದು, ನಮ್ಮ ನಡುವೆ ಹೊಂದಾಣಿಕೆಗೆ ಅವಕಾಶ ಕಲ್ಪಿಸಿಕೊಡುತ್ತದೆ.

- ಬೇರಾವುದೇ ಆಲೋಚನೆಗಳು ಮಧ್ಯಪ್ರವೇಶ ಮಾಡದಂತೆ ಅವುಗಳನ್ನು ಬಂದ್ ಮಾಡಿಬಿಡಿ. ಈ ಅಧ್ಯಾಯದ ಆರಂಭದಲ್ಲೇ ಹೇಳಿದಂತೆ, ನಾವೆಲ್ಲರೂ ನಮ್ಮ ಮತ್ತು ನಾವು ಸಂಭಾಷಿಸುವವರ ನಡುವೆ ಫಿಲ್ಟರ್(ಶೋಧಕ)ಗಳನ್ನು ಇರಿಸುವ ನೈಸರ್ಗಿಕ ಪ್ರವೃತ್ತಿಯನ್ನು ಹೊಂದಿದ್ದೇವೆ. ಸಂವಾದಕನ ಬಗ್ಗೆ ಯಾವುದೇ ನಿರ್ಣಯವನ್ನು ಖಾಯಂ ಗೊಳಿಸದಿರುವುದು, ಯಾವುದೇ ಪೋರ್ವಾಗ್ರಹಕ್ಕೆ ಆಸ್ಪದ ಕೊಡದೆ ಇರುವುದೇ ಇಲ್ಲಿ ಇರುವ ಮುಖ್ಯ ವಿಷಯ. ಬೇರೆಯವರು ಏನು ಹೇಳುತ್ತಿದ್ದಾರೆಂದು ಕೇಳುವುದಕ್ಕೆ ನಮ್ಮನ್ನು ನಾವು ಮಿತಿಗೊಳಿಸಿಕೊಂಡು ಬಿಟ್ಟರೆ ನಾವು ಅವರ ಸಂಪೂರ್ಣ ಮಾತು/ಸಂದೇಶಗಳನ್ನು ಗ್ರಹಿಸಲು ಸಾಧ್ಯವಾಗುತ್ತದೆ. ಅಲ್ಲದೆ, ನಾವು ಕೇಳಿಸಿಕೊಂಡಿದ್ದೇವೆ ಎಂದು ಅವರಿಗೆ ಮನವರಿಕೆಯಾಗುತ್ತದೆ. ಇದು ಸಾಧ್ಯವಾಗಬೇಕಾದರೆ, ನಾವು ನಮ್ಮ ಮನಸ್ಸನ್ನು ಅಲೆದಾಡದಂತೆ ಹಿಡಿದಿಟ್ಟುಕೊಳ್ಳುವುದಲ್ಲದೆ, ಇರುವಿಕೆಯ ಶಿಸ್ತನ್ನೂ ಕಾಪಾಡಿಕೊಳ್ಳಬೇಕು.

- ಯಾವುದೇ ಅಡ್ಡಿಯಿಲ್ಲದೆ/ ಅಥವಾ ಹೇಳುತ್ತಿರುವಾಗ ಅಡ್ಡಿ ಮಾಡದೇ ಪ್ರಶ್ನೆಗಳನ್ನು ಕೇಳಿ. ಜನರನ್ನು ಕಡಿತ ಮಾಡದಿರುವುದು ಬಹಳ ಮುಖ್ಯ. ಏಕೆಂದರೆ ಅದರಿಂದ ಹತಾಶೆ ಉಂಟಾಗಬಹುದು. ನಾವು ಪ್ರಶ್ನೆಗಳನ್ನು ಹೇಗೆ ಕೇಳಬೇಕೆಂದರೆ ನಾವು ಇನ್ನೂ ಅವರನ್ನು ಆಲಿಸುತ್ತಿದ್ದೇವೆ ಎಂಬುದನ್ನು ತೋರಿಸಿಕೊಡುವಂತಿರಬೇಕು, ಅದಕ್ಕೆ ಅವರು ಬೆಲೆ ಕೊಡುತ್ತಾರೆ. ಅವರು ಹೇಳುತ್ತಿರುವುದರ ಬಗ್ಗೆ ಇನ್ನಷ್ಟು ತಿಳಿದುಕೊಳ್ಳಲು ಅಥವಾ ಅವರ ಮಾತುಗಳಿಂದ ನಾವು ವಿಮುಖರಾಗಿಲ್ಲ ಎಂಬುದನ್ನು ತೋರಿಸಿಕೊಡುವಂತಹ ಪ್ರಶ್ನೆಗಳಿರಬೇಕು. ಅದಕ್ಕಾಗಿ, ನಾವು "ಹಾಗಿದ್ದರೆ ನೀವು ಹೇಳುತ್ತಿರುವುದು..." ಎಂಬ ಮಾತುಗಳ ಮೂಲಕ ನಮ್ಮ ಸಕ್ರಿಯ ಇರುವಿಕೆಯನ್ನು ತೋರಿಸಿಕೊಡಬಹುದು. ಮಾತನಾಡುವವರಿಗೆ ಅದು ನಿಜವಾದ ಕೊಡುಗೆ ಆಗಿರುತ್ತದೆ.

- ಅನಪೇಕ್ಷಿತ ಸಲಹೆ ಕೊಡಬೇಡಿ. ಯಾರಾದರೂ ಸಮಸ್ಯೆಯನ್ನು ಹಂಚಿಕೊಂಡಾಗ ಪರಿಹಾರ ನೀಡದಿರಲು ಕಷ್ಟವಾಗಬಹುದು. ಆದರೆ ಸಾಮಾನ್ಯವಾಗಿ ಬೇರೆಯವರಿಗೆ ಕೇಳಿಸಿಕೊಳ್ಳುವವರು ಬೇಕಿರುತ್ತಾರೆ, ಸಲಹೆ/ಪರಿಹಾರ ನೀಡುವವರು ಅಲ್ಲ. ಅವರ ಪರಿಸ್ಥಿತಿಗೆ ಸಂಬಂಧಿಸಿದಂತೆ ನಾವು ಏನಾದರೂ ಮೌಲ್ಯಯುತ ಸಲಹೆ ನೀಡುತ್ತೇವೆ ಎಂದು ನಾವು ಭಾವಿಸಿದರೆ, "ನಾನು ನಿಮಗೆ ಏನಾದರೂ ಸಲಹೆ ನೀಡಬಹುದೇ?" ಎಂದು ಕೇಳಬಹುದು ಇಲ್ಲವೇ "ಖಂಡಿತವಾಗಿಯೂ, ಏನು ಮಾಡುವುದು ಸರಿ ಎಂಬುದು ನಿಮಗೆ ಮಾತ್ರ ತಿಳಿದಿದೆ. ಆದರೂ, ನಾನೊಂದು ವೇಳೆ ನಿಮ್ಮ ಸ್ಥಾನದಲ್ಲಿದ್ದಿದ್ದರೆ, ನಾನು..." ಎಂದು ಪರೋಕ್ಷವಾಗಿ ಸಲಹೆ ನೀಡಬಹುದು.
- ನಮ್ಮ ಮಾತುಕತೆ ಗೌರವಯುತವಾಗಿದ್ದರೆ, ಅವರಿಗೆ ನಮ್ಮ ಪೂರ್ತಿ ಗಮನ ಕೊಟ್ಟರೆ, ನಮ್ಮ ನಂಟನ್ನು ಗಾಢವಾಗಿಸುವ ಜೊತೆಗೆ, ಪ್ರತಿ ಭೇಟಿಯೂ ಅವಿಸ್ಮರಣೀಯವಾಗಿ ಕೊನೆಗೊಳ್ಳುವ ಸಾಧ್ಯತೆಗಳು ಹೆಚ್ಚಾಗುತ್ತವೆ.

ನೋಡುವ ಕಲೆ

ನೋಟವು ಅತ್ಯಂತ ಹೆಚ್ಚು ಅಭಿವೃದ್ಧಿ ಹೊಂದಿದ ಮಾನವ ಸಂವೇದನೆಯಾಗಿದೆ. ಆದರೂ ದುರಾದೃಷ್ಟವಶಾತ್, ನಾವು ನಮ್ಮ ಜೀವನವನ್ನು ನೇರವಾಗಿ ನೋಡುವುದಕ್ಕಿಂತ ಪರದೆಯಲ್ಲಿ ನೋಡಲು ಹೆಚ್ಚು ಸಮಯ ವಿನಿಯೋಗಿಸುತ್ತೇವೆ.

ಇದು ನಮಗೆ ಮನರಂಜನೆ ನೀಡಬಹುದು. ಆದರೆ ವೆಬ್ ಸರ್ಫಿಂಗ್ ಮಾಡುವಾಗ ಅಥವಾ ಸಾಮಾಜಿಕ ಮಾಧ್ಯಮದಲ್ಲಿ ಕಾಲ ಕಳೆಯುವಾಗ ಸ್ಮರಣೀಯವಾದುದನ್ನು ಅನುಭವಿಸುವುದು ಸಾಧ್ಯವಿಲ್ಲ, ನಿಖರವಾಗಿ, ಈ ಇಂಟರ್‌ಫೇಸ್‌ಗಳ ತ್ವರಿತ, ತಿರಸ್ಕರಿಸಿಬಿಡುವ ಸ್ವಭಾವದಿಂದಾಗಿ ಈಗ ನಾವು ಇತರರೊಂದಿಗೆ ಹಂಚಿಕೊಳ್ಳುವ ಪರದೆಯ ಮೇಲಿನ ಯಾವುದೇ ಸಂಗತಿಗಳು, ಬೇಗನೇ ಅಲ್ಲದಿದ್ದರೂ 24 ಗಂಟೆಗಳಲ್ಲಿ ಮರೆತುಬಿಡಲಾಗುತ್ತದೆ.

ಇಚಿಗೊ ಇಚಿಯೆಯ ಅನುಭವವನ್ನು ಗಳಿಸುವುದಕ್ಕಾಗಿ, ನಾವು ನಮ್ಮ ಜೀವನವನ್ನು ಕಣ್ಣಲ್ಲಿ ಕಣ್ಣಿಟ್ಟು ನೇರವಾಗಿ ನೋಡುವ ಸಾಮರ್ಥ್ಯವನ್ನು ಮರಳಿಪಡೆಯಬೇಕು.

ನೋಡುವುದು ಮತ್ತು ಅವಲೋಕಿಸುವುದು

ನಮ್ಮ ಮೆದುಳಿಗೆ ತಲುಪುವ ಶೇಕಡಾ 90ರಷ್ಟು ಮಾಹಿತಿಗಳು ದೃಶ್ಯ ರೂಪದ್ದೇ ಆಗಿರುತ್ತವೆ. ಹಾಗಂತ, ಬಹುತೇಕ ಜನರಿಗೆ ಅತ್ಯವಶ್ಯವಾದ ಕಣ್ಣುಗಳನ್ನು ಹೇಗೆ ಬಳಸಿಕೊಳ್ಳಬೇಕು ಎಂಬುದು ತಿಳಿದಿದೆ ಎಂದು ಅಲ್ಲ. ಅನೇಕ ಜನರು ಅವಲೋಕಿಸದೆಯೇ ಸುಮ್ಮನೆ ನೋಡುತ್ತಾರೆ. ಅಥವಾ, ಅವರ ಕಣ್ಮುಂದೆ ಇರುವುದರ ಬಗ್ಗೆ ಅವರು ಗಮನ ಕೊಡುವುದಿಲ್ಲ.

ರೊನಾಲ್ಡ್ ರೇಗನ್ ಅವರು ಇನ್ನೂ ಆರೋಗ್ಯವಂತರಾಗಿದ್ದಾಗ ವಿಶ್ವವಿದ್ಯಾಲಯದ ಪ್ರಶಸ್ತಿ ಪ್ರದಾನ ಸಮಾರಂಭವೊಂದಕ್ಕೆ ಹೋದ ಬಗ್ಗೆ ಒಂದು ಕತೆ ಇದೆ. ಅಮೆರಿಕದ ಅಧ್ಯಕ್ಷರು ತಮ್ಮ ಗಣನೀಯ ಸಾಮಾಜಿಕ ಬುದ್ಧಿವಂತಿಕೆಗೆ ಹೆಸರಾಗಿದ್ದವರು. ಅವರು ಎಲ್ಲೇ ಹೋದರೂ, ಸಭಿಕರಿಗೆ ಹೇಗೆ ಹತ್ತಿರವಾಗಬೇಕು ಎಂಬುದು ಅವರಿಗೆ ಗೊತ್ತಿತ್ತು. ಜನರು ಅವರ ಮೋಡಿಗೊಳಗಾಗುತ್ತಿದ್ದರು.

ಆ ಪ್ರಶಸ್ತಿ ಸಮಾರಂಭದಲ್ಲಿ, ಪ್ರಶಸ್ತಿ ಸ್ವೀಕರಿಸಲಿದ್ದ ತಮ್ಮ ಮಗ ತಮ್ಮಿಂದ ಕೆಲವೇ

ಅಡಿಗಳಷ್ಟು ದೂರದಲ್ಲಿ ನಿಂತಿದ್ದರೂ ಅವನ ಗುರುತು ಹಿಡಿಯಲು ವಿಫಲರಾದರು. ಅಂದರೆ ಅವರು ಸಮಾರಂಭದಲ್ಲಿನ ತಮ್ಮ ಪಾತ್ರದೊಳಗೆ ಅದೆಷ್ಟು ತಲ್ಲೀನರಾಗಿಬಿಟ್ಟಿದ್ದರೆಂದರೆ, ತಮ್ಮ ಎದುರಲ್ಲೇ ನಿಂತದ್ದ ತಮ್ಮ ಮಗನನ್ನು ಗುರುತಿಸಲಾರದಷ್ಟು!

ಅವಲೋಕಿಸದೇ ಕೇವಲ ನೋಡುವುದು ಎಂದರೆ ಹೀಗೆ. ನಮ್ಮ ದೈನಂದಿನ ಬದುಕಿನಲ್ಲಿ ಒಮ್ಮೊಮ್ಮೆ ಹೀಗಾಗುತ್ತದೆ, ನಡೆದುಕೊಂಡು ಹೋಗುವಾಗ ಸೆಲ್ ಫೋನ್‌ನಲ್ಲಿ ಮುಳುಗಿಹೋದ ಕಾರಣ ಪಾದಚಾರಿಗಳಿಗೆ ಡಿಕ್ಕಿ ಹೊಡೆದಾಗಲಷ್ಟೇ ಅಲ್ಲ.

ಕಣ್ಣುಗಳ ಕಸರತ್ತು

ನಾವೇನೂ, ಈಗಷ್ಟೇ ದೃಷ್ಟಿದೋಷ ಸುಧಾರಿಸುತ್ತಿರುವ ಕುರುಡರ ಬಗ್ಗೆ ಮಾತನಾಡುತ್ತಿಲ್ಲ. ಆದರೆ ರೂಪಕದ ಮಟ್ಟದಲ್ಲಿ ನೋಡಿದರೆ ಅದೂ ಅಷ್ಟೇ ಮಹತ್ವದ್ದಾಗಿದೆ. ಇಲ್ಲಿ ಸೂಚಿಸಿರುವ ಕಸರತ್ತುಗಳ ಉದ್ದೇಶ–ಈ ಮಹತ್ವದ ಸಾಧನಕ್ಕೆ ಇನ್ನಷ್ಟು ಸಾಣೆ ಕೊಡುವುದು, ನಮ್ಮ ಕಣ್ಣುಗಳ ಮೂಲಕ ಪ್ರಪಂಚದ ಸೌಂದರ್ಯವನ್ನು ಸೆರೆಹಿಡಿಯುವುದು ಆಗಿದೆ.

- ನಗರಗಳಲ್ಲಿ ಬಹಳ ಸುಲಭವಾಗಿ ಅತಿಯಾಗಿ ಪ್ರಚೋದನೆಗೊಂಡಂತೆ ಭಾಸವಾಗುತ್ತದೆ. ಅದು ಶಬ್ದಮಾಲಿನ್ಯದಿಂದ ಮಾತ್ರವಲ್ಲ. ನಿಮ್ಮ ನೋಡುವ ಸಾಮರ್ಥ್ಯವನ್ನು ಹೆಚ್ಚಿಸಿಕೊಳ್ಳಲು ಅಥವಾ ಮರಳಿ ಪಡೆಯಲು ವಾರಕ್ಕೊಮ್ಮೆ ಗ್ರಾಮಾಂತರ ಪ್ರದೇಶಕ್ಕೆ ಹೋಗಿ ಬರಲು ಪ್ರಯತ್ನಿಸಿ. ಅರಣ್ಯಗಳು ಆಕರ್ಷಕವಾದ ಸಾದೃಶ್ಯ ಅನುಭವವನ್ನು ನೀಡುತ್ತವೆ. ವಿವಿಧ ಜಾತಿಯ ಮರಗಳು ಮತ್ತು ಸಸ್ಯಗಳು, ಭೂದೃಶ್ಯಕ್ಕೆ ಜೀವ ತುಂಬುವ ಪಕ್ಷಿಗಳು, ಕೀಟಗಳ ಬಗ್ಗೆ ಗಮನ ಹರಿಸಬಹುದು. ಮರಗಳ ಕೊಂಬೆಗಳ ನಡುವಿನಿಂದ ಇಣುಕುತ್ತಾ ಆಟವಾಡುವ ಸೂರ್ಯಕಿರಣಗಳ ದೃಶ್ಯ–ಕೊಮೊರೆಬಿ–ಯನ್ನು ಗಮನಿಸಬಹುದು. ಅದೊಂದು ರೀತಿಯಲ್ಲಿ ಪ್ರಕೃತಿ ಚಿತ್ರಿಸಿರುವ ಅಮೂರ್ತ ಕಲಾಕೃತಿಯಂತೆ ಇರುತ್ತದೆ. ಇವೆಲ್ಲವೂ ನಮ್ಮ ದೃಷ್ಟಿಯನ್ನು ಉತ್ತಮಗೊಳಿಸಲು ಸಹಾಯ ಮಾಡುತ್ತವೆ.
- ನೀವು ಕೆಲಸಕ್ಕೆ ಹೋಗುವಾಗ ಅಥವಾ ಮನೆಗೆ ಸಾಮಾನು ತರಲು ಅಥವಾ ಇನ್ನಾವುದೇ ಕೆಲಸ–ಕಾರ್ಯಕ್ಕೆ ಹೊರಟಾಗ, ಜಡಭರಿತ ಭೂತದ ಹಾಗೆ ನಿಮ್ಮ ಸೆಲ್‌ಫೋನ್‌ನಲ್ಲೇ ಕಳೆದು ಹೋಗದೇ, ಸಾಮಾನ್ಯವಾಗಿ ನೀವು ಹಾದುಹೋಗುವ ಹಾದಿಯ ವಿವರಗಳತ್ತ ಗಮನ ಕೊಡಿ. ಕಟ್ಟಡಗಳನ್ನು ಗಮನಿಸಿ, ಆಕಾಶದ ಬಣ್ಣವನ್ನು ಮತ್ತು ತೇಲಾಡುತ್ತಿರುವ ಮೋಡಗಳ ಆಕಾರಗಳನ್ನು ಗಮನಿಸಿ. ಬೇರೆ ರೀತಿಯಲ್ಲಿ ಹೇಳುವುದಾದರೆ, ನೀವು ಯಾವುದೋ ಒಂದು ಅಗಾಧವಾದ ಚಿತ್ರಶಾಲೆಯಲ್ಲಿದ್ದೀರೋ ಎಂಬಂತೆ, ನಿಮ್ಮ ಸುತ್ತಲಿನ ಜಗತ್ತನ್ನು ಶ್ಲಾಘಿಸಲು ನಿಮ್ಮ ಕಣ್ಣುಗಳನ್ನು ಬಳಸಿ.
- ನೀವು ಯಾರನ್ನೋ ಭೇಟಿಯಾದಾಗ ಆ ಸ್ಥಳದ ಬಗ್ಗೆಯಷ್ಟೇ ಗಮನ ಕೊಡದೆ, ಅಲ್ಲಿ ನಿಮ್ಮ ಸ್ನೇಹಿತರ ಭಾವನಾತ್ಮಕ ಸ್ಥಿತಿ ಮತ್ತು ಉದ್ದೇಶಗಳನ್ನು ಬಹಿರಂಗಪಡಿಸುವ ಎಲ್ಲಾ ವಿವರಗಳು ಹಾಗೂ ಸೂಕ್ಷ್ಮ ವ್ಯತ್ಯಾಸಗಳಿಗೂ ಗಮನ ಕೊಡಿ. ಅವರು ಆರಾಮವಾಗಿದ್ದಾರೆಯೇ ಅಥವಾ ನೇರವಾಗಿ ಸೆಟೆದು ಕುಳಿತು ಉದ್ವಿಗ್ನ ಸ್ಥಿತಿಯಲ್ಲಿದ್ದಾರೆಯೇ? ಅವರು ತಮ್ಮ ಕೈಗಳಿಂದ ಏನು ಮಾಡುತ್ತಿದ್ದಾರೆ? ಅವರ ನೋಟ ಸ್ಥಿರವಾಗಿದೆಯೇ ಇಲ್ಲಾ ವಿಚಲಿತವಾಗಿದೆಯೇ? ಈ ಬಗೆಯ ಗಮನವು, ಪ್ರತಿಯೊಬ್ಬ ವ್ಯಕ್ತಿಯ ಬಗೆಗೂ, ಅವರು ಯಾರು ಮತ್ತು ಅವರು ಹೇಗಿದ್ದಾರೆ ಮುಂತಾದ ಅಕ್ಷರಶಃ ಮತ್ತು ರೂಪಕವಾದ ಆಳ ನೋಟವನ್ನು ನಮಗೆ ಒದಗಿಸುತ್ತದೆ.

ಕಲಾಕೃತಿಯನ್ನು ವೀಕ್ಷಿಸುವುದು

ಇಪ್ಪತ್ತನೇ ಶತಮಾನದ ಪ್ರಮುಖ ಕಲಾವಿದ ವಾಸಿಲಿ ಕ್ಯಾಂಡಿನ್‌ಸ್ಕಿ, ಕಲೆಯನ್ನು ವೀಕ್ಷಿಸಲು ಈ ಕೆಳಗಿನ ಸಲಹೆ ಕೊಟ್ಟಿದ್ದಾರೆ: "ನಿಮ್ಮ ಕಿವಿಗಳನ್ನು ಸಂಗೀತ ಆಲಿಸಲು ಬಿಡಿ, ನಿಮ್ಮ ಕಣ್ಣುಗಳನ್ನು ಚಿತ್ರಕಲೆಯತ್ತ ತೆರೆದಿಡಿ ಹಾಗೂ... ಆಲೋಚಿಸುವುದನ್ನು ನಿಲ್ಲಿಸಿ! ಆ ಮೂಲಕ, ಆ ಚಿತ್ರಕಲೆಯು ಇದುವರೆಗೆ ಅಪರಿಚಿತ ಜಗತ್ತಿನಲ್ಲಿ 'ಸಾಗಲು' ನಿಮಗೆ ಅವಕಾಶ ಮಾಡಿಕೊಟ್ಟಿದೆಯೇ ಎಂದು ನಿಮ್ಮನ್ನು ನೀವು ಕೇಳಿಕೊಳ್ಳಿ. ಉತ್ತರ ಹೌದು ಎಂದಾದರೆ ನಿಮಗೆ ಇನ್ನೇನು ಬೇಕು?"

ನೋಡುವ ಕಲೆಯನ್ನು ಕಲಿಯಲು ಕಲಾ ಸಂಗ್ರಹಾಲಯಗಳು ಅದ್ಭುತ ಜಾಗ. ಕಲಾ ಸಂಗ್ರಹಾಯಲದ ಗೋಡೆಗಳ ನಡುವೆ ಇಚಿಗೊ ಇಚಿಯೆಯ ಅನುಭವವನ್ನು ದಕ್ಕಿಸಿಕೊಳ್ಳುವ ಕುರಿತು ಕೆಲವು ಉಪಾಯಗಳನ್ನು ಇಲ್ಲಿ ಕೊಡಲಾಗಿದೆ:

- ವಸ್ತು ಸಂಗ್ರಹಾಲಯದಲ್ಲಿ ಸಾಮಾನ್ಯವಾಗಿ ಮಾಡುವ ಒಂದು ತಪ್ಪು ಏನೆಂದರೆ, 'ಎಲ್ಲವನ್ನೂ ನೋಡಲು' ಬಯಸುವುದು. ಏಕೆಂದರೆ, ನಮ್ಮಲ್ಲಿ ಹೆಚ್ಚಿನವರು ಸೀಮಿತ ಗಮನವನ್ನು ಹೊಂದಿರುತ್ತಾರೆ. ಐವತ್ತು ಅಥವಾ ಅರವತ್ತು ಕಲಾಕೃತಿಗಳ ಬಳಿಕ ಅಥವಾ ಇನ್ನೂ ಮೊದಲೇ ದಣಿವಾದಂತೆ ಅನಿಸುವುದು ಸಹಜ. ಇದನ್ನು ತಪ್ಪಿಸಲು, ಸಂಗ್ರಹದ ಒಂದು ಭಾಗವನ್ನೋ, ನಮಗೆ ಆಸಕ್ತಿ ಇರುವ ನಿರ್ದಿಷ್ಟ ಕಲಾವಿನದ ಕಲಾಕೃತಿಗಳನ್ನೋ ನೋಡುವ ಆಯ್ಕೆ ಮಾಡುವುದು ಉತ್ತಮ.
- ನೀವು ಭೇಟಿ ನೀಡಿದಾಗ, ನಿಮಗೆ ಎದ್ದು ಕಾಣುವ ಮೂರರಿಂದ ಐದು ವರ್ಣಚಿತ್ರಗಳನ್ನು ಆರಿಸಿಕೊಳ್ಳಿ. ಕಲಾಕೃತಿಯ ಮುಂದೆ ಕುಳಿತುಕೊಳ್ಳಲು ಸ್ಥಳಾವಕಾಶವಿದ್ದರೆ, ಕೆಲವು ಮುಖ್ಯ ಕಲಾಕೃತಿಗಳ ಮುಂದೆ ಇರುವಂತೆ, ಇನ್ನೂ ಒಳ್ಳೆಯದು.
- ಈ ಪ್ರತಿಯೊಂದು ವರ್ಣಚಿತ್ರಗಳನ್ನೂ ನೋಡಲು ಒಂದೊಂದಕ್ಕೆ ಕನಿಷ್ಟ ಐದು ನಿಮಿಷವಾದರೂ ತೆಗೆದುಕೊಳ್ಳಿ. ಒಮ್ಮೆ ನೀವು ಕಲಾಕೃತಿಯನ್ನು ಇಡಿಯಾಗಿ ನೋಡಿದ ಬಳಿಕ, ಅದರ ವಿವರಗಳತ್ತ ಕಣ್ಣಾಡಿಸಿ, ಕ್ಯಾನ್ವಾಸ್‌ನಲ್ಲೇ ನಿಮ್ಮನ್ನು ನೀವು ಮುಳುಗಿ ಹೋಗಲು ಬಿಡಿ, ನೀವು ಅದರ ಭಾಗವೇ ಆಗಿರುವ ಹಾಗೆ.
- ಬಳಿಕ ನಿಮ್ಮನ್ನು ಹೀಗೆ ಕೇಳಿಕೊಳ್ಳಿ: ಈ ಚಿತ್ರವು ಯಾವ ಕತೆ ಹೇಳಲು ಪ್ರಯತ್ನಿಸುತ್ತಿದೆ? ಕಲಾವಿದನಿಗೆ ಏನು ಸ್ಫೂರ್ತಿ ಸಿಕ್ಕಿರಬಹುದು? ಚಿತ್ರಕಲೆ ಯಾವ ರೀತಿಯ ಭಾವನೆಗಳನ್ನು ಪ್ರೇರೇಪಿಸುತ್ತದೆ? ನನ್ನ ಜೀವನಕ್ಕೆ ನಂಟು ಇರುವಂತಹುದೇನಾದರೂ ಅದರಲ್ಲಿದೆಯೇ? ಒಂದು ವೇಳೆ ಅದು ಅಮೂರ್ತ ಕಲಾಕೃತಿಯಾಗಿದ್ದರೆ, ಕೊನೆಯ ಎರಡು ಪ್ರಶ್ನೆಗಳ ಮೇಲೆ ಗಮನ ಕೇಂದ್ರೀಕರಿಸಿ.
- ಮ್ಯೂಸಿಯಂನಿಂದ ಹೊರಡುವ ಮೊದಲು, ನೀವು ಮ್ಯೂಸಿಯಂನ ಮಾರಾಟ ವಿಭಾಗದಲ್ಲಿ ಈ ಕಲಾಕೃತಿಗಳ ಪೋಸ್ಟ್‌ಕಾರ್ಡ್‌ಗಳನ್ನು ಖರೀದಿಸಬಹುದು. ಅವುಗಳನ್ನು ನೋಡಿ ನೀವು ಅನುಭವಿಸಿದ ಇಚಿಗೊ ಇಚಿಯೆಯ ನೆನಪನ್ನು ಬಳಿಕವೂ ಆನಂದಿಸಬಹುದು.

ಸ್ಪರ್ಶಿಸುವ ಕಲೆ

ಪೌಲ್ ವೆಲೆರಿ ಎಂಬ ಕವಿ ಹೇಳುತ್ತಾರೆ, "ಮನುಷ್ಯನಲ್ಲಿರುವ ಅತ್ಯಂತ ಆಳವಾದ ಸಂಗತಿ ಎಂದರೆ ಚರ್ಮ" ಎಂದು. ಕೆಲವೊಮ್ಮೆ, ನಮ್ಮಲ್ಲಿನ ಭಾವನಾತ್ಮಕವಾಗಿ ಅತ್ಯಂತ ಶಕ್ತಿಶಾಲಿಯಾದ ಭಾವಗಳು ಸ್ಪರ್ಶದಿಂದ ಉಂಟಾಗುತ್ತವೆ. ನಾವು ಆಕರ್ಷಿತರಾದವರೊಂದಿಗಿನ ಮೊದಲ ಸ್ಪರ್ಶವನ್ನು ಹೇಗೆ ತಾನೇ ಮರೆಯಲು ಸಾಧ್ಯ? ಮೊದಲ ಮುತ್ತನ್ನು ಪ್ರಸ್ತಾಪ ಮಾಡದೇ ಇರೋಣ...

ಕೆಲವು ಇಚಿಗೊ ಇಚಿಯೆಯ ಕ್ಷಣಗಳು ಸ್ಪರ್ಶದಲ್ಲಿ ಅಂತ್ಯಗೊಳ್ಳುತ್ತವೆ. ಸಾಮಾನ್ಯವಾಗಿ ಅದಕ್ಕೆ ನಾವು ಹೆಚ್ಚಿನ ಗಮನ ಕೊಡುವುದಿಲ್ಲ. ಆದರೆ ಅದೂ ಮನುಷ್ಯನಿಗೆ ಅತ್ಯವಶ್ಯವಾಗಿ ಬೇಕಾದುದು.

ಅಮೆರಿಕದ ಮನಃಶಾಸ್ತ್ರಜ್ಞರ ಸಂಘದ (ಅಮೆರಿಕನ್ ಸೈಕಿಯಾಟ್ರಿಕ್ ಅಸೋಸಿಯೇಷನ್) ಸಂಶೋಧನೆಯಲ್ಲಿ ಕಂಡುಕೊಂಡಂತೆ, ಸಣ್ಣದೊಂದು ಅಪ್ಪುಗೆಯೂ ಕಾರ್ಟಿಸೋಲ್ ಹಾರ್ಮೋನ್‌ನ ಮಟ್ಟವನ್ನು ಕಡಿಮೆ ಮಾಡುವ ಶಕ್ತಿಯನ್ನು ಹೊಂದಿದೆ. ಒತ್ತಡವನ್ನುಂಟು ಮಾಡುವ ಈ ಹಾರ್ಮೋನ್, ನಿರಂತರವಾಗಿ ಸ್ರವಿಸಿದರೆ ನಮ್ಮ ಆರೋಗ್ಯದ ಮೇಲೆ ಅಪಾಯಕಾರಿ ಪರಿಣಾಮಗಳನ್ನುಂಟು ಮಾಡಬಹುದು. 2010ರಲ್ಲಿ ಮಿಯಾಮಿ ವಿಶ್ವವಿದ್ಯಾಲಯದಲ್ಲಿ ನಡೆದ ಮತ್ತೊಂದು ಅಧ್ಯಯನದಲ್ಲಿ ಕಂಡುಕೊಂಡಂತೆ, ನಾವು ಯಾರನ್ನಾದರೂ ಅಪ್ಪಿಕೊಂಡಾಗ, ನಮ್ಮ ಚರ್ಮದ ಗ್ರಾಹಕಗಳು (ಸಂವೇದಕಗಳು) ರಕ್ತದೊತ್ತಡವನ್ನು ಕಡಿಮೆ ಮಾಡಲು ಕಾರಣವಾದ ನಮ್ಮ ಮೆದುಳಿನ ನರಕ್ಕೆ ಸಂದೇಶವನ್ನು ಕಳುಹಿಸುತ್ತದೆ ಎಂದು ನಿರೂಪಿಸಿದೆ.

ಸ್ಪರ್ಶಿಸುವುದು ಮತ್ತು ಅಪ್ಪುಗೆ ಎಷ್ಟೋ ಪ್ರಾಣಾಂತಕ ಕಾಯಿಲೆಗಳನ್ನು ತಡೆಯುವ ಚಿಕಿತ್ಸಕ ಶಕ್ತಿಯನ್ನು ಹೊಂದಿದೆ.

ದಿನಕ್ಕೆ ನಾಲ್ಕು ಬಾರಿ ತಬ್ಬಿಕೊಳ್ಳುವುದರಿಂದ ಒಬ್ಬ ವ್ಯಕ್ತಿಯ ಭಾವನಾತ್ಮಕ ಮತ್ತು ದೈಹಿಕ ಆರೋಗ್ಯಕ್ಕೆ ಚೇತೋಹಾರಿಯಾಗಬಲ್ಲದು. ಆದರೆ, ಅಂತರರಾಷ್ಟ್ರೀಯ ಸಂಬಂಧಗಳ ತಜ್ಞರಾದ ಆಂಡಿ ಸ್ಟಾಲ್‌ಮನ್ ಪ್ರಕಾರ, ಪ್ರತಿ ದಿನ ಆರು ಸೆಕೆಂಡುಗಳ ಕಾಲ ಎಂಟು ಬಾರಿ ತಬ್ಬಿಕೊಳ್ಳಬೇಕಂತೆ. ಸಂತೋಷಕ್ಕೆ ಕಾರಣವಾಗುವ ಆಕ್ಸಿಟೋಸಿನ್ ಎಂಬ ಹಾರ್ಮೋನ್ ನಮ್ಮ ಮೆದುಳನ್ನು ತಲುಪಿ, ನಂಬಿಕೆ ಮತ್ತು ಪ್ರೀತಿಯ ಭಾವನೆಗಳನ್ನು ಬಡಿದೆಬ್ಬಿಸಲು ತೆಗೆದುಕೊಳ್ಳುವ ಅವಧಿ ಆರು ಸೆಕೆಂಡುಗಳು.

ಸ್ಪರ್ಶದ ಪ್ರಯೋಜನಗಳು

ನಿಯಮಿತವಾದ ದೈಹಿಕ ಸಂಪರ್ಕದಿಂದ ಈ ಕೆಳಗಿನ ಪ್ರಯೋಜನಗಳಾಗುತ್ತವೆ ಎಂಬುದನ್ನು ನಾವು ನೆನಪಿನಲ್ಲಿಟ್ಟುಕೊಳ್ಳಬೇಕು:

1. ರಕ್ತದೊತ್ತಡವನ್ನು ಕಡಿಮೆ ಮಾಡಿ ಆರಾಮವಾಗಿರುವಂತೆ ಮಾಡುತ್ತದೆ. ತಲೆನೋವು ನಿವಾರಣೆಯಾಗಿ ಒಳ್ಳೆಯ ನಿದ್ದೆ ಬರುತ್ತದೆ. ಲೈಂಗಿಕ ಕ್ರಿಯೆಯ ಬಳಿಕ ನಮಗೆ ಏಕೆ ಒಳ್ಳೆಯ ನಿದ್ದೆ ಬರುತ್ತದೆ ಎಂಬುದನ್ನು ಇದು ವಿವರಿಸುತ್ತದೆ.

2. ಪದಗಳಲ್ಲಿ ನಿರೂಪಿಸಲಾಗದಂತಹ ನಂಬಿಕೆ ಮತ್ತು ಸಲುಗೆ, ಆತ್ಮೀಯತೆಯ ಸಂವೇದನೆಯನ್ನು ಅದು ಬೆಳೆಸುತ್ತದೆ. ಎಷ್ಟೋ ಸಲ, ದೊಡ್ಡ ದೊಡ್ಡ ಜಗಳಗಳಿಂದಲೂ ಪರಿಹಾರ ಕಾಣದ ಎಷ್ಟೋ ಸಂಗತಿಗಳು ದೀರ್ಘವಾದ ಮತ್ತು ಪ್ರಾಮಾಣಿಕವಾದ ಒಂದು ಅಪ್ಪುಗೆಯಿಂದ ಪರಿಹಾರವಾದದ್ದಿದೆ.

3. ನಮ್ಮ ಯಶಸ್ಸಿಗೆ ಅದರಿಂದ ಸ್ಫೂರ್ತಿ ಸಿಗುತ್ತದೆ. 'ಬಾರ್ನ್ ಟು ಬಿ ಗುಡ್: ದಿ ಸೈನ್ಸ್ ಆಫ್ ಎ ಮೀನಿಂಗ್‌ಫುಲ್ ಲೈಫ್'ನ ಕರ್ತೃ ಡೇಚರ್ ಕೆಲ್ಟ್ನರ್ ಹೇಳುವಂತೆ, ಕ್ರೀಡಾ ತಂಡಗಳ ಸದಸ್ಯರು ಪರಸ್ಪರ ತಬ್ಬಿಕೊಂಡು ಅಥವಾ ಕೈ ತಟ್ಟಿಕೊಂಡು(ಹೈ ಫೈ) ಅಭಿನಂದಿಸಿ ಆಟಕ್ಕೆ ಮರಳಿದಾಗ ಸಿಗುವ ಯಶಸ್ಸು, ದೈಹಿಕ ಸ್ಪರ್ಶವಿಲ್ಲದ ಕ್ರೀಡಾಳುಗಳಲ್ಲಿ ಕಾಣದು.

4. ಅದು ಸಂಬಂಧಗಳನ್ನು ಬಲಪಡಿಸುತ್ತದೆ. ಕೇವಲ ಕಾಮಕ್ಕೋಸ್ಕರ ದೈಹಿಕ ಸಂಪರ್ಕ ಹೊಂದುವ ದಂಪತಿಗಳಿಗಿಂತ, ನಿಯಮಿತವಾಗಿ ದೈಹಿಕ ಸಂಪರ್ಕವಿರಿಸುವ ದಂಪತಿಗಳ ನಡುವಿನ ಸಮಾನಾನುಭೂತಿ(ಎಂಪಥಿ) ಮತ್ತು ದೀರ್ಘ ಬಾಳ್ವೆ ಅಧಿಕ ಎಂದು, ಲೈಂಗಿಕಶಾಸ್ತ್ರಜ್ಞರು ಹೇಳುತ್ತಾರೆ.

5. ಅದು ನಮ್ಮ ಮೂಡ್ ಬದಲಾಯಿಸುತ್ತದೆ. ಕೆಟ್ಟ ದಿನಗಳಲ್ಲಿ ನಮ್ಮಲ್ಲಿ ಶೇಖರವಾದ ನಕಾರಾತ್ಮಕ ಭಾವಗಳನ್ನು ಒದ್ದೋಡಿಸುವ ಶಕ್ತಿ ಒಂದೊಳ್ಳೆ ಅಪ್ಪುಗೆಗೆ ಅಥವಾ ಆರಾಮದಾಯಕ ಮಸಾಜ್‌ಗೆ ಇದೆ.

ಬೋರಿಸ್ ಸಿರುಲ್‌ನಿಕ್‌ನ ಆವಿಷ್ಕಾರ

ಫ್ರೆಂಚ್ ನರಶಾಸ್ತ್ರಜ್ಞರು ಮತ್ತು ಮನೋರೋಗ ತಜ್ಞರಾದ ಬೋರಿಸ್ ಸಿರುಲ್‌ನಿಕ್, ನಾಜಿ ಶಿಬಿರಗಳಲ್ಲಿ ಯಮಯಾತನೆಯನ್ನು ಅನುಭವಿಸಿದವರು. ಅವರು ಅರ್ಧ ಶತಮಾನದಷ್ಟು ಕಾಲದಿಂದ, ಮಾನವನ ಸಮತೋಲನಕ್ಕೆ ಪ್ರೀತಿಯ ಪ್ರಾಮುಖ್ಯತೆಯನ್ನು ಅಧ್ಯಯನ ಮಾಡಿದ್ದಾರೆ.

ರೊಮೇನಿಯನ್ ಸರ್ವಾಧಿಕಾರಿ ಸಿಯುಸೆಸ್ಕು ಪತನವಾದ ಬಳಿಕ, ಡಾಕ್ಟರ್ ಸಿರುಲ್‌ನಿಕ್ ಅವರು ರೊಮೇನಿಯನ್ ಅನಾಥಾಶ್ರಮಗಳಲ್ಲಿ ಮಕ್ಕಳೊಂದಿಗೆ ಕೆಲಸ ಮಾಡಿದರು. ಈ ಅನಾಥ ಮಕ್ಕಳು ತಮ್ಮ ಜೀವನದ ಮೊದಲ ಹತ್ತು ತಿಂಗಳವರೆಗೆ ಯಾವುದೇ ದೈಹಿಕ ಪ್ರೀತಿಯನ್ನು ಅನುಭವಿಸಿರಲಿಲ್ಲ. ಈ ಮಕ್ಕಳ ನರವೈಜ್ಞಾನಿಕ ಅಧ್ಯಯನದಿಂದ, ಅವರೆಲ್ಲರೂ ಪ್ರಿ-ಫ್ರಂಟಲ್ ಕಾರ್ಟೆಕ್ಸ್[7]ನ ಕ್ಷೀಣತೆ ಮತ್ತು ಅಮಿಗ್ಡಾಲಾ[8]ದ ಕೊರತೆಯಿಂದ ಬಳಲುತ್ತಿರುವ ಸಂಗತಿ ತಿಳಿದುಬಂದಿದೆ.

[7]ಪ್ರಿ-ಫ್ರಂಟಲ್ ಕಾರ್ಟೆಕ್ಸ್ (ಮೆದುಳಿನ ಮುಂಭಾಗ, ಇದು ವ್ಯಾಪಕ ಶ್ರೇಣಿಯ ಉನ್ನತ ಶ್ರೇಣಿಯ ಅರಿವಿನ ಕಾರ್ಯಗಳಲ್ಲಿ ತೊಡಗಿದೆ)

ಇತರ ಪುಸ್ತಕಗಳಲ್ಲದೆ, 'ದಿ ಅಗ್ಲಿ ಡಕ್ಲಿಂಗ್ಸ್'ನದ್ದೂ ಲೇಖಕರಾದ ಸಿರುಲ್‌ನಿಕ್ ಪ್ರಕಾರ, ಕೇವಲ ಆಹಾರ ಮತ್ತು ಅಗತ್ಯ ವೈದ್ಯಕೀಯ ಕಾಳಜಿಯನ್ನು ಒದಗಿಸಲು ತಮ್ಮನ್ನು ಸೀಮಿತಗೊಳಿಸಿಕೊಂಡ ತಮ್ಮ ಆರೈಕೆದಾರರಿಂದ ಪಡೆದ ಸಂವೇದನಾ ಪ್ರಚೋದನೆಯ ಕೊರತೆಯ ಪರಿಣಾಮ ಇದಾಗಿದೆ.

ಐದು ವರ್ಷ ತಲುಪಿದ ಮಕ್ಕಳಲ್ಲಿ, ಪ್ರತಿಶತ ಹತ್ತರಷ್ಟು ಮಂದಿ ಗಂಭೀರ ಮಾನಸಿಕ ಕ್ಷೋಭೆಯ ಲಕ್ಷಣಗಳನ್ನು ಹೊಂದಿದ್ದರೆ, ಪ್ರತಿಶತ 90ರಷ್ಟು ಮಕ್ಕಳು ಸ್ವಲೀನತೆಯಂತಹ (ಆಟಿಸಂ) ವರ್ತನೆಯನ್ನು ತೋರಿದರು. ಇವೆಲ್ಲವೂ ಪ್ರೀತಿಯ ಕೊರತೆಯ ಪರಿಣಾಮವಾಗಿದೆ.

ಈ ಪರಿಸ್ಥಿತಿಯ ದೃಷ್ಟಿಯಿಂದ, ಮಕ್ಕಳನ್ನು ಪೋಷಕ ಕುಟುಂಬಗಳಿಗೆ ಕಳುಹಿಸಿಕೊಡಲಾಯಿತು. ಅವರು ಅವರಿಗೆ ಹೆಚ್ಚಿನ ಕಾಳಜಿ ಮತ್ತು ಗಮನ ನೀಡಿದರು. ಬಳಿಕ, ಪವಾಡವೇ ನಡೆಯಿತು. ಕೇವಲ ಒಂದು ವರ್ಷದ ಬಳಿಕ, ಬಹುತೇಕ ಎಲ್ಲಾ ಮಕ್ಕಳು ಚೇತರಿಸಿಕೊಂಡರು. ಹಾಗೂ ಅವರ ಪ್ರೀ-ಫ್ರಂಟಲ್ ಕಾರ್ಟೆಕ್ಸ್‌ಗಳು ಮತ್ತೆ ಬೆಳೆಯುವ ಸಾಧ್ಯತೆ ಕಾಣಿಸಿತು.

ಸ್ಪರ್ಶವನ್ನು ಜಾಗೃತಗೊಳಿಸುವ ಚಟುವಟಿಕೆಗಳು

ನಮ್ಮ ವಿಶಿಷ್ಟ ಕ್ಷಣಗಳಲ್ಲಿ ನಮ್ಮ ಎಲ್ಲಾ ಪಂಚೇಂದ್ರಿಯಗಳು ಒಳಗೊಳ್ಳುವಂತೆ ಮಾಡಲು ನಾವು ಬಯಸಿದಲ್ಲಿ, ಸಾಮಾನ್ಯವಾಗಿ ಅಲಕ್ಷ್ಯಕ್ಕೊಳಗಾಗಿರುವ ಸ್ಪರ್ಶದ ಸಂವೇದನೆಯನ್ನು ಚುರುಕುಗೊಳಿಸುವ ಅಭ್ಯಾಸವನ್ನು ಪ್ರತಿದಿನವೂ ಮಾಡುವುದು ಸೂಕ್ತ. ಕೆಲವು ಉಪಾಯಗಳು:

- ಸುರುಳಿಗಳಿರುವ ಮರದ ಕಾಂಡವನ್ನು ಸ್ಪರ್ಶಿಸುವಂತೆ ನೀವು ಏನನ್ನಾದರೂ ಕೈಗಳಿಂದ ಸ್ಪರ್ಶಿಸಿದಾಗ, ನಿಮ್ಮ ಕಣ್ಣುಗಳನ್ನು ಮುಚ್ಚಿಕೊಳ್ಳಿ ಮತ್ತು ನಿಮ್ಮ ಕಣ್ಣು ಮತ್ತು ಕಿವಿಗಳು ನಿಮ್ಮ ಕೈಗಳಲ್ಲೇ ಇವೆ ಎಂದುಕೊಳ್ಳಿ.
- ದೈನಂದಿನ ಬದುಕಿನಲ್ಲಿ ಸ್ಪರ್ಶಿಸುವ ಅಭ್ಯಾಸ ಮಾಡಿಕೊಳ್ಳಿ. ಹೊಸ ಉಡುಗೆ ಖರೀದಿಸುತ್ತಿರುವಾಗ, ಅದನ್ನು ಧರಿಸಿ ನೋಡುವ ಮೊದಲು ಅದನ್ನು ಮುಟ್ಟಿನೋಡಿ ಬಟ್ಟೆಯ ಗುಣಮಟ್ಟ ಪರೀಕ್ಷಿಸಿ.
- ಹೊರಗೆ ಹೊರಡುವುದಕ್ಕೂ ಮೊದಲು, ನಿಮ್ಮ ಚರ್ಮಕ್ಕೆ ತಾಗುವ ಹವಾಮಾನದ ಬಗ್ಗೆ ಜಾಗೃತರಾಗಿರಿ. ಚಳಿ ಅಥವಾ ಸೂರ್ಯನ ಬಿಸಿಲನ್ನು, ತೇವಾಂಶವನ್ನು ಮತ್ತು ತಂಗಾಳಿಯನ್ನು ಅನುಭವಿಸಿ.
- ಪಾದಕ್ಕೆ ಹಾನಿ ಉಂಟು ಮಾಡದಂತಹ, ಸೌದೆ, ಹುಲ್ಲು ಅಥವಾ ಕೊಳೆಯ ಜಾಗದಂತಹ ಮೇಲ್ಮೈಯಲ್ಲಿ ಬರಿಗಾಲಲ್ಲಿ ನಡೆದಾಡಲು ಪ್ರಯತ್ನಿಸಿ. ಆ ಮೂಲಕ ನಿಮ್ಮ ಅಂಗಾಲಿನ ಸಂವೇದನಾಶೀಲತೆಯನ್ನು ಚುರುಕುಗೊಳಿಸಿ. ಅವು ನಿಮ್ಮ ದೇಹದ ಭಾರವನ್ನು ಹೇಗೆ ಹೊರುತ್ತವೆ ಮತ್ತು ನಿಮ್ಮ ದೇಹದ ಸಮತೋಲನ ಕಾಯ್ದುಕೊಳ್ಳಲು ಅವು ಹೇಗೆ ಸಹಕರಿಸುತ್ತವೆ ಎಂಬುದನ್ನು ಗಮನಿಸಿ.

ಚೆಸ್ ಚಾಂಪಿಯನ್ ಬಾಬಿ ಫಿಶರ್, ಅತ್ಯಂತ ಬುದ್ಧಿಶಾಲಿ ಎಂದು ಹೆಸರಾಗಿದ್ದವರು. ಅವರು ಒಮ್ಮೆ ಹೀಗೆ ಹೇಳಿದ್ದರು– "ಮನುಷ್ಯನ ಸ್ಪರ್ಶಕ್ಕಿಂತ ದೊಡ್ಡ ಚಿಕಿತ್ಸಕ ಇನ್ನೊಂದಿಲ್ಲ" ಎಂದು. ಆದರೆ ಇಲ್ಲಿ ಸ್ಪರ್ಶವನ್ನು ಕೇವಲ ಸಮಾಧಾನದ ಭಾವಕ್ಕೆ ಸೀಮಿತವಾಗಿಸಬೇಕಿಲ್ಲ. ನಾವು ಮಕ್ಕಳಂತೆ ವೃತ್ತಾಕಾರವಾಗಿ ಕೈ ಜೋಡಿಸಿ ನಿಲ್ಲಬಹುದು ಹಾಗೂ ಸ್ಪರ್ಶ ಎನ್ನುವುದು ನಮ್ಮ ಜೀವನದ ಸಂಭ್ರಮಾಚರಣೆಯ ಭಾಗವಾಗಿರಲಿ.

---

[8]ಅಮಿಗ್ಡಾಲಾ–ಮಿದುಳಿನ ಒಂದು ಪುಟ್ಟ ಭಾಗ, ಆದರೆ ಅದು ದೊಡ್ಡ ಕೆಲಸವನ್ನೇ ಮಾಡುತ್ತದೆ, ಅದು ಭಾವನೆಗಳ ಪ್ರಮುಖ ಸಂಸ್ಕರಣಾ ಕೇಂದ್ರ

ರುಚಿ ನೋಡುವ ಕಲೆ

ಜಾಗತಿಕ ಪಾಕಕಲೆಯ ಜನಪ್ರಿಯತೆ ಹೆಚ್ಚುತ್ತಾ ಹೋದಂತೆ, ನಮ್ಮ ರುಚಿಯ ಪ್ರಜ್ಞೆಯೂ ಹೆಚ್ಚು ಜಾಗೃತವಾಗಿದೆ. ಆದರೆ ನಮ್ಮ ಅನನ್ಯ ಅನುಭವಗಳ ಅನ್ವೇಷಣೆಯಲ್ಲಿ ನಾವು ಅದಕ್ಕೆ ಇನ್ನೂ ಹೆಚ್ಚಿನ ಪಾತ್ರ ಕೊಡಬಹುದು. ಈ ಅನುಭವಗಳಲ್ಲಿ ಅತ್ಯಂತ ಅಚ್ಚರಿಯ ಸಂಗತಿ ಎಂದರೆ, ಡನ್ಸ್ ಲೆ ನೊಯರ್ ರೆಸ್ಟೊರೆಂಟ್‌ಗಳು. ಅವು ಸಂಪೂರ್ಣ ಕತ್ತಲೆಯಲ್ಲಿ ಭೋಜನದ ಅಭೂತಪೂರ್ವ ಮತ್ತು ನಿಸ್ಸಂದೇಹವಾದ ಸ್ಮರಣೀಯ ಅನುಭವಗಳನ್ನು ಕಟ್ಟಿಕೊಡುತ್ತವೆ. ಅಲ್ಲಿ ಅಂಧ ಪಾರಿಚಾರಕರು ಆಹಾರ ವಿತರಿಸುತ್ತಾರೆ.

2004ರಲ್ಲಿ ಪ್ಯಾರಿಸ್‌ನಲ್ಲಿ ಸ್ಥಾಪನೆಯಾದ ಈ ಡನ್ಸ್ ಲೆ ನೊಯರ್, ಈ ಮಾದರಿಯ ರೆಸ್ಟೊರೆಂಟ್ ಸರಣಿಯಲ್ಲಿ ಜಗತ್ತಿನಲ್ಲೇ ಮೊದಲನೆಯದು. ತನ್ನಲ್ಲಿ ಭೋಜನ ಸವಿಯುವವರಿಗಾಗಿ ಅದು ವಿಶಿಷ್ಟವಾದ ಪಾಕಕಲಾ ಸಾಹಸಗಳನ್ನು ಮಾಡುತ್ತಿರುತ್ತದೆ. ಅವುಗಳೆಂದರೆ:

- ತಾವೇನು ತಿನ್ನುತ್ತಿದ್ದೇವೆ ಎಂದು ಗ್ರಾಹಕರು ಊಹಿಸುವುದು: ಇದು ಯಾವಾಗಲೂ ಸುಲಭದ ಸಂಗತಿಯಲ್ಲ. ಏಕೆಂದರೆ ನೋಟವಿಲ್ಲದೇ ಕೇವಲ ಅದರ ಸುವಾಸನೆ ಮತ್ತು ಸ್ಪರ್ಶದಿಂದ ಗೊತ್ತಾಗುವ ಅದರ ಮೃದುತ್ವ ಅಥವಾ ಒರಟುತನ ಗ್ರಾಹಕರನ್ನು ಕೆಲವೊಮ್ಮೆ ಗೊಂದಲಕ್ಕೀಡು ಮಾಡಬಲ್ಲದು.

- ತಾವೇನು ಕುಡಿಯುತ್ತಿದ್ದೇವೆ ಎಂದು ಊಹಿಸುವುದು: ರೆಡ್ ವೈನ್, ವೈಟ್ ವೈನ್ ಮತ್ತು ರೋಸ್‌ಗಳ ನಡುವಿನ ವ್ಯತ್ಯಾಸವನ್ನು ಹೇಳುವಲ್ಲಿ ಶೇಕಡಾ 90ರಷ್ಟು ಗ್ರಾಹಕರು ವಿಫಲರಾಗುತ್ತಾರೆ.

- ತಲ್ಲೀನರಾಗಿ ಕೇಳುವುದು: ಕತ್ತಲಿನಲ್ಲಿ ಭೋಜನ ಸವಿಯುವಾಗ, ಬೇರೆ ಮೇಜುಗಳ ಅಸ್ತಿತ್ವ ಕೇವಲ ಅವುಗಳಿಂದ ಬರುವ ಸದ್ದಿನಿಂದ ಮಾತ್ರ ಗೊತ್ತಾಗುತ್ತದೆ. ಹಾಗಾಗಿ ಸದ್ದಿನ ಬಗ್ಗೆ ಹೆಚ್ಚು ಜಾಗೃತಿ ಮೂಡುವ ಕಾರಣ, ಅಂಧರೊಂದಿಗೆ ಆಗುವ ಹಾಗೆ, ಈ ಇಂದ್ರಿಯವು ಅವರಲ್ಲಿ ಇನ್ನಷ್ಟು ಪ್ರಖರಗೊಳ್ಳುತ್ತದೆ.

ಸೇಬಿನೊಳಗೆ ಬ್ರಹ್ಮಾಂಡ

ಈ ಹೊಸ ರೆಸ್ಟೊರೆಂಟ್ ಟ್ರೆಂಡ್‌ನಿಂದ ಪ್ರೇರಿತರಾಗಿ ಈ ಕೆಳಗಿನ ವಿಯೆಟ್ನಾಂ ಸನ್ಯಾಸಿ ಥಿಚ್ ನ್ಯಾಟ್ ಹಾನ್ ಶಿಫಾರಸು ಮಾಡುವ ವ್ಯಾಯಾಮವು, ಸಂಪೂರ್ಣ ಗಮನವನ್ನು ಸಾಧಿಸಲು ಯತ್ನಿಸುತ್ತದೆ: "ನೀವು ಸೇಬನ್ನು ಜಗಿಯುವಾಗ ನಿಮ್ಮ ಮನಸ್ಸನ್ನು ತುಂಬುವ ಬೇರೇನೂ ಇಲ್ಲ, ಯಾವುದೇ ಯೋಜನೆಗಳಿಲ್ಲ, ಯಾವುದೇ ಗಡುವು ಇಲ್ಲ, ಚಿಂತೆ ಇಲ್ಲ, ಮಾಡಬೇಕಾದ ಕೆಲಸಗಳ ಪಟ್ಟಿ ಇಲ್ಲ, ಭಯ, ದುಃಖ, ಕೋಪ ಇಲ್ಲ, ಭೂತಕಾಲವೂ, ಭವಿಷ್ಯತ್ ಕಾಲವೂ ಇಲ್ಲ, ಇರುವುದು ಸೇಬು ಮಾತ್ರ".

ನೀವು ಸೇಬುಗಳನ್ನು ಇಷ್ಟಪಡದೇ ಇದ್ದಲ್ಲಿ, ನಿಮಗೆ ಇಷ್ಟವಾದ ಇನ್ನೊಂದು ಹಣ್ಣನ್ನು ಆರಿಸಿಕೊಳ್ಳಬಹುದು, ಅದರೊಂದಿಗೆ ನೀವು ಈ ಪ್ರಜ್ಞೆಯ ಕಸರತ್ತನ್ನು ಈ ಕೆಳಗಿನಂತೆ ಅಭ್ಯಾಸ ಮಾಡಬಹುದು:

1. ನಿಮ್ಮ ಕಣ್ಣುಗಳಿಗೆ ಪಟ್ಟಿ ಕಟ್ಟಿಕೊಂಡು ನಿಮಗೆ ಏನೂ ಕಾಣಿಸುತ್ತಿಲ್ಲ ಎಂಬುದನ್ನು ಖಚಿತಪಡಿಸಿಕೊಳ್ಳಿ.
2. ಕೈಯಲ್ಲಿ ಒಂದು ಸೇಬನ್ನು(ಅಥವಾ ನೀವು ಇಷ್ಟ ಪಡುವ ಬೇರೆ ಯಾವುದೇ ಹಣ್ಣನ್ನು) ಹಿಡಿದುಕೊಳ್ಳಿ ಮತ್ತು ಅದರ ತೂಕ ಮತ್ತು ಗಡಸುತನವನ್ನೂ, ಸಿಪ್ಪೆಯ ಗುಣವನ್ನೂ ಅನುಭವಕ್ಕೆ ತಂದುಕೊಳ್ಳಿ.
3. ಸೇಬನ್ನು ನಿಮ್ಮ ಮೂಗಿನ ಬಳಿ ತಂದು ಅದರ ಸುವಾಸನೆಯನ್ನು ಆಘ್ರಾಣಿಸಿ. ಅದರ ಸವಿಯನ್ನು ಇನ್ನಷ್ಟು ಆನಂದಿಸಲು ನಿಮಗೆ ಇದರಿಂದ ಸಾಧ್ಯವಾಗುತ್ತದೆ. ಏಕೆಂದರೆ, ಸುವಾನೆಗೂ ರುಚಿಗೂ ಅವಿನಾಭಾವ ನಂಟು ಇದೆ.
4. ಅದನ್ನು ಒಮ್ಮೆ ಕಚ್ಚಿ, ಒಂದು ಚೂರನ್ನು ಬಾಯಿಗೆ ಹಾಕಿಕೊಳ್ಳಿ. ಜಗಿಯುವುದಕ್ಕೂ ಮೊದಲು ನಾಲಿಗೆಯ ಮೇಲೆ ಅದರ ಇರುವಿಕೆಯನ್ನು ಸವಿಯಿರಿ. ನಿಮ್ಮ ಜೊಲ್ಲುರಸದಲ್ಲಿ ಏನಾಗುತ್ತಿದೆ ಎಂದು ಗಮನಿಸಿ, ಅದನ್ನು ನಾಲಿಗೆಯ ಅಡಿಭಾಗದಿಂದಲೇ ಗಮನಿಸಿ.
5. ಆ ಸೇಬಿನ ಚೂರನ್ನು ಜಗಿಯಿರಿ, ಅದುವೇ ಇಡೀ ಬ್ರಹ್ಮಾಂಡದಲ್ಲಿರುವ ಏಕೈಕ ವಸ್ತು ಎಂಬಂತೆ.

ಮನಃಸ್ಥಿತಿ ಮತ್ತು ರುಚಿ

2015ರಲ್ಲಿ, ವೈದ್ಯರುಗಳಾದ ರಾಬಿನ್ ಡಾಂಡೊ ಮತ್ತು ಕೊರಿನ್ನಾ ನೊಯೆಲ್ ಅವರು ಹಾಕಿ ಅಭಿಮಾನಿಗಳೊಂದಿಗೆ ಕೈಗೊಂಡ ಸಂಶೋಧನೆಯು ನಮ್ಮ ಮನಃಸ್ಥಿತಿಯು ನಮ್ಮ ರುಚಿಯ ಪ್ರಜ್ಞೆ/ ಅರಿವಿನ ಮೇಲೆ ಹೇಗೆ ಪರಿಣಾಮ ಬೀರುತ್ತದೆ ಎಂಬುದನ್ನು ತೋರಿಸುತ್ತದೆ.

ಸ್ಥಳೀಯ ತಂಡವೊಂದು ಗೆದ್ದಾಗ ಅಭಿಮಾನಿಗಳು ಹಿಂದೆಂದೂ ರುಚಿಸದ ರುಚಿಗಳನ್ನು ಆಸ್ವಾದಿಸಿ ಆನಂದಿಸಿದರು. ಆದರೆ ತಂಡ ಸೋತಾಗ ಸಿಹಿ ತನ್ನ ಶಕ್ತಿಯನ್ನು ಕಳೆದುಕೊಂಡಿತು, ಕಹಿ ಹೆಚ್ಚು ಪ್ರಬಲವಾಗಿ ತೋರಿತು.

ನಮ್ಮ ಆಹಾರವನ್ನು ಆನಂದಿಸಲು ಒಳ್ಳೆಯ ಮನಸ್ಥಿತಿ, ಅದರೊಂದಿಗೆ ಆಹ್ಲಾದಕರ ಸಹವಾಸವೂ ಅತ್ಯಗತ್ಯ ಅಂಶವಾಗುತ್ತದೆ.

ಉಮಾಮಿ: ಪಂಚಮ ಸ್ವಾದ

ನಮ್ಮ ರುಚಿಯ ಅರಿವು/ ಸ್ವಾದ ಪ್ರಜ್ಞೆ ನಮ್ಮ ಬದುಕಿನಲ್ಲಿ ಮುಖ್ಯ ಪಾತ್ರ ವಹಿಸುತ್ತದೆ. ಅದು ನಾವು ಹೊಸದಾಗಿ ತಿನ್ನುವ ಆಹಾರ ಪದಾರ್ಥಗಳ ಗುಣಲಕ್ಷಣಗಳನ್ನು ಅರಿಯಲು ಸಹಾಯ ಮಾಡುತ್ತದೆ. ಸಿಹಿ/ ಮಾಧುರ್ಯವು ಶಕ್ತಿಯನ್ನು ಒದಗಿಸುವ ಆಹಾರದ ಸಂಕೇತ. ಅದೇ ಖಾರದ/ಸಿಹಿಯಲ್ಲದ ರುಚಿಯು ದೇಹಕ್ಕೆ ಅಗತ್ಯವಿರುವ ಲವಣಗಳನ್ನು ನೀಡುವ ಆಹಾರದ ಸಂಕೇತ. ಹಾಗೆಯೇ ಕಹಿ ಮತ್ತು ಆಮ್ಲೀಯತೆಯು ಎಚ್ಚರಿಕೆಯ ಸಂಕೇತಗಳಾಗಿವೆ.

ಇವನ್ನು ಹೊರತುಪಡಿಸಿ ಐದನೆಯ ರುಚಿ, ಜಪಾನೀಯರಿಗೆ ಹೆಚ್ಚು ಮೌಲ್ಯಯುತವಾದ ಪಂಚಮ ಸ್ವಾದ, ಉಮಾಮಿ. ಇದು ಹೆಚ್ಚಿನ ಅಮೀನೋ ಆಮ್ಲಗಳ ಸಮೃದ್ಧ ಆಹಾರದ ಸಂಕೇತ.

ಉಮಾಮಿ(ಜಪಾನಿ ಭಾಷೆಯಲ್ಲಿ– 旨味: 旨ಸ್ವಾದಿಷ್ಟ, 味ರುಚಿ)ಯನ್ನು ನಾವು ಹುದುಗು ಬರಿಸಿದ ಅಂದರೆ– ಒಳ್ಳೆಯ ಚೀಸ್, ಸಂಸ್ಕರಿತ ಹೆಚ್ಚು ಉಪ್ಪಿರದ ಹ್ಯಾಮ್ ಅಥವಾ ಅತ್ತ ಸಿಹಿಯೂ ಅಲ್ಲದ, ಇತ್ತ ಹುಳಿಯೂ ಅಲ್ಲದ ಮಾಗಿದ ಪಕ್ವವಾದ ಟೊಮೆಟೊ–ಇಂತಹ ಆಹಾರಗಳಲ್ಲಿ ಕಾಣಬಹುದು. ಹತ್ತೊಂಬತ್ತನೇ ಶತಮಾನದ ಅಂತ್ಯಯಲ್ಲಿ, ಉಮಾಮಿಯ ಮೂಲವನ್ನು ಇನ್ನೂ ಗುರುತಿಸಲಾಗಿರಲಿಲ್ಲ.

ನಾಲಿಗೆಯ ಈ ಚಿತ್ರದಲ್ಲಿ ಎಲ್ಲೆಲ್ಲಿ ಬೇರೆ ಬೇರೆ ರೀತಿಯ ರುಚಿಗಳನ್ನು ಅನುಭವಿಸಲಾಗುತ್ತದೆ ಎಂದು ತೋರಿಸಲಾಗಿದೆ.

1. ಕಹಿ
2. ಆಮ್ಲೀಯ
3. ಉಪ್ಪು
4. ಸಿಹಿ
5. ಉಮಾಮಿ

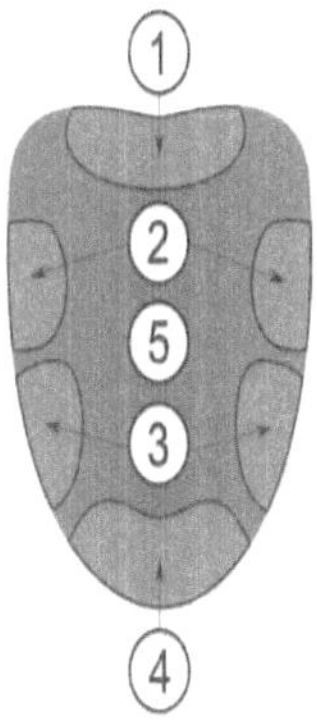

ಜಪಾನಿನ ಶಿಶುಗಳ ಮೇಲೆ ಒಂದು ಪ್ರಯೋಗ ನಡೆಸಲಾಯಿತು. ಕಹಿ, ಆಮ್ಲೀಯ, ಸಿಹಿ ಮತ್ತು ಉಮಾಮಿ ಸ್ವಾದಗಳಿಗೆ ಅವು ತಮ್ಮ ಮುಖಭಾವದ ಮೂಲಕ ಹೇಗೆ ಪ್ರತಿಕ್ರಿಯಿಸುತ್ತವೆ ಎಂಬುದನ್ನು ಗಮನಿಸುವ ಮೂಲಕ ಮೌಲ್ಯಮಾಪನ ಮಾಡಲಾಯಿತು. ಸಿಹಿಯು ಉಂಟಾಗುವ ಆನಂದದ ಜೊತೆಗೆ, ಉಮಾಮಿ ಶಾಂತ ಅಭಿವ್ಯಕ್ತಿಯನ್ನು ಉಂಟು ಮಾಡುತ್ತದೆ ಎಂದು ಈ ಪ್ರಯೋಗ ತೋರಿಸಿದೆ.

ಜಪಾನಿಯರು ಕೊಂಬು ಕೆಲ್ಪ್ ಮತ್ತು ಕಟ್ಸುಬುಶಿ(ಬೊನಿಟೊ ಫ್ಲೇಕ್ಸ್)ಯಲ್ಲಿ ಉಮಾಮಿಯನ್ನು ಕಂಡುಹಿಡಿದರು. ಆದರೆ ಇದು ಮಿಸೊ ಸೂಪ್ ಮತ್ತು ಸೋಯಾ ಸಾಸ್‌ನಲ್ಲೂ ಇರುತ್ತದೆ.

ಉಮಾಮಿಯ ಮತ್ತೊಂದು ಆಸಕ್ತಿದಾಯಕ ಸಂಗತಿ ಎಂದರೆ, ಕೊಂಬು ಅಥವಾ ಆಹಾರಯೋಗ್ಯ ಕೆಲ್ಪ್‌ನಂತಹ ಆಹಾರಗಳಲ್ಲಿ ಪ್ರಮುಖವಾಗಿ ಕಂಡು ಬರುವ ಅಮಿನೊ ಆಮ್ಲವಾದ ಗ್ಲುಟಮೇಟ್, ಎದೆಹಾಲಿನಲ್ಲಿ ಅಧಿಕವಾಗಿದೆ. ಅಮೆರಿಕದಲ್ಲಿ ಉಮಾಮಿಯನ್ನು, ಉದಾಹರಣೆಗೆ,

ಕೆಚಪ್‌ನಲ್ಲಿ ಕಾಣಬಹುದು. ಆದರೆ, ಐದನೇ ಸ್ವಾದ(ಉಮಾಮಿ)ವುಳ್ಳ ಇನ್ನೂ ಅನೇಕ ಆಹಾರಗಳು ಪ್ರಪಂಚದೆಲ್ಲೆಡೆಯ ಪಾಕಪದ್ಧತಿಗಳಲ್ಲಿ ಇವೆ.

ಆಹಾರವು ಸಿಹಿಯಾಗಿಯೋ, ಹುಳಿಯಾಗಿಯೋ, ಕಹಿಯಾಗಿಯೋ ಇಲ್ಲವೇ ಉಪ್ಪುಪ್ಪಾಗಿಯೋ ಇಲ್ಲ ಆದರೆ ರುಚಿಯಾಗಿದೆ ಎಂದರೆ... ಅದುವೇ ಉಮಾಮಿ!

ಆಘ್ರಾಣಿಸುವ ಕಲೆ

ವಾಸನೆಯ ಬಗ್ಗೆ ನಮಗೆ ಕಡಿಮೆ ತಿಳಿದಿರುವ ಸಂಗತಿಯೇನೆಂದರೆ, ಮನುಷ್ಯರು 10ಸಾವಿರ ಬಗೆಯ ಪರಿಮಳಗಳನ್ನು ಗುರುತಿಸಬಲ್ಲರು! ಆದರೆ ಅವುಗಳನ್ನು ವ್ಯಾಖ್ಯಾನಿಸಲು ಹೆಚ್ಚಿನವರು ಬಳಸುವುದು ಹತ್ತಕ್ಕಿಂತ ಸ್ವಲ್ಪ ಹೆಚ್ಚು ವಿಶೇಷಣಗಳನ್ನಷ್ಟೇ. ವಾಸನೆಯ ಮತ್ತೊಂದು ವಿಶೇಷ ಲಕ್ಷಣವೆಂದರೆ, ಅದು ರುಚಿಗೆ ನಿಕಟವಾಗಿ ಸಂಬಂಧಿಸಿದ್ದಾಗಿದೆ. ಹಿಂದಿನ ಅಧ್ಯಾಯದಲ್ಲಿ ನಾವು ಇದನ್ನು ಗಮನಿಸಿದ್ದೇವೆ. ಅದೇ ಕಾರಣದಿಂದ, ವಾಸನೆಯನ್ನು ಆಘ್ರಾಣಿಸುವ ಶಕ್ತಿ ಕಳೆದುಕೊಂಡ ವ್ಯಕ್ತಿಗಳು ಆಹಾರವನ್ನು ಆನಂದಿಸಲಾರರು. ಏಕೆಂದರೆ, ಅವರು ಸ್ವಾದಗಳನ್ನು ಪರಸ್ಪರ ಪ್ರತ್ಯೇಕಿಸಲು ಶಕ್ತರಾಗಿರುವುದಿಲ್ಲ.

ನಮ್ಮ ಅತ್ಯಂತ ನಿಗೂಢವಾದ ಇಂದ್ರಿಯದಲ್ಲಿ ಏನೋ ವಿಶೇಷತೆ ಇದೆ. ಏಕೆಂದರೆ, ಅದು ಅಗೋಚರವಾಗಿರುವುದರೊಂದಿಗೆ ಕೆಲಸ ಮಾಡುತ್ತದೆ ಮತ್ತು ಇದು ಸ್ಮರಣಶಕ್ತಿಗೆ ನಿಕಟವಾಗಿ ಸಂಬಂಧಿಸಿದ ಇಂದ್ರಿಯವಾಗಿದೆ.

ಇದು ನಿಮ್ಮೊಂದಿಗೂ ಸಂಭವಿಸಿರಬಹುದು. ನೀವು ಒಂದು ಸ್ಥಳಕ್ಕೆ ಹೋಗುತ್ತೀರಿ. ನಿಮಗೆ ಪರಿಚಿತವಾಗಿರುವ ಸುವಾಸನೆ ನಿಮ್ಮನ್ನು ಆವರಿಸಿಕೊಳ್ಳುತ್ತದೆ. ಅದು ಸುಗಂಧದ್ರವ್ಯ, ಏರ್ ಫ್ರೆಶ್‌ನರ್, ಮರದ ಪರಿಮಳ ಅಥವಾ ಇನ್ನೇನೇ ಆಗಿರಬಹುದು. ಆದರೆ ಅದು ನಿಮ್ಮನ್ನು ಅಲ್ಲಿಯೇ ನಿಲ್ಲಿಸಿಬಿಡುತ್ತದೆ. ಪರಿಚಿತ ಸುಗಂಧವು ನಿಮ್ಮನ್ನು ಬೇರೆ ಸಮಯಕ್ಕೆ, ಬಹುಶಃ ಒಂದು ಸ್ಥೂಲವಾದ ಪರಿಸ್ಥಿತಿಗೆ, ನಿಮ್ಮ ನೆನಪಿನಲ್ಲಿ ಸುಪ್ತವಾಗಿದ್ದ ಮತ್ತು ಈಗ ಇದ್ದಕ್ಕಿದ್ದಂತೆ ಜಾಗೃತಗೊಳ್ಳುವ ಕೆಲವು ಕ್ಷಣಗಳಿಗೆ ಕೊಂಡೊಯ್ಯುತ್ತದೆ.

'ಇನ್ ಸರ್ಚ್ ಆಫ್ ಲಾಸ್ಟ್ ಟೈಮ್'(ಕಳೆದುಹೋದ ಸಮಯದ ಹುಡುಕಾಟದಲ್ಲಿ) ಎಂಬ ಬಹು ಸಂಪುಟದ ಕಾದಂಬರಿಯಲ್ಲಿ ಮಾರ್ಸೆಲ್ ಪ್ರೌಸ್ಟ್ ವಿವರಿಸುವಂತೆ, ಒಂದು ಕಪ್ ಚಹಾದಲ್ಲಿ ಅದ್ದಿದ ಮೆಡ್‌ಲೀನ್[9] ಕೂಡಾ ಇಂತಹುದೇ ಸಾಕ್ಷಾತ್ಕಾರದ ಕ್ಷಣವನ್ನು ಕಟ್ಟಿಕೊಟ್ಟಿತು. "ಈ ಹೊಸ ಸಂವೇದನೆಯು ನನ್ನ ಮೇಲೆ ಪ್ರಭಾವ ಬೀರಿದ್ದು, ಪ್ರೀತಿಯು ನನ್ನಲ್ಲಿ ಅಮೂಲ್ಯವಾದ ಸಾರವನ್ನು ತುಂಬುವ ಹಾಗೆ; ಅಥವಾ ಅದರ ಬದಲಿಗೆ ಈ ಸತ್ವ ನನ್ನಲ್ಲಿ ಇತ್ತು ಎನ್ನುವುದಕ್ಕಿಂತ ಅದು

---

[9]ಮೆಡ್‌ಲೀನ್ - ಒಂದು ಬಗೆಯ ಸಣ್ಣ ಸ್ಪಾಂಜ್ ಕೇಕ್

ನಾನೇ ಎಂಬಂತೆ ಆವರಿಸಿಕೊಂಡಿತ್ತು. ನಾನು ಸಾಧಾರಣವಾದ, ಆಕಸ್ಮಿಕವಾದ ಮತ್ತು ನಶ್ವರತೆಯ ಅನುಭವವನ್ನು ಅನುಭವಿಸುವುದನ್ನು ಈಗ ನಿಲ್ಲಿಸಿಬಿಟ್ಟಿದ್ದೇನೆ. ಸರ್ವಶಕ್ತವಾದ ಈ ಸಂತೋಷವು ನನಗೆ ಎಲ್ಲಿಂದ ಬಂದಿರಬಹುದು?"

ಕಾಲ ಯಂತ್ರ

ಎಚ್.ಜಿ. ವೇಲ್ಸ್ ತಮ್ಮ ಪ್ರಸಿದ್ಧ ಕಾಲ್ಪನಿಕ ವೈಜ್ಞಾನಿಕ ಕಾದಂಬರಿ 'ದಿ ಟೈಮ್ ಮೆಷಿನ್'ನಲ್ಲಿ(ಕಾಲ ಯಂತ್ರ) ವಿವರಿಸಿದ ವಾಹನವನ್ನು ನಾವು ಕಂಡುಹಿಡಿಯದೇ ಇರಬಹುದು. ಆದರೆ ಹೆಚ್ಚು ಸರಳವಾದ ಮತ್ತು ಹೆಚ್ಚು ಕ್ಷಿಪ್ರವಾದ ವಾಹನ ನಮಗೆ ಲಭ್ಯವಿದೆ: ಅದು ನಮ್ಮ ಆಘ್ರಾಣಿಸುವ ಶಕ್ತಿ.

ಇದೆಲ್ಲಕ್ಕಿಂತಲೂ ಹೆಚ್ಚಾಗಿ, ಈ ಶಕ್ತಿಯು ನಮ್ಮನ್ನು ಹಿಂದಿನ ಕಾಲಕ್ಕೆ ಮರಳುವಂತೆ ಮಾಡುವ ಸಾಮರ್ಥ್ಯ ಹೊಂದಿದೆ. ಇಚಿಗೊ ಇಚಿಯೆ ಕ್ಷಣಗಳನ್ನು ನೆನಪು ಮಾಡಿಕೊಡುತ್ತದೆ. ಮೆದುಳಿನಲ್ಲಿರುವ, ಕಲಿಕೆ ಮತ್ತು ಭಾವನೆಗಳಿಗೆ ಸಂಬಂಧಿಸಿದ, ಹಿಪ್ಪೊಕ್ಯಾಂಪಸ್ ಮತ್ತು ಅಮಿಗ್‌ಡಾಲಗೆ ದಾರಿಯನ್ನು ತೆರೆದುಕೊಡುವ ಈ ಸುವಾಸನೆಗೊಂದು ಸಲಾಂ.

ಡೆಜಾವು ಬ್ರಾಂಡ್ಸ್ ಏಜೆನ್ಸಿಯ ಅಕೌಂಟ್ ಮ್ಯಾನೇಜರ್ ಗಿಲ್ಲೆರ್ಮೊ ಬರ್ಟೊಲೊ ಪ್ರಕಾರ, "ಮನುಷ್ಯರಾದ ನಾವು ನೋಡಿದ್ದರಲ್ಲಿ ಪ್ರತಿಶತ ಮೂರರಷ್ಟನ್ನು, ಕೇಳಿಸಿಕೊಂಡಿದ್ದರಲ್ಲಿ ಪ್ರತಿಶತ ಐದರಷ್ಟನ್ನು ಹಾಗೂ ಆಘ್ರಾಣಿಸಿದ್ದರಲ್ಲಿ ಪ್ರತಿಶತ ಮೂವತ್ತೈದರಷ್ಟನ್ನು ನೆನಪಿನಲ್ಲಿಟ್ಟುಕೊಳ್ಳುತ್ತೇವೆ."

ಇದನ್ನು ಪರಿಶೀಲಿಸುವುದು ಕಷ್ಟ. ಆದರೆ ನಮ್ಮ ಆಘ್ರಾಣಿಸುವ ಶಕ್ತಿ/ ಪ್ರಜ್ಞೆಯು ಪ್ರಚೋದನೆಯ ಶಕ್ತಿಯನ್ನು ಒಳಗೊಂಡಿದೆ ಎಂಬುದು ಸ್ಪಷ್ಟ. ಮಳೆಯ ಬಳಿಕ ತೇವವಾದ ನೆಲದ ವಾಸನೆ ಅಥವಾ ಈಜುಕೊಳದಲ್ಲಿನ ಕ್ಲೋರಿನ್‌ನ ವಾಸನೆಯು ನಮ್ಮನ್ನು ಸಮಯದಲ್ಲಿ ಬಹಳ ಹಿಂದಕ್ಕೆ ಕೊಂಡೊಯ್ಯಬಲ್ಲದು.

ಆದರೆ ನಮ್ಮ ಮೂಗಿನ ಸೂಕ್ಷ್ಮ ಶಕ್ತಿಯು ನಮ್ಮನ್ನು ವಿವಿಧ ಸುಗಂಧಗಳ ಮೆಚ್ಚುಗೆಯನ್ನು ಮೀರಿದ ನೆನಪಿನಾಳಕ್ಕೆ ಕೊಂಡೊಯ್ಯುತ್ತದೆ.

ಸುವಾಸನೆಗೊಂದು ನಿಯತಕಾಲಿಕ

ನಮ್ಮ ನೆನಪಿನ ಸಾಧನಗಳ ಬುಟ್ಟಿಯನ್ನು ಇನ್ನಷ್ಟು ಬಲಪಡಿಸಲು ಒಂದು ನಿಯತಕಾಲಿಕವನ್ನು ಇಟ್ಟುಕೊಳ್ಳುವುದು ಸೂಕ್ತ. ಯಾವುದೋ ಒಂದು ಪರಿಮಳವು ನಿಮ್ಮನ್ನು ಯಾವುದೋ ಕಾಲ ಮತ್ತು ಜಾಗಕ್ಕೆ ಕೊಂಡೊಯ್ಯುವಾಗ, ಪ್ರತಿ ಸಲವೂ ಅದನ್ನು ನಿಮ್ಮ ಆ ನೋಟ್ ಪುಸ್ತಕದಲ್ಲಿ ಬರೆದಿಟ್ಟುಕೊಳ್ಳಿ. ಕಾಲಾನುಕ್ರಮದಲ್ಲಿ ನಿಮ್ಮ ಜೇಬಿನಲ್ಲೊಂದು 'ಟ್ರಾವೆಲ್ ಏಜೆಂಟ್' ಇದ್ದಂತಾಗುತ್ತದೆ. ನಿಮಗೆ ಯಾವುದೋ ಜಾಗಕ್ಕೆ ಟಿಕೆಟ್ ಬೇಕು ಅನಿಸಿದಾಗ ಆ ನಿಗದಿತ ಪರಿಮಳವನ್ನು ಒಳಗೆಳೆದುಕೊಳ್ಳಿ. ನಿಮ್ಮ ಕಣ್ಣುಗಳನ್ನು ಮುಚ್ಚಿ ನಿಮ್ಮ ಪ್ರಯಾಣವನ್ನು ಆನಂದಿಸಿ.

ಪರಿಮಳಗಳ ಸಂಪುಟ

ಏಷ್ಯಾದ ದೇವಸ್ಥಾನಗಳಲ್ಲಿ ಸಂದರ್ಶಕರನ್ನು ಒಂದು ಸ್ಥಳದಿಂದ ಇನ್ನೊಂದೆಡೆಗೆ ಸಾಗಿಸಲು ಧೂಪ, ಅಗರಬತ್ತಿಯನ್ನು ಬಳಸಲಾಗುತ್ತದೆ. ಮನೆಯಲ್ಲಿ ಇದೇ ಅನುಭವವನ್ನು ದಕ್ಕಿಸಿಕೊಳ್ಳಲು ನೀವು ಅಗರಬತ್ತಿ/ಧೂಪ ಅಥವಾ ಸುವಾಸಿತ ಮೇಣದಬತ್ತಿಗಳನ್ನು ಬಳಸಬಹುದು. ಚೈನಾ, ಭಾರತ ಮತ್ತು ಈಜಿಪ್ಟ್‌ನಂತಹ ದೇಶಗಳಲ್ಲಿ 'ಅರೊಮಾ ಥೆರಪಿ' ಕಲೆಯು(ಸುವಾಸನೆಯಿಂದ ಗುಣಪಡಿಸುವ ಕಲೆ) ಸಹಸ್ರಾರು ವರ್ಷಗಳಿಂದ ಅಭ್ಯಾಸದಲ್ಲಿದೆ. ಅದರಲ್ಲಿ ಆತ್ಮಕ್ಕೂ ಸೇರಿದಂತೆ ನಾನಾ ಬಗೆಯ ಕಾಯಿಲೆಗಳನ್ನು ತಡೆಗಟ್ಟಲು ಅಥವಾ ಗುಣಪಡಿಸಲು ವಿವಿಧ ಸುವಾಸನೆಗಳನ್ನು ಬಳಸಲಾಗುತ್ತದೆ.

ಅಂತಹ ಮೂರು ಅತ್ಯಂತ ಜನಪ್ರಿಯ ಸಾರಭರಿತ ತೈಲಗಳ ಗುಣಲಕ್ಷಣಗಳನ್ನು ಈಗ ನೋಡೋಣ:

- *ಒತ್ತಡ ನಿವಾರಣೆಗೆ ಪೈನ್ (ದೇವದಾರು ಮರ):* ಕ್ಯೋಟೊ ವಿಶ್ವವಿದ್ಯಾಲಯದಲ್ಲಿ ನಡೆದ ಒಂದು ಅಧ್ಯಯನದಲ್ಲಿ, 498 ಸ್ವಯಂಸೇವಕರು ದೇವದಾರು ಮರಗಳ ಕಾಡಿನಲ್ಲಿ ಒಂದೇ ದಿನ 15 ನಿಮಿಷಗಳ ನಡಿಗೆ ಕೈಗೊಂಡರು. ಅದುವರೆಗೂ ಬೇಸರ, ತಳಮಳ ಅಥವಾ ಕೋಪದಿಂದ ಇದ್ದವರು, ದಿನದ ಕೊನೆಯಲ್ಲಿ ಸಂಪೂರ್ಣವಾಗಿ ಸರಿಹೋಗಿದ್ದನ್ನು ವರದಿ ಮಾಡಿದ್ದಾರೆ. ವಾಸ್ತವವಾಗಿ, ಅತ್ಯಂತ ಒತ್ತಡದಲ್ಲಿದ್ದವರು ನಾಟಕೀಯ ರೀತಿಯಲ್ಲಿ ಚೇತರಿಸಿಕೊಂಡಿದ್ದರು. ನಮಗೆ ಹತ್ತಿರದಲ್ಲಿ ಇಂತಹ ಕಾಡು ಇಲ್ಲದೇ ಇದ್ದರೂ, ಎಸೆನ್ಷಿಯಲ್(ಸಾರಭೂತ) ತೈಲದಲ್ಲಿರುವ ದೇವದಾರುವಿನ ಸುವಾಸನೆಯು ಶಾಂತಿಯನ್ನು ತಂದುಕೊಡಬಲ್ಲದು.
- *ನಿದ್ರೆಗೆ ಲ್ಯಾವೆಂಡರ್:* ನೇರಳೆ ಬಣ್ಣದ ಹೂಗಳಿರುವ ಈ ಗಿಡವು ನಿದ್ರಾಹೀನತೆಗೆ ರಾಮಬಾಣ ಎಂದು ಅಸಂಖ್ಯಾತ ಅಧ್ಯಯನಗಳು ಸಾಬೀತು ಮಾಡಿವೆ. ಅವುಗಳ ಎಲ್ಲಾ ಸಾರಗಳಿಗೂ, ಆತಂಕವನ್ನು ತಗ್ಗಿಸಿ ಸ್ನಾಯುಗಳ ಒತ್ತಡವನ್ನು ನಿವಾರಿಸಿ ವಿಶ್ರಾಂತಿ ಒದಗಿಸುವ ಅದರ ಎಲ್ಲಾ ನೈಸರ್ಗಿಕ ಅಂಶಗಳಿಗೂ ಕೃತಜ್ಞತೆ ಸಲ್ಲಿಸಬೇಕು.
- *ಏಕಾಗ್ರತೆಗೆ ಪುದೀನ:* ಮನಸ್ಸಿನ ಮೇಲೆ ಚೈತನ್ಯದಾಯಕ ಪರಿಣಾಮ ಬೀರತ್ತದೆ ಎಂದು ಪ್ರಾಚೀನ ಕಾಲದಿಂದಲೂ ತಿಳಿಯಲಾದ ಪುದೀನವನ್ನು ಅಮೆರಿಕದ ಅನೇಕ ಕಾಲೇಜು ವಿದ್ಯಾರ್ಥಿಗಳು ಅಧ್ಯಯನದ ಅವಧಿಯಲ್ಲಿ ಏಕಾಗ್ರತೆ ವೃದ್ಧಿಗಾಗಿ ಬಳಸುತ್ತಾರೆ. ದಣಿದ ದೇಹವನ್ನು ಇದು ಪುನರುಜ್ಜೀವನಗೊಳಿಸುತ್ತದೆ. ಹಾಗಾಗಿ, ಸಾಮಾನ್ಯವಾಗಿ, ಸ್ನಾನದ ನೀರಿಗೆ ಕೆಲವು ಹನಿ ಪುದೀನ ಎಣ್ಣೆಯನ್ನು ಬಳಸಲಾಗುತ್ತದೆ.

ಹಲವಾರು ದೇಶಗಳಲ್ಲಿ ಕಂಡು ಬರುವ ಜಪಾನ್ ಮೂಲದ ಮ್ಯುಜಿ ಸರಣಿಯಲ್ಲಿ ಈ ಸುಗಂಧಗಳನ್ನು ಮೇಣದಬತ್ತಿ, ಅಗರಬತ್ತಿ, ಅಥವಾ ಅರೊಮಾ ಥೆರಪಿಯ ಮಿಸ್ಟ್ ಡಿಫ್ಯುಜರ್‌ಗಳಲ್ಲಿ ಕಾಣಬಹುದಾದ ಎಸೆನ್ಷಿಯಲ್(ಸಾರಭೂತ) ತೈಲಗಳ ರೂಪದಲ್ಲಿ ಬಳಸಲಾಗುತ್ತದೆ.

ಇವನ್ನು ಇತರ ಸುಗಂಧದ್ರವ್ಯಗಳಲ್ಲಿ, ನಿಜವಾಗಿಯೂ ವಾಸ್ತವದ ನೆಲೆಗಟ್ಟು ಕಟ್ಟಿಕೊಡುವ ಸುಟ್ಟ ಮರದಂತಹ, ಅಸಾಧಾರಣ ಸುಗಂಧದ್ರವ್ಯಗಳ ಬಳಕೆಯನ್ನು ಕಾಣಬಹುದು.

ವಾಸನೆ ಮತ್ತು ನೆನಪಿನ ನಡುವೆ ನಂಟು ಇರುವುದರಿಂದ, ವರ್ತಮಾನದಲ್ಲಿ ಭವಿಷ್ಯಕ್ಕಾಗಿ ಉತ್ತಮ ನೆನಪುಗಳನ್ನು ಸೃಷ್ಟಿಸುವ ಹಂಬಲ ನಿಮಗಿದ್ದರೆ, ಯಾವುದೇ ಅನುಭವಕ್ಕೆ ವಿಶಿಷ್ಟವಾದ ಸುವಾಸನೆ/ಸುಗಂಧವನ್ನು ಜೋಡಿಸಿದರೆ ಆ ಅನುಭವವು ಅವಿಸ್ಮರಣೀಯವಾಗಬಲ್ಲದು.

ಗೋಪುರದ ಮೇಲಿನ ಚಂದಿರ

ಜಪಾನ್‌ನ ಅತ್ಯಂತ ಪ್ರಸಿದ್ಧ ಸುಗಂಧದ್ರವ್ಯವನ್ನು ಸಿದ್ಧಪಡಿಸಿದವರು ಇಸ್ಸೆ ಮಿಯಾಕೆ. ಸ್ಟೀವ್ ಜಾಬ್ಸ್ ತಮ್ಮ ಹೆಸರಾಂತ ಕಪ್ಪು ಟರ್ಟಲ್‌ನೆಕ್‌ನ ವೈಯಕ್ತಿಕ ಆವೃತ್ತಿಯನ್ನು ಸಿದ್ಧಪಡಿಸಲು ವಿನ್ಯಾಸಕ ಮಿಯಾಕೆ ಅವರನ್ನು ಆಯ್ದುಕೊಂಡಿದ್ದರು.

1992ರಲ್ಲಿ ಅವರು ಲು ಡಿ'ಇಸ್ಸೆ (L'eau d'Issey) ಬಿಡುಗಡೆ ಮಾಡಿದರು. ಗೋಲಾಕಾರದ ಕ್ಯಾಪ್‌ನೊಂದಿಗಿನ ಈ ಶೈಲೀಕೃತ ಬಾಟಲಿಯ ವಿನ್ಯಾಸಕ್ಕೆ ಅವರು ಸ್ಫೂರ್ತಿ ಪಡೆದದು, ಒಂದು ರಾತ್ರಿ ತಮ್ಮ ಪ್ಯಾರಿಸ್‌ನ ಅಪಾರ್ಟ್‌ಮೆಂಟ್‌ನಿಂದ ಐಫೆಲ್ ಟವರ್ ಮೇಲೆ ಅವರು ಕಂಡ ಹುಣ್ಣಿಮೆಯ ಚಂದಿರನ ನೋಟದಿಂದ.

ಮಿಯಾಕೆ, 1938ರಲ್ಲಿ ಹಿರೋಷಿಮಾದಲ್ಲಿ ಜನಿಸಿದರು. ಹಿರೋಷಿಮಾದ ಮೇಲೆ ಪರಮಾಣು ಬಾಂಬ್ ದಾಳಿಯಾದಾಗ ಅವರಿಗೆ ಎಂಟು ವರ್ಷ. ಆ ಬಗ್ಗೆ ಚರ್ಚಿಸಲು ಅವರು ಯಾವತ್ತೂ ಬಯಸಲಿಲ್ಲ. ಹಾಗಿದ್ದರೂ ಅವರು ತಮ್ಮ ಕಣ್ಣುಗಳನ್ನು ಮುಚ್ಚಿದಾಗಲೆಲ್ಲ 'ಯಾರೂ ಎಂದೂ ಅನುಭವಿಸಬಾರದ ಸಂಗತಿಗಳು' ಅವರ ಕಣ್ಮುಂದೆ ಬರುತ್ತವೆ. ಬಾಂಬ್ ದಾಳಿಯಾದ ಮೂರನೇ ವರ್ಷಕ್ಕೆ ಬಾಂಬ್‌ನ ವಿಕಿರಣಗಳಿಂದಾಗಿ ಅವರ ತಾಯಿ ಸಾವನ್ನಪ್ಪುತ್ತಾರೆ. ಈ ಭಯಾನಕ ಅನುಭವಕ್ಕೂ, ಮಿಯಾಕೆ ಫ್ಯಾಷನ್ ಲೋಕಕ್ಕೆ ತಮ್ಮನ್ನು ಸಮರ್ಪಿಸಿಕೊಂಡದ್ದಕ್ಕೂ ನೇರ ನಂಟು ಇದೆ: "ಸುಂದರವಾದವುಗಳನ್ನು, ಅಪರಿಚಿತವಾದವುಗಳನ್ನು ಮತ್ತು ನಿಗೂಢವಾದವುಗಳನ್ನು ನಾವು ಹಂಬಲಿಸುತ್ತೇವೆ... (ನನ್ನ ಆದ್ಯತೆ) ಸೌಂದರ್ಯ ಮತ್ತು ಖುಷಿಯನ್ನು ತರುವ ಸಂಗತಿಗಳನ್ನು ಸೃಷ್ಟಿಸುವುದರ ಬಗ್ಗೆ ಯೋಚಿಸುವುದೇ ವಿನಃ ನಾಶ ಮಾಡುವುದ ಬಗ್ಗೆ ಅಲ್ಲ."

III

ಇಚಿಗೊ ಇಚಿಯೆಯ ಪುಟಾಣಿ ಶಾಲೆ

ಕೂಟಗಳ ಕಲೆ

"ದಿ ಆರ್ಟ್ ಆಫ್ ಪಾರ್ಟೀಸ್"

ನಮ್ಮ ಹೃದಯದಲ್ಲಿ ಸುಳಿದಾಡುವ ಸಮಾರಂಭಗಳನ್ನು ರಚಿಸುವ ಕಲೆಯು ಪೂರ್ವ ಸಂಸ್ಕೃತಿಗಳಿಗೆ ಮಾತ್ರ ಮೀಸಲಾಗಿಲ್ಲ. ಪಶ್ಚಿಮದಲ್ಲಿಯೂ ಸಹ, ಕೆಲವು ಜನರು ವಿವಿಧ ಕ್ಷೇತ್ರಗಳಲ್ಲಿ ಟೀ ಮಾಸ್ಟರ್‌ಗಳ ನಿಜವಾದ ಮನೋಭಾವವನ್ನು ಸಾಕಾರಗೊಳಿಸಿದ್ದಾರೆ.

ಇವುಗಳಲ್ಲೊಬ್ಬರು ಎಟಿಯೆನ್ ಡೆ ಬ್ಯೂಮಾಂಟ್. ಜಾಗತಿಕ ಯುದ್ಧಗಳ ನಡುವಿನ ಅವಧಿಯಲ್ಲಿ, ಕಲಾ ಪೋಷಕ, ಆಲಂಕಾರಿಕ, ಫ್ಯಾಷನ್ ವಿನ್ಯಾಸಕ ಮತ್ತು ವಾಗ್ಗೇಯಕಾರರು ಆಗಿದ್ದ ಇವರು ಅವಿಸ್ಮರಣೀಯವೆನಿಸುವ ಕೂಟಗಳನ್ನು ಏರ್ಪಡಿಸುತ್ತಿದ್ದರು. ಫ್ರಾನ್ಸ್‌ನ ಹೊರಗೆ ಈ ಬಗ್ಗೆ ಹೆಚ್ಚು ತಿಳಿದಿಲ್ಲ.

1918ರಲ್ಲಿ ಪ್ಯಾರಿಸ್‌ನಲ್ಲಿ, ಆಫ್ರಿಕನ್ ಅಮೆರಿಕನ್ ಸೈನಿಕರ ಗುಂಪನ್ನು ಸೇರಿಸಿಕೊಂಡು ಒಂದು ಜಾಸ್ ಸಂಗೀತ ಕೂಟವನ್ನು ಅವರು ಏರ್ಪಡಿಸಿದ್ದರು. ಅವರು 'ದ ಸೀ(ಸಮುದ್ರ)' ಅಥವಾ 'ಫೇಮಸ್ ಪೇಂಟಿಂಗ್ಸ್(ಪ್ರಸಿದ್ಧ ವರ್ಣಚಿತ್ರಗಳು)' ಎಂಬ ಥೀಮ್(ವಿಷಯ)ನೊಂದಿಗೆ ಬಾಲ್(ದೊಡ್ಡ ಹಾಲ್‌ನಲ್ಲಿ/ಬಾಲ್‌ರೂಮ್‌ನಲ್ಲಿ ಎಲ್ಲರೂ ಸೇರಿ ಮಾಡುವ ನೃತ್ಯ) ಏರ್ಪಡಿಸುತ್ತಿದ್ದರು. ಜೀನ್ ಕಾಕ್ಟೊ, ಪ್ಯಾಬ್ಲೊ ಪಿಕಾಸೊ ಮತ್ತು ಎರಿಕ್ ಸಾಟಿಯಂತಹ ಕಲಾವಿದರು ಭಾಗವಹಿಸುವುದರೊಂದಿಗೆ ಕ್ಯಾಬರೆ, ಕವನ ವಾಚನ, ಬ್ಯಾಲೆ ಮತ್ತು ನಾಟಕವನ್ನು ಒಟ್ಟುಗೂಡಿಸಿ 'ಲೆಸ್ ಸೆರೊಟಿಸ್ ಡೆ ಪರಿಸ್' ಎಂಬುದನ್ನು ಪ್ರದರ್ಶಿಸಿದರು.

ಅವರು ಏರ್ಪಡಿಸಿದ ಕೊನೆಯ ಕೂಟ/ಪಾರ್ಟಿ, 1949ರಲ್ಲಿ 'ಬಾಲ್ ಆಫ್ ಕಿಂಗ್ಸ್ ಅಂಡ್ ಕ್ವೀನ್ಸ್(ರಾಜ–ರಾಣಿಯರ ನೃತ್ಯ)' ಆಗಿತ್ತು. ಅದರಲ್ಲಿ ಕ್ರಿಶ್ಚಿಯನ್ ಡಯರ್ ಕಾಡಿನ ರಾಜ ಸಿಂಹದಂತೆ ವೇಷ ಧರಿಸಿದ್ದರು.

ಎಟೀಯೆನ್ ಡೆ ಬ್ಯೂಮಾಂಟ್ ನಿಸ್ಸಂದೇಹವಾಗಿ ತನ್ನ ಪಾರ್ಟಿಗಳಲ್ಲಿ ಇಚಿಗೊ ಇಚಿಯೆ ಅನ್ನು ಹೇಗೆ ಸೃಷ್ಟಿಸಬೇಕು ಎಂಬುದನ್ನು ತಿಳಿದಿದ್ದರು. ಅವರು ಯಾವತ್ತೂ ಅದೇ ಕಲ್ಪನೆಯನ್ನು ಪುನರಾವರ್ತಿಸಲಿಲ್ಲ. ಅವರ ಕಾರ್ಯಕ್ರಮಗಳಲ್ಲಿ ಭಾಗವಹಿಸಿದವರಿಗೆ ಪ್ರತಿಯೊಂದೂ ಅನನ್ಯ ಅವಕಾಶ ಎಂಬುದು ತಿಳಿದಿತ್ತು. ಬ್ರಿಟಿಷ್ ಬ್ಯಾಂಡ್ ಜಪಾನ್‌ನ ಅತ್ಯಂತ ಪ್ರಸಿದ್ಧ ಹಾಡಿನ ಶೀರ್ಷಿಕೆ('ದಿ ಆರ್ಟ್ ಆಫ್ ಪಾರ್ಟೀಸ್')ಯಂತೆ, ಡೆ ಬ್ಯೂಮಾಂಟ್ ಪಾರ್ಟಿಗಳ ಕಲೆ('ಆರ್ಟ್

ಆಫ್ ಪಾರ್ಟೀಸ್')ಯಲ್ಲಿ ಪರಿಣಿತರಾಗಿದ್ದವರು ಮತ್ತು ತಮ್ಮ ಪಾರ್ಟಿಗಳನ್ನು ಯಾರೂ ಮೊದಲೇ ಊಹಿಸಲು ಸಾಧ್ಯವೇ ಇರಲಾರದು ಎಂಬುದನ್ನು ಖಚಿತಪಡಿಸಿಕೊಳ್ಳುವುದು ಹೇಗೆ ಎಂಬ ಗುಟ್ಟು ಅವರಿಗೆ ತಿಳಿದಿತ್ತು.

"ಆಹ್ವಾನಿತರಲ್ಲದವರಿಗಾಗಿಯೇ ಬಹುತೇಕ ಪಾರ್ಟಿಗಳನ್ನು ಆಯೋಜಿಸಲಾಗುತ್ತದೆ" ಎಂದು ಹೇಳಿದ್ದೇ ಡೆ ಬ್ಯೂಮಾಂಟ್.

ಸೋಲಿನ ಎಕ್ಸ್-ರೇ (ಕ್ಷ-ಕಿರಣ)

ತಾವು ಮಾತನಾಡಲು ಇಚ್ಛಿಸುವ ಸ್ನೇಹಿತರು ಇಲ್ಲದಿದ್ದರೆ ಹೆಚ್ಚಿನ ಪಾರ್ಟಿಗಳು ಬೇಸರ ತರಿಸುತ್ತವೆ ಎಂಬುದನ್ನು ಅನೇಕ ಮಂದಿ ಒಪ್ಪುತ್ತಾರೆ.

ಒಂದು ಖಾಸಗಿ ಕಾರ್ಯಕ್ರಮಕ್ಕೆ ನಾವು ಒಮ್ಮೆ ಆಹ್ವಾನಿತರಾಗಿದ್ದೆವು. ಅಲ್ಲಿನ ಮೇಜುಗಳು ತಿಂಡಿ ತಿನಿಸುಗಳಿಂದ ತುಂಬಿ ತುಳುಕುತ್ತಿದ್ದವು. ಎಲ್ಲಾ ಬಗೆಯ ಪಾನೀಯಗಳು, ಎಚ್ಚರಿಕೆಯಿಂದ ಮಾಡಿದ ಅಲಂಕಾರ, ಮೇಣದಬತ್ತಿಗಳು, ಸಂಗೀತ... ಎಲ್ಲವೂ ಇದ್ದವು.

ಒಂದು ಧ್ವನಿವರ್ಧಕದ ಬಳಿ ಒಬ್ಬಾತ ತಾನೊಬ್ಬನೇ ನೃತ್ಯ ಮಾಡುತ್ತಿದ್ದ. ಅದು ನಮ್ಮಲ್ಲಿ ಏನೋ ಒಂದು ತರಹ ಬೇಸರ ತಂದಿತು. ಉಳಿದ ಅತಿಥಿಗಳು ಕೌಚ್‌ಗಳಲ್ಲಿ ಮತ್ತು ಆರಾಮ ಕುರ್ಚಿಗಳಲ್ಲಿ ಕುಳಿತಿದ್ದು, ದಣಿದವರಂತೆ ಅಥವಾ ಅತೃಪ್ತರಾದಂತೆ ಕಾಣುತ್ತಿದ್ದರು. ಹೆಚ್ಚಿನ ಅತಿಥಿಗಳಿಗೆ ಪರಸ್ಪರರ ಪರಿಚಯವೇ ಇರಲಿಲ್ಲ. ಎಲ್ಲಕ್ಕಿಂತ ಹೆಚ್ಚಾಗಿ ನಾವು ಪಾರ್ಟಿಗೆ ಹೋದದ್ದೇ ಕೊನೆಯ ಭಾಗದಲ್ಲಿ. ಹಾಗಾಗಿ ಎಲ್ಲಾ ಬಗೆಯ ಮಾತುಕತೆಗಳು, ಸಂಭಾಷಣೆಗಳು ಆಗಿಹೋದಂತೆ ಕಾಣುತ್ತಿತ್ತು.

ಇಲ್ಲಿ ಏನು ತಪ್ಪಾಯಿತು? ಅತಿಥಿಗಳನ್ನು ಸಂತೃಪ್ತಿಪಡಿಸಲು ಬೇಕಾದುದೆಲ್ಲವೂ ಆ ಪಾರ್ಟಿಯಲ್ಲಿತ್ತು. ಒಳ್ಳೆಯ ಆಹಾರ, ಪಾನೀಯ, ಆರಾಮದಾಯಕ ಮತ್ತು ಅಲಂಕೃತ ಜಾಗ, ಮೆಲುವಾದ ಸಂಗೀತ, ಅಂತರರಾಷ್ಟ್ರೀಯ ಮಟ್ಟದ ವಾತಾವರಣ... ಆದರೆ, ಅಲ್ಲೊಂದು ಮುಖ್ಯವಾದ ಸಂಗತಿಯ ಕೊರತೆ ಇತ್ತು, ಅದನ್ನು ಬಹುಶಃ ಎಟೀಯೆನ್ ಡೆ ಬ್ಯೂಮಾಂಟ್ ಮರೆಯುತ್ತಿರಲಿಲ್ಲ, ಅದು, ಆ ಸಮಾರಂಭವನ್ನು ಸ್ಮರಣೀಯವಾಗಿಸುವ ಒಂದು ಥೀಮ್/ವಿಷಯ.

ಇಚಿಗೊ ಇಚಿಯೆ ಪಾರ್ಟಿಗೆ ಕೆಲವು ಸಲಹೆಗಳು

ಒಂದು ಕಾದಂಬರಿ ಅಥವಾ ಚಲನಚಿತ್ರದಲ್ಲಿ, ಅದರ ಮುಂದಿನ ಘಟನೆಗಳನ್ನು, ನಮಗೆ ಬೇಸರ ಬರುವ ಮೊದಲೇ, ಜೋಡಿಸಲು ಏನಾದರು ಒಂದು ಬೇಕಿರುತ್ತದೆ. ಅಂತೆಯೇ ಒಂದು ಸ್ಮರಣೀಯ ಸಮಾರಂಭದಲ್ಲಿ ಕೇಂದ್ರೀಕರಿಸಲು ಏನಾದರು ಒಂದು ಸಂಗತಿಯ ಅಗತ್ಯವಿರುತ್ತದೆ.

ಯಾವುದೇ ಸಮಾರಂಭವನ್ನು ಇಚಿಗೊ ಇಚಿಯೆಯಿಂದ ತುಂಬಿಸುವ ದೃಷ್ಟಿಯಿಂದ, ನಮಗೆ ನಾವೇ ಕೇಳಿಕೊಳ್ಳಬೇಕಾದ ಮುಖ್ಯ ಪ್ರಶ್ನೆ ಏನೆಂದರೆ:

ಈ ಪಾರ್ಟಿ ಯಾವ ಕಾರಣಕ್ಕಾಗಿ ನೆನಪಿನಲ್ಲಿರಬೇಕು?

ಕೂಟದ ಥೀಮ್/ವಿಷಯ ಅನ್ನೋದೇ ಉತ್ತರವಾಗಿರಬೇಕು. ಈ ಪಾರ್ಟಿಗಳಿಗೆ ಕೇಂದ್ರೀಕೃತ ಸ್ಪರ್ಶ ನೀಡಬಲ್ಲ ಕೆಲವು ಸಂಗತಿಗಳನ್ನು ನಾವಿಲ್ಲಿ ನೋಡೋಣ:

- ಆತಿಥೇಯರು ಅಥವಾ ಅತಿಥಿ ಸಂಗೀತಗಾರರು ನೀಡುವ ಸಂಗೀತ ಕಛೇರಿ. ಇದು

ನಿರೀಕ್ಷೆಯನ್ನು ಸೃಷ್ಟಿಸುತ್ತದೆ. ಅತಿಥಿಗಳು ಎದುರುನೋಡಲು ಏನನ್ನಾದರೂ ನೀಡುತ್ತದೆ.

- ಒಂದು ನಿರ್ದಿಷ್ಟ ಸ್ಥಳ ಅಥವಾ ದೇಶದ ಬಗ್ಗೆ ಸಂಕ್ಷಿಪ್ತ ಸಾಕ್ಷ್ಯಚಿತ್ರದ ಪ್ರದರ್ಶನ, ಪ್ರಾದೇಶಿಕ ಪಾಕಪದ್ಧತಿಯಿಂದ ಪ್ರೇರಿತವಾದ ಉಪಾಹಾರಗಳೊಂದಿಗೆ; ಇದು ಚನೋಯುವಿನಂತೆಯೇ ಮೇಜಿನ ಸುತ್ತಲೂ ಏನಾಗುತ್ತದೆ ಎಂಬುದರ ಬಗ್ಗೆ ಗಮನ ಮತ್ತು ಅರ್ಥವನ್ನು ಕಟ್ಟಿಕೊಡುತ್ತದೆ.

- ಎಲ್ಲಾ ಅತಿಥಿಗಳನ್ನು ಒಳಗೊಂಡ ಕೆಲಸ. ಉದಾಹರಣೆಗೆ, ವರ್ಷಾಂತ್ಯದ ಕೂಟ. ಪ್ರತಿಯೊಬ್ಬರೂ ತಮ್ಮ ಹೊಸ ವರ್ಷದ ಸಂಕಲ್ಪಗಳನ್ನು ಇತರರೊಂದಿಗೆ ಹಂಚಿಕೊಳ್ಳುವುದು, ಮತ್ತು ಅವುಗಳನ್ನು ಪೂರ್ಣಗೊಳಿಸಲು ಒಬ್ಬರಿಗೊಬ್ಬರು ಪ್ರೋತ್ಸಾಹವನ್ನು ನೀಡುವುದು.

- ಜನರು ಪರಸ್ಪರ ತಿಳಿದುಕೊಳ್ಳಲು ಅನುವು ಮಾಡಿಕೊಡುವ ಆಟ. ಉದಾಹರಣೆಗೆ, ಪ್ರತಿಯೊಬ್ಬರಿಗೂ ಒಂದು ಅರ್ಥಪೂರ್ಣವಾದ ವಸ್ತುವನ್ನು ತರಲು ಹೇಳಬೇಕು. ಭೋಜನ ಅಥವಾ ಕೂಟದ ಸಮಯದಲ್ಲಿ ಒಂದು ನಿರ್ದಿಷ್ಟ ಹಂತದಲ್ಲಿ ಆ ವಸ್ತು ಅವರಿಗೆ ಏಕೆ ವಿಶೇಷವಾಗಿದೆ ಎಂಬುದನ್ನು ಅವರು ವಿವರಿಸಬೇಕು. ಅದು ಯಾವ ನೆನಪು ಅಥವಾ ಭಾವನೆಗಳನ್ನು ಜಾಗೃತಗೊಳಿಸುತ್ತದೆ ಅಥವಾ ಸಂದೇಶವನ್ನು ಹೊಂದಿದ್ದರೆ ಅದೇನು ಎಂದು ಹೇಳುವುದು. ಇದರಿಂದ ಆ ಸಂಜೆಗೆ ಹೊಸ ಮೋಡಿ ಸಿಗುತ್ತದೆ. ಅದು ಜನರನ್ನು ಪರಸ್ಪರ ಸಂಪರ್ಕಿಸಲು ಅನುವು ಮಾಡಿಕೊಡುವುದರೊಂದಿಗೆ ಅಳಿಸಲಾಗದ ನೆನಪುಗಳನ್ನು ಕಟ್ಟಿಕೊಡುತ್ತದೆ.

ಒಂದು ಥೀಮ್/ಕೂಟದ ವಿಷಯ ಯಶಸ್ವಿಯಾಗಬೇಕಾದರೆ, ಕೂಟವು ಅತಿಥಿಗಳು ಭಾವನಾತ್ಮಕವಾಗಿ ಸ್ಪಂದಿಸುವಂತಿರಬೇಕು.

ಇದರ ಅವಶ್ಯಕತೆಗಳು:

- ಅತಿಥಿಗಳನ್ನು ಅರ್ಥ ಮಾಡಿಕೊಳ್ಳುವುದು (ಇದರಿಂದ ನೀವು ವಿವಾದಾತ್ಮಕ/ಪ್ರಚೋದನಾಕಾರಿ ವಿಷಯಗಳ ಚರ್ಚೆಯನ್ನು ತಪ್ಪಿಸಬಹುದು).

- 2. ಎಲ್ಲರೂ ಇಷ್ಟಪಟ್ಟು ಭಾಗವಹಿಸುವಂತಹ ಒಂದು ಸಾಮಾನ್ಯ ನೆಲೆ (ಥೀಮ್/ವಿಷಯ/ಆಟ)ಯನ್ನು ಗೊತ್ತುಮಾಡುವುದು.

ಅನಾಗರಿಕ ಮಾರ್ಗದರ್ಶಕ (ದಿ ಸೆವೇಜ್ ಒರೇಕಲ್)

ಇಪ್ಪತ್ತನೇ ಶತಮಾನದ ಆರಂಭದ ಮತ್ತು ಮಧ್ಯಭಾಗದ ಕಾಲದ ಆಂಡ್ರೆ ಬ್ರಟನ್ ಮತ್ತು ಅವರ ಸ್ನೇಹಿತರು, ಇವರಂತಹ ಕಲಾತ್ಮಕ ನವ್ಯ ಸಾಹಿತ್ಯ ಸಿದ್ಧಾಂತಿಗಳು ತಮ್ಮ ಕೂಟಗಳಲ್ಲಿ ಹೊಸ ಮತ್ತು ಸೂಚಿತ ಅರ್ಥಗಳನ್ನು ಸೃಷ್ಟಿಸಲು ಅದೃಷ್ಟದ ಸಹಾಯವನ್ನು ಪಡೆದರು. ಅವರಿಗೆ ತಿಳಿಯದಂತೆಯೇ ಅವರು ಇಚಿಗೊ ಇಚಿಯೆಯನ್ನು ಅನುಸರಿಸುತ್ತಿದ್ದರು.

ಕಾರ್ಯಕ್ರಮವೊಂದರಲ್ಲಿ ಆಮಂತ್ರಿತರ ನಡುವಿನ ಮಂಜನ್ನು(ಮೌನದ ಮಂಜು) ಒಡೆಯುಲು ಒಂದು ನಿರ್ದಿಷ್ಟವಾದ ಆಟವನ್ನು 'ದಿ ಸೆವೇಜ್ ಒರೇಕಲ್'(ಅನಾಗರಿಕ ಮಾರ್ಗದರ್ಶಕ) ಎಂದು ಹೇಳಲಾಗುತ್ತದೆ. ಅದೊಂದು ಸರಳವಾದ ಆಟ. ಅದು ಹೀಗಿರುತ್ತದೆ:

1. ಪ್ರತಿಯೊಬ್ಬ ಅತಿಥಿಗೂ ಅರ್ಧ ಖಾಲಿ ಹಾಳೆಯನ್ನು ಅಥವಾ ಎರಡು ಭಾಗವಾಗಿ ಮಡಚಿದ ಇಡಿಯಾದ ಖಾಲಿ ಕಾಗದವನ್ನು ನೀಡಬೇಕು.

2. ತಮ್ಮ ಬಗ್ಗೆ ತಿಳಿದುಕೊಳ್ಳಲು ಇಚ್ಛಿಸುವ ಯಾವುದೇ ಸಂಗತಿಯನ್ನು ಬರೆಯುವಂತೆ ಅತಿಥಿಗಳಿಗೆ ಹೇಳಬೇಕು. ಪ್ರಶ್ನೆಯು "ಏಕೆ" ಎಂಬಲ್ಲಿಂದ ಶುರುವಾಗಬೇಕು ಹಾಗೂ ತನ್ನನ್ನು ಉದ್ದೇಶಿಸುವ ರೂಪದಲ್ಲಿರಬೇಕು. (ಉದಾಹರಣೆಗೆ: "ಏಕೆ ನಾನು ನಿದ್ದೆಯಿಂದ ಎದ್ದೇಳುವಾಗ ಕೆಟ್ಟ ಮನಸ್ಥಿತಿಯಲ್ಲಿರುತ್ತೇನೆ?").

3. ಬಳಿಕ, ಅವರ ಕಾಗದವನ್ನು ತಿರುಗಿಸಿ ಇಡುವಂತೆ ಹೇಳಿ. ಅವರು ಯಾವುದೇ ಯೋಚನೆಯಿಲ್ಲದೆ ತಲೆ ಖಾಲಿಯಾಗಿಸಲು ಹೇಳಿ. ಆಮೇಲೆ, ಅವರ ತಲೆಯಲ್ಲಿ ಮೂಡುವ ಮೊದಲ ಸಂಗತಿಯನ್ನು, ಅವರು ಬರೆದ ಪ್ರಶ್ನೆಗೆ ಸಂಬಂಧವೇ ಇಲ್ಲದ ಸಂಗತಿಯನ್ನು ಬರೆಯಲು ಹೇಳಿ. ಅದು "ಏಕೆಂದರೆ" ಎಂಬುದರಿಂದ ಶುರುವಾಗಿ ಎರಡನೇ ವ್ಯಕ್ತಿಯನ್ನುದ್ದೇಶಿಸಿದ ರೂಪದಲ್ಲಿ ಇರಬೇಕು. (ಉದಾಹರಣೆಗೆ: "ಏಕೆಂದರೆ ನೀನು ತುಂಬಾ ತಡವಾಗಿ ಜನಿಸಿದೆ".)

4. ಈಗ ಗುಂಪನ್ನು ಎರಡು ವಿಭಾಗವಾಗಿಸಿ. ಒಂದು ತಂಡವು ತಮ್ಮ ಬಗ್ಗೆ ತಾವೇನು ತಿಳಿದುಕೊಳ್ಳಲು ಬಯಸುತ್ತಾರೆ ಅದನ್ನು ಹೇಳಿದರೆ, ಎರಡನೇ ಗುಂಪಿನಿಂದ ಯಾರಾದರೊಬ್ಬರು ಬರೆದಿಟ್ಟ ಉತ್ತರವನ್ನು ಪ್ರತಿಕ್ರಿಯೆಯಾಗಿ ಹೇಳಬಹುದು.

5. ಈಗ ಗುಂಪನ್ನು ಬದಲಿಸಿ. ಉತ್ತರ ಹೇಳಿದ ಗುಂಪು ಪ್ರಶ್ನೆ ಕೇಳಿ ಉತ್ತರ ಪಡೆಯಲಿ.

ಒಂದು ಶಾಶ್ವತವಾದ ಪ್ರಣಯ

ಇತರರೊಂದಿಗೆ ಮಾತನಾಡುತ್ತಿದ್ದಾಗ, ನಮ್ಮ ಸ್ನೇಹಿತರೊಬ್ಬರು ತನ್ನ ಸಂಬಂಧದ ಬಗ್ಗೆ, "ನಾನೇ ಆಕೆಯ ಬದುಕಿನ ಪ್ರೀತಿ" ಎಂದು ಹೇಳಲು ಬಯಸಿದರು. ಆಗ ಅವರ ಸಂಗಾತಿಯು, "ಆದರೆ ಪ್ರತಿದಿನವೂ ನಾನು ನಿನ್ನ ಪ್ರೀತಿಯಲ್ಲಿ ಬೀಳುವಂತೆ ನೀನು ಮಾಡಬೇಕು" ಎಂದರು.

ಆಕೆ ಸರಿಯಾಗಿಯೇ ಹೇಳಿದ್ದರು. ದಂಪತಿಗಳು ತಮ್ಮ ಸಂಬಂಧದಲ್ಲಿ ದೀರ್ಘಕಾಲ ಯಶಸ್ಸು ಕಾಣಬೇಕಾದರೆ ಹಲವಾರು ಇಚಿಗೊ ಇಚಿಯೆ ಕ್ಷಣಗಳನ್ನು ಹಂಚಿಕೊಳ್ಳಬೇಕಾಗುತ್ತದೆ. ಅವರು ಒಬ್ಬರನೊಬ್ಬರು ಲಘುವಾಗಿ ತೆಗೆದುಕೊಳ್ಳಬಾರದು. ತಮ್ಮ ಸಂಬಂಧದ ದೀಪ ಉರಿಯುತ್ತಿರುವಂತೆ ಇರಿಸಬೇಕಾದರೆ ಅವರು ತಮ್ಮ ಬದುಕಿನ ಸಣ್ಣ ಸಣ್ಣ ದೈನಂದಿನ ವಿಷಯಗಳ ಬಗ್ಗೆ ಕಾಳಜಿ ವಹಿಸಬೇಕಾಗುತ್ತದೆ.

ಅಂದರೆ, ಅನೇಕ ದಂಪತಿಗಳು ತಮ್ಮ ಜೀವನದಲ್ಲಿ ಅವರು ಒಂದೇ ದಿನಚರಿಯನ್ನು ಅನುಸರಿಸುತ್ತಾರೆ: ಲಗುಬಗೆಯ ಮುಂಜಾನೆಯ ಉಪಹಾರ, ನಂತರ ಕೆಲಸಕ್ಕೆ ಹೋಗುವುದು, ರಾತ್ರಿ ಊಟ, ನಂತರ ಟಿ.ವಿ. ನೋಡುತ್ತಾ ಅಲ್ಲಿಯೇ ನಿದ್ದೆ ಅವರಿಸುವುದು, ನಂತರ ಹಾಸಿಗೆಗೆ ಹೋಗುವುದು ಹೇಗೆ.... ಇಂತಹ ಬೇಸರಕ್ಕೆ ತಳ್ಳುವ ನಡೆಗಳನ್ನು ತಪ್ಪಿಸಬೇಕಾಗುತ್ತದೆ.

ದಿನದಿಂದ ದಿನಕ್ಕೆ ಇಂತಹ ದಿನಚರಿಯು ನಿರಾಸಕ್ತಿಗೆ ಖಚಿತ ಮಾರ್ಗವಾಗುತ್ತದೆ. ದಂಪತಿಗಳು ತಮ್ಮ ಸಂಬಂಧದ ಪ್ರಾರಂಭದ ಕೆಮಿಸ್ಟ್ರಿಯನ್ನು ಕಾಪಾಡಿಕೊಳ್ಳದೇ ಹೋದರೆ, ಕೆಲವೊಮ್ಮೆ ವಿವಾಹೇತರ ಸಂಬಂಧಗಳಿಗೆ ಎಡೆಮಾಡಿಕೊಡುವ ಸಾಧ್ಯತೆಗಳು ಸಹ ಇರುತ್ತವೆ.

‘ಇಚಿಗೊ ಇಚಿಯೆ’ಯ ಶಕ್ತಿಯೊಂದಿಗೆ ನಾವು ಇಂತಹ ಊಹಿಸಬಹುದಾದ ಮಾದರಿಯನ್ನು ತಪ್ಪಿಸಲು ನೋಡಬೇಕು, ಕನಿಷ್ಠ ಪಕ್ಷ ವಾರಕ್ಕೊಮ್ಮೆಯಾದರೂ. ಇದಕ್ಕಾಗಿ ಕೆಲವು ಉದಾಹರಣೆಗಳು:

- ಸಂವೇದನಾಶೀಲ ಮೌಲ್ಯವುಳ್ಳ ಉಡುಗೊರೆಯನ್ನು ಸುಮ್ಮನೆ ಕೊಡುವುದು. ಅದೇನೂ ದುಬಾರಿಯಾಗಿರಬೇಕಾಗಿಲ್ಲ.
- ನಿಮ್ಮ ಊಟದ ಕೋಣೆಯನ್ನು ವಾತಾವರಣಕ್ಕೆ ಹೊಂದುವ ಸಂಗೀತ, ಮೇಣದಬತ್ತಿ ಮತ್ತು ಉತ್ತಮವಾದ ಚೈನಾ ಕಪ್ ಮತ್ತು ಬೆಳ್ಳಿಯ ಪರಿಕರಗಳೊಂದಿಗೆ ಅಲಂಕರಿಸುವುದು. ಮೇಜಿನ ಮೇಲೆ ಮುದ್ರಿತ ಮೆನು ಕೂಡಾ ಇಡಬಹುದು.

ಅತ್ಯಂತ ಮುಖ್ಯವಾದ ವಿಷಯವೇನೆಂದರೆ, ದೈನಂದಿನ ಜಡತ್ವದಿಂದ ಹೊರತರುವಂತಹ ಒಂದು ಕತೆಯನ್ನು/ಸಂದರ್ಭವನ್ನು ಸೃಷ್ಟಿಸಿ ಮನಸ್ಸಿಗೆ ಉಲ್ಲಾಸ ತರುವುದು. ಅದು ನೆನಪಿಸಿಕೊಳ್ಳಲು ಯೋಗ್ಯವಾಗಿರಬೇಕು. ವಾಸ್ತವವಾಗಿ, ನಾವು ಪ್ರಜ್ಞಾಪೂರ್ವಕವಾಗಿ ಇಚಿಗೊ ಇಚಿಯೆಯ ಕುರಿತು ಕೆಲಸ ಮಾಡುವಾಗ, ನಾವು ಭವಿಷ್ಯದಲ್ಲಿ ನೆನೆಯಬಹುದಾದಂತಹ ಸವಿನೆನಪುಗಳನ್ನು ಸೃಷ್ಟಿಸಿಕೊಳ್ಳುತ್ತೇವೆ, ದಂಪತಿಗಳ ಬಂಧವನ್ನು ಅದು ಬಲಪಡಿಸುವಂತಹುದು. ಹಾಗಿದ್ದರೆ, ಇಂತಹ ಸಂಗತಿಗಳನ್ನು ಹಂಚಿಕೊಂಡದ್ದು ಒಳ್ಳೆಯದೇ ಆಯಿತಲ್ಲ.

ಒಂದು ವೇಳೆ ನಾವು ನಮ್ಮ ಜೀವನವನ್ನು ನಾಸ್ಟಾಲ್ಜಿಯಾ(ಉತ್ಕಂಠತೆ) ಮತ್ತು ಖುಷಿಯಿಂದ ಸಿಂಹಾವಲೋಕನ ಮಾಡಲು ಬಯಸಿದ್ದಾದರೆ, ವರ್ತಮಾನವು ಕೇವಲ ದಿನಗಳ ಅನುಕ್ರಮವಾಗಿಬಿಟ್ಟರೆ ಸಾಲದು. ಈ ಏಕತಾನತೆಯಿಂದ ನಾವು ಹೊರಬರಬೇಕು. ಪ್ರತಿಯೊಂದು ಘಟನೆಯನ್ನು ವಿಶೇಷವಾಗಿಸಬಹುದಾದಂತಹ ಇಚ್ಛೆಯ ಮಾಂತ್ರಿಕತೆ ನಮ್ಮಲ್ಲಿದೆ.

ಕೆಲಸದಲ್ಲಿ ಇಚಿಗೊ ಇಚಿಯೆ

ಕೆಲಸ ಸಂಬಂಧಿ ಸಭೆ ತಲೆ ಚಿಟ್ಟುಹಿಡಿಸುತ್ತದೆ ಎಂದು ಯಾರು ಹೇಳಿದ್ದು? ನಮ್ಮ ಜೀವನದ ಮೂರನೇ ಒಂದು ಭಾಗವನ್ನು ತೆಗೆದುಕೊಳ್ಳುವ ನಮ್ಮ ಕೆಲಸಕ್ಕೂ ನಾವು ಪಾರ್ಟಿಗಳ ಕಲೆ (ಆರ್ಟ್ ಆಫ್ ಪಾರ್ಟೀಸ್)ಯನ್ನೇ ಏಕೆ ಅನ್ವಯಿಸಬಾರದು?

ಲಂಡನ್ ಪುಸ್ತಕೋತ್ಸವದಲ್ಲಿ ಈ ಉಪಾಯವನ್ನು ಪರಿಚಯಿಸಲು ನಮ್ಮ ಪ್ರಸ್ತುತಿಯು ಇಚಿಗೊ ಇಚಿಯೆಯಿಂದ ಕೂಡಿರಬೇಕು ಎಂದು ನಾವು ತೀರ್ಮಾನಿಸಿದೆವು. ಸಭಾಂಗಣದಲ್ಲಿ ಒಂದು ಮಾಮೂಲಿ ಪ್ರಸ್ತುತಿಯನ್ನು ಪ್ರದರ್ಶಿಸುವ ಬದಲಿಗೆ, ನಮ್ಮ ಅಂತರರಾಷ್ಟ್ರೀಯ ಪ್ರಕಾಶಕರಿಗಾಗಿ ನಾವು ಒಂದು ವಿಶೇಷ ಮತ್ತು ಸ್ಮರಣೀಯವಾದ ಪ್ರಸ್ತುತಿಯನ್ನು ಆಯೋಜಿಸಿದೆವು.

- ನಾವು ಸೆಂಟ್ರಲ್ ಲಂಡನ್‌ನಲ್ಲಿ ಒಂದು ಜಪಾನಿಸ್ ಟೀರೂಂ ಬಾಡಿಗೆಗೆ ಪಡೆದು, ಪುಸ್ತಕೋತ್ಸವದಲ್ಲಿ ದಿನವಿಡೀ ಸುತ್ತಿ ದಣಿದಿದ್ದ ನಮ್ಮ ಪ್ರಕಾಶಕರನ್ನು ವಿಶ್ರಾಂತಿ ಪಡೆಯುವಂತೆ ಆಹ್ವಾನಿಸಿದೆವು.
- ಅತಿಥಿಗಳಿಗಾಗಿ ಕಾಯ್ದಿರಿಸಿದ ಆ ಕೋಣೆಯಲ್ಲಿ ಟೀರೂಂ ಸಿಬ್ಬಂದಿ ಮೂರು ಬಗೆಯ ಚಹಾಗಳನ್ನು ಒದಗಿಸಿದರು. ಗೆನ್‌ಮೈಚಾ (ಬ್ರೌನ್ ರೈಸ್ ಗ್ರೀನ್ ಟೀ/ಕಂದು ಅಕ್ಕಿಯ ಚಹಾ), ಕುಕಿಚ (ಟ್ವಿಗ್ ಟೀ/ಕೊಂಬೆಯ ಚಹಾ) ಜೊತೆಗೆ ಸಕುರಾ ಮೊಗ್ಗುಗಳು ಮತ್ತು ಮ್ಯಾಕ್ರೊಬಯಟಿಕ್ ಬಂಚಾ (ಒಂದು ಬಗೆಯ ಗ್ರೀನ್ ಟೀ). ಇದರೊಂದಿಗೆ, ನಮ್ಮ ಈ

ಚನೊಯು ಕೂಟಕ್ಕಾಗಿ ಸರಿಹೊಂದುವ ಸಿಹಿತಿನಿಸನ್ನೂ ವಿತರಿಸಲಾಯಿತು.

- ಇಚಿಗೊ ಇಚಿಯೆ ಕುರಿತು ಜಪಾನಿನಲ್ಲಿ ನಾವು ಸಿದ್ಧಪಡಿಸಿದ್ದ ಸಣ್ಣ ವಿಡಿಯೊವನ್ನು ಪ್ರಸಾರ ಮಾಡುವ ಮೂಲಕ ನಾವು ನಮ್ಮ ಅತಿಥಿಗಳನ್ನು ಬರಮಾಡಿಕೊಂಡೆವು.
- ಪುಸ್ತಕದ ಆಯ್ದ ಭಾಗವನ್ನು ಅತಿಥಿಗಳಿಗೆ ಕೊಟ್ಟು ಅದರ ಪರಿಕಲ್ಪನೆಯನ್ನು ವಿವರಿಸಿದ ನಂತರ, ಚಹಾ ಮತ್ತು ಕೇಕ್ ವಿತರಿಸುವ ವ್ಯವಸ್ಥೆ ಮಾಡಿದೆವು. ಜಪಾನಿ ಸಂಗೀತ ಸಂಯೋಜಕ ಸಕಮೊಟೊ ಅವರ, ನಮ್ಮ ಅಚ್ಚುಮೆಚ್ಚಿನ, ಬಿಟಿಟಿಬಿ (BTTB) ಆಲ್ಬಂನ ಸಂಗೀತ ಹಿನ್ನೆಲೆಯಲ್ಲಿತ್ತು.
- ಇದರಿಂದಾಗಿ, ಪ್ರಪಂಚದ ವಿವಿಧೆಡೆಯಿಂದ ಆಗಮಿಸಿದ್ದ ನಮ್ಮ ಪ್ರಕಾಶಕರಿಗೆ, ವಿರಮಿಸಲು ಮತ್ತು ಪರಸ್ಪರ ಮಾತುಕತೆ ನಡೆಸಲು ಶುದ್ಧ ಜಪಾನಿ ವಾತಾವರಣ ಸಿಕ್ಕಂತಾಯಿತು.
- ಅಂದಿನ ಸಂಜೆಯ ಕೂಟದ ಕೊನೆಯಲ್ಲಿ, ನಾವು ನಮ್ಮ ಅತಿಥಿಗಳನ್ನು "ಇಚಿಗೊ ಇಚಿಯೆ" ಎಂದು ಹೇಳುವ ಮೂಲಕ ಬೀಳ್ಕೊಟ್ಟೆವು. ಅವಿಸ್ಮರಣೀಯವಾದ ಆ ಸಂಜೆಯ ಅನುಭವವನ್ನು ಹಂಚಿಕೊಳ್ಳುವ ನಮ್ಮ ಖುಷಿಯನ್ನು ಹೀಗೆ ವ್ಯಕ್ತಪಡಿಸಿದೆವು.

ಪಾರ್ಟಿಗಳನ್ನು ನಡೆಸುವ ಕಲೆಯು– ಅದು ಹೇಗೇ ಇರಲಿ– ಅಂದರೆ ಅದು ಸಮಾವೇಶವೇ ಆಗಿರಲಿ ಅಥವಾ ಇಬ್ಬರೇ ಇರುವ ರಾತ್ರಿಯೂಟವೇ ಆಗಿರಲಿ– ಒಂದು ವಿಶಿಷ್ಟವಾದ ಅನುಭವವನ್ನು ಕಟ್ಟಿಕೊಡುವ ಒಂದು ಸಂಕಲ್ಪ ಅಥವಾ ಇಚ್ಛೆ. ಅದರಿಂದ, ಪಾರ್ಟಿಯಲ್ಲಿ ಪಾಲ್ಗೊಂಡವರ ಬದುಕೂ ಸಮೃದ್ಧವಾಗುತ್ತದೆ.

ಇದನ್ನು ಸಾಧ್ಯವಾಗಿಸಬೇಕಾದರೆ, ಬೀಟಲ್ಸ್ ಅವರ ಹಾಡು ಹೇಳುವಂತೆ, ಕಾಳಜಿ ಮತ್ತು ಸ್ಫೂರ್ತಿದಾಯಕ ಕ್ರಮಗಳ ಜೊತೆಗೆ ನಿಮಗೆ ಮುಖ್ಯವಾಗಿ ಬೇಕಾಗುವುದು ಪ್ರೀತಿ. ನಿಮ್ಮ ಕೂಟದ ಯಶಸ್ಸು ನಿಲ್ಲುವುದು ನೀವು ತೋರಿಸುವ ಕಾಳಜಿ ಮತ್ತು ನೀಡುವ ಸಮಯದ ಆಧಾರದ ಮೇಲೆ. ಇಂತಹ ವಿವರವಾದ ಸಂಗತಿಗಳಲ್ಲಿ ನಿಜವಾದ ಮಾಸ್ಟರ್‌ಗಳಾದ ಜಪಾನಿಯರು ಅವುಗಳಿಗೆ ವಿಶೇಷ ಗಮನ ಕೊಡುತ್ತಾರೆ.

ಸಾಮೂಹಿಕ ಜಾಗೃತಾವಸ್ಥೆ

1558ರಲ್ಲಿ, ಯಮನುಯಿ ಸೋಜಿ ಎಂಬ ಟೀ ಮಾಸ್ಟರ್ ಮೊದಲ ಬಾರಿಗೆ ನಮ್ಮ ಜೀವನದಲ್ಲಿ ನಾವು ಅಳವಡಿಸಿಕೊಳ್ಳಲು ಬಯಸುವ ಪರಿಕಲ್ಪನೆಯನ್ನು ಪರಿಚಯಿಸಿದ್ದನ್ನು ಈ ಪುಸ್ತಕದ ಆರಂಭದಲ್ಲಿ ನಾವು ಪ್ರಸ್ತಾಪಿಸಿದ್ದೇವೆ. ಅವರು ಹೇಳಿದ್ದರ ಅರ್ಥವೇನೆಂದರೆ, 'ನಿಮ್ಮ ಆತಿಥೇಯರನ್ನು ಇಚಿಗೊ ಇಚಿಯೆಯೊಂದಿಗೆ ಸತ್ಕರಿಸಿ' ಎಂದು.

ಅದರ ಅರ್ಥವೇನು? ಜೀವನದಲ್ಲಿ ಒಂದೇ ಸಲ ಆ ಭೇಟಿ ಸಾಧ್ಯವಾಗುವುದು ಎಂಬಂತೆ ಅವರನ್ನು ಸತ್ಕರಿಸಬೇಕು ಎಂಬುದರ ಅರ್ಥವೇನು?

ಒಟ್ಟಾರೆಯಾಗಿ, ಅದರ ಅರ್ಥ ಗಮನ ಕೊಡುವುದು ಎಂದು. ಬೇರೆಯವರ ಅಗತ್ಯಕ್ಕೆ (ಉದಾಹರಣೆಗೆ: ನಾವು ಮಾತನಾಡುವುದನ್ನು ಯಾವಾಗ ನಿಲ್ಲಿಸಬೇಕು ಎಂಬ ಸೂಕ್ಷ್ಮತೆಯನ್ನು ಗ್ರಹಿಸುವುದು) ಮತ್ತು ಅಮೂಲ್ಯ ಕ್ಷಣವನ್ನು ಹಂಚಿಕೊಳ್ಳುವುದಕ್ಕೆ ನಾವು ಏನು ಮಾಡುತ್ತಿದ್ದೇವೆಯೋ ಅದಕ್ಕೆ ಗಮನ ಕೊಡಬೇಕು.

(ಬಹುತೇಕ) ಎಲ್ಲಾ ಸಂಘರ್ಷಗಳ ಮೂಲ

ನಾವು ವೈಯಕ್ತಿಕ ದೈನಂದಿನ ಜೀವನದಲ್ಲಿ – ಹಾಗೂ ದೊಡ್ಡ ಪ್ರಮಾಣದಲ್ಲಿ ಹೇಳುವುದಾದರೆ ಈ ಸಮಾಜದಲ್ಲಿ–ಎದುರಿಸುವ ಬಹುತೇಕ ಸಮಸ್ಯೆಗಳ ಮೂಲ ಇತರರಿಗೆ ನಾವು ಗಮನ ನೀಡದೇ ಇರುವುದು.

ಜಾಗತೀಕರಣಗೊಂಡ ಈ ಪ್ರಪಂಚದಲ್ಲಿ ನಮಗೆ ಸಾವಿರಾರು ಏಕೆ ಮಿಲಿಯಗಟ್ಟಲೆ ಜನರೊಂದಿಗೆ ಸಂಪರ್ಕ ಸಾಧಿಸುವ ಅವಕಾಶವಿದೆ. ಆದರೆ ನಿಜವಾಗಿಯೂ ಆಲಿಸುವುದು ಹೇಗೆ ಎಂದು ಅರಿತಿರುವ ಕೆಲವರಾದರೂ ಸಿಗುವುದು ಕಷ್ಟ. ಆಲಿಸುವಿಕೆ ಒಂದು ಅತ್ಯವಶ್ಯವಾದ ಉಡುಗೊರೆ ಎಂಬುದನ್ನು, ಆಲಿಸುವ ಕಲೆ ಎಂಬ ಈ ಹಿಂದಿನ ಅಧ್ಯಾಯದಲ್ಲಿ ನೋಡಿದ್ದೇವೆ.

ಇಚಿಗೊ ಇಚಿಯೆ ಎಂಬುದು ನಿಮ್ಮ ಸಂಗಾತಿ, ಸ್ನೇಹಿತರು, ಕುಟುಂಬ, ಸಹೋದ್ಯೋಗಿಗಳು, ಸಮಾಜ ಮತ್ತು ಇಡೀ ಜಗತ್ತಿನೊಂದಿಗೆ ಗಮನ ಶಕ್ತಿಯನ್ನು ಪುನರುಜ್ಜೀವನಗೊಳಿಸಲು ಒಂದು ಕರೆ.

ನಮ್ಮ ಕೊನೆಯ ಕ್ಷಣ ಇದೇ ಆಗಿರಬಹುದು ಎಂಬ ಪ್ರಜ್ಞೆಯನ್ನು ಅದು ಒಳಗೊಂಡಿರುತ್ತದೆ. ಇದು ನಮ್ಮನ್ನು ಈ ಪ್ರಸ್ತುತ ಕ್ಷಣದೊಂದಿಗೆ ಬೆಸೆಯುತ್ತದೆ. ಯಾವ ರೀತಿ, ಯಾರೋ ಸಾಯುತ್ತಿರುವವರ ಮಾತನ್ನು ನಾವು ಗಮನವಿಟ್ಟು ಕೇಳುತ್ತೇವೆ ಹಾಗೆ. ಆದರೆ ಈ ಚಿತ್ರವು ಕಾಕತಾಳೀಯವಲ್ಲ. ನಾವು ಇತರರೊಂದಿಗೆ ಸಂಪೂರ್ಣವಾಗಿ ಉಪಸ್ಥಿತರಿದ್ದಾಗ ಮಾತ್ರ ಅವರು ನೀಡುವ ಎಲ್ಲವನ್ನೂ ನಾವು ನಿಜವಾಗಿಯೂ ಸ್ವೀಕರಿಸಲು ಸಾಧ್ಯ.

ಸಂಘರ್ಷಗಳಿಂದ ತುಂಬಿರುವ ಒಂದು ಪ್ರಪಂಚದಲ್ಲಿ, ಸದಾ ಕಾಲ ತಮ್ಮ ಸಮಸ್ಯೆಗಳು, ಭಾವನೆಗಳು ಅಥವಾ ಆಲೋಚನೆಗಳ ಬಗ್ಗೆಯೇ ಯೋಚಿಸುತ್ತಾ ಕೂರುವುದನ್ನು (ನೇವಲ್ ಗೇಝಿಂಗ್) ನಿಲ್ಲಿಸಿ, ಇತರರೊಂದಿಗೆ ಸಂಪರ್ಕ ಸಾಧಿಸಬೇಕು. ಗಮನ ಕೊಡುವುದು ಮತ್ತು ಜಾಗೃತಾವಸ್ಥೆಯನ್ನು ಅಭ್ಯಾಸ ಮಾಡುವುದು ಈ ಪ್ರಪಂಚವನ್ನು ಕಾಪಾಡಬಹುದು.

ಜಾಗೃತಾವಸ್ಥೆಯ ಹೊಸ ಮಾದರಿ

ಬಹುತೇಕ ಎಲ್ಲ ಜಾಗೃತಾವಸ್ಥೆಯ ಅಭ್ಯಾಸಗಳು ವೈಯಕ್ತಿಕ ಗಮನ ಕೊಡುವುದರ ಮೇಲೆ ಆಧಾರಿತವಾಗಿವೆ. ಜಾನ್ ಕಬತ್-ಜಿನ್ ರೂಪಿಸಿದ ಜಾಗೃತಾವಸ್ಥೆ ಆಧಾರಿತ ಒತ್ತಡ ನಿವಾರಣೆಯಂತಹ (ಎಂ.ಬಿ.ಎಸ್.ಆರ್-ಮೈಂಡ್‌ಫುಲ್‌ನೆಸ್ ಬೇಸ್ಡ್ ಸ್ಟ್ರೆಸ್ ರಿಡಕ್ಷನ್) ತರಬೇತಿಗಳ ಮೂಲಕ ನಾವು ನಮ್ಮ ದೇಹ ಮತ್ತು ನಮ್ಮ ಆಲೋಚನೆ ಹಾಗೂ ಭಾವನೆಗಳನ್ನು ಅರಿತುಕೊಳ್ಳಲು ಕಲಿಯುತ್ತೇವೆ.

ಎಂಟು ವಾರಗಳ ಈ ಕೋರ್ಸ್‌ನಲ್ಲಿ ವಿದ್ಯಾರ್ಥಿಗಳು ತಮ್ಮ ಉಸಿರಾಟದ ಮೇಲೆ ಹಾಗೂ ಪ್ರತಿಯೊಂದು ಅಂಗಗಳ ಮೇಲೆ ಗಮನ ಇರಿಸುವುದನ್ನು ಕಲಿಯುತ್ತಾರೆ. ವಿಶ್ರಾಂತಿಯಲ್ಲೂ, ನಡೆಯುವಾಗಲೂ, ಅಷ್ಟೇ ಏಕೆ, ತಲೆಯಲ್ಲಿ ಯಾವುದೋ ಒಂದು ನಕಾರಾತ್ಮಕ ಆಲೋಚನೆ ಓಡುತ್ತಿರುವಾಗಲೂ ಅವರು ಜಾಗೃತಾವಸ್ಥೆಯಲ್ಲಿರುತ್ತಾರೆ.

ಈ ವೈಯಕ್ತಿಕ ಗಮನವಿಡುವ ಅಭ್ಯಾಸದಿಂದ ಸಾಮೂಹಿಕ ಜಾಗೃತಾವಸ್ಥೆಯೆಡೆಗೆ ನಾವು ಸಾಗುವುದು ಹೇಗೆ? ನಮ್ಮದೇ ಆದ ದೃಷ್ಟಿಕೋನಗಳು, ತೀರ್ಮಾನಗಳು, ಅವಶ್ಯಕತೆಗಳು ಇರುವ ನಮ್ಮ ಈ ಆಂತರಿಕ ಜಗತ್ತಿನಿಂದ, ವಿಶಿಷ್ಟ ಕ್ಷಣಗಳನ್ನು ಸಮರ್ಪಕವಾದ ರೀತಿಯಲ್ಲಿ ಹಂಚಿಕೊಳ್ಳಲು, ಇತರರ ಜಗತ್ತಿಗೆ ಸಾಗುವುದು ಹೇಗೆ?

ಲ್ಯಾಟಿನ್ ಅಮೆರಿಕದಲ್ಲಿ, ಈ ಕ್ಷೇತ್ರದಲ್ಲಿ ಹೆಸರುವಾಸಿಯೂ, ಎಂ.ಬಿ.ಎಸ್.ಆರ್ ಬೋಧಕರೂ ಆಗಿರುವ ಆಂಡ್ರಿಸ್ ಮಾರ್ಟಿನ್ ಅಸ್ಯುರೊ ಅವರ ಪ್ರಕಾರ, ನಮ್ಮ ಮೇಲೆಯೇ ನಾವು ಗಮನವಿಡುವ ಜಾಗೃತಾವಸ್ಥೆಯಿಂದ ಇತರರ ಜೊತೆ ಸಂಪರ್ಕ ಸಾಧಿಸುವುದು ಸುಲಭವಾಗುತ್ತದೆ. ಸಂದರ್ಶನವೊಂದರಲ್ಲಿ ಅವರು ವಿವರಿಸಿರುವಂತೆ, "ಜಾಗೃತಾವಸ್ಥೆಯ ಅಭ್ಯಾಸವು ನಾವೇನು ಮಾಡುತ್ತಿದ್ದೇವೆ, ಹೇಗೆ ಮಾಡುತ್ತಿದ್ದೇವೆ, ನಾವು ಮಾಡುತ್ತಿರುವುದರ ಬಗ್ಗೆ ನಮಗೆ ಏನನ್ನಿಸುತ್ತದೆ ಮತ್ತು ಬೇರೆಯವರು ಏನು ಅಂದುಕೊಂಡಿರುತ್ತಾರೆ ಎಂಬುದನ್ನು ಅರಿತುಕೊಳ್ಳಲು ನಮಗೆ ಸಹಕರಿಸುತ್ತದೆ. ಆ ತಿಳಿವಳಿಕೆಯ ನೆಲೆಯಲ್ಲಿ, ನಮ್ಮೊಂದಿಗೆ ಮತ್ತು ಇತರರೊಂದಿಗಿನ ಸಾಮರಸ್ಯಕ್ಕೆ ಕಾರಣವಾಗುವ ಪ್ರಕ್ರಿಯೆ, ಕಾರ್ಯವಿಧಾನ ಮತ್ತು ವರ್ತನೆ/ ಧೋರಣೆಗಳನ್ನು ನಾವು ಅಳವಡಿಸಿಕೊಳ್ಳಬಹುದು."

ಇತರರಿಗೆ ಗಮನ ಕೊಡುವ ಸಾಮರ್ಥ್ಯವನ್ನು ಬಲಪಡಿಸುವ ತಂತ್ರಗಳ ಬಗ್ಗೆ ಕಣ್ಣಾಡಿಸೋಣ.

- ಮೊದಲನೆಯದು ಸಾಮಾನ್ಯಜ್ಞಾನ. ಆದ್ದರಿಂದಲೇ ಇದನ್ನು ಕೆಲವೇ ಕೆಲವರು ಮಾತ್ರ ಆಚರಣೆಗೆ ತರುತ್ತಾರೆ ಎಂಬುದು ಅಚ್ಚರಿಯ ಸಂಗತಿ. **ಇತರರು ನಿಮ್ಮೊಂದಿಗೆ**

ಮಾತನಾಡುತ್ತಿರುವಾಗ ನಿಮ್ಮ ಉಪಕರಣಗಳನ್ನು ಬದಿಗಿರಿಸಿ. ಸ್ಮಾರ್ಟ್‌ಫೋನ್ ಮೇಲೆ ಕಣ್ಣಾಡಿಸುತ್ತಲೋ, ಅದರಲ್ಲಿ ಆಟವಾಡುತ್ತಲೇ ಇರುವ ವ್ಯಕ್ತಿಯೊಂದಿಗೆ ಮಾತನಾಡುವುದು ಬಹಳ ಅವಮಾನಕರವೆನಿಸುತ್ತದೆ. ಅತ್ಯಂತ ಕೆಟ್ಟದಾದ ಈ ಚಟವನ್ನು ಸರ್ಕಾರಿ ಕಚೇರಿಗಳಲ್ಲೂ ಕಾಣಬಹುದು.

- ಜನರ ಮಾತುಗಳನ್ನು ಕೇಳುವುದಷ್ಟೇ ಅಲ್ಲ, ಅವರ ಆಂಗಿಕ(ದೇಹಭಾಷೆ)ವನ್ನೂ ಗಮನಿಸಿ. ಜನರು ತಮ್ಮ ಬಗ್ಗೆ ಮತ್ತು ಇತರರ ಬಗ್ಗೆ ಇರುವ ಭಾವನೆಗಳನ್ನು ಸನ್ನೆ, ಭಂಗಿ, ಧ್ವನಿಯ ಏರಿಳಿತ ಮತ್ತು ಕಣ್ಣಿನ ನೋಟದಿಂದ ವ್ಯಕ್ತಪಡಿಸುತ್ತಾರೆ. ಈ ಅರ್ಥದಲ್ಲಿ, ಸಂಪೂರ್ಣವಾದ ಗಮನದಿಂದ ಅಂದರೆ ಈ ಎಲ್ಲವನ್ನೂ ಅರಿತುಕೊಳ್ಳುವುದರಿಂದ ಇತರ ವ್ಯಕ್ತಿಯ ಭಾವನಾತ್ಮಕ ಸ್ಥಿತಿಗೆ ನಾವು ಹೊಂದಿಕೊಳ್ಳಲು ಸಾಧ್ಯ.

- ಮಧ್ಯಪ್ರವೇಶ ಮಾಡದೆಯೇ ಪ್ರಶ್ನೆಗಳನ್ನು ಕೇಳಿ. ಎಷ್ಟೋ ಜನರು ತಮಗೆ ಅತ್ಯಂತ ಮುಖ್ಯವಾದುದನ್ನು ವಿವರಿಸುತ್ತಿರುವಾಗ– ಬಹುಶಃ ಅದೊಂದು ಬಗೆಹರಿಸಲಾಗದ ಸಮಸ್ಯೆ ಇರಬಹುದು– ಅದಕ್ಕೆ ನಾವು ಕೇವಲ ಮೌನದೊಂದಿಗೆ ಅಥವಾ ಕೇವಲ ಬೆನ್ನು ಚಪ್ಪರಿಸುವ ಮೂಲಕ ಸ್ಪಂದಿಸಿದರೆ ಅವರಿಗೆ ವಿವರಿಸುವುದು ಕಷ್ಟವಾಗುತ್ತದೆ. ನಾವೇನೂ ಪರಿಹಾರ ಸೂಚಿಸಬೇಕಾಗಿಲ್ಲ ಅಥವಾ ನಮ್ಮದಲ್ಲದ ಜವಾಬ್ದಾರಿಯನ್ನು ಹೊರಬೇಕಾಗಿಲ್ಲ. ಆದರೆ ಗಮನಕೊಟ್ಟು ಆಲಿಸುವುದರೊಂದಿಗೆ ಕೆಲವು ಚಿಂತನಶೀಲ ಪ್ರಶ್ನೆಗಳನ್ನು ಮಧ್ಯಪ್ರವೇಶ ಮಾಡದೆಯೇ ಕೇಳಬಹುದು–ಇವುಗಳಿಂದ ನಾವು ಮಾತನಾಡುತ್ತಿರುವ ವ್ಯಕ್ತಿಗೆ ದುಪ್ಪಟ್ಟು ಪ್ರಯೋಜನವಾಗಬಹುದು. ಇದು ನಾವು ಗಮನ ಕೊಡುತ್ತಿದ್ದೇವೆ ಎಂದು ತೋರಿಸಿಕೊಡುತ್ತದೆ, ಜೊತೆಗೆ ಕೆಲವೊಮ್ಮೆ ಅವರಿಗೆ ತೋಚದೇ ಇದ್ದ ಸಮಸ್ಯೆಯ ಕೆಲವು ಅಂಶಗಳನ್ನು ಅವರ ಗಮನಕ್ಕೆ ತರಬಹುದು.

- ಕೇವಲ ಜನರೊಂದಿಗೆ ಇದ್ದುಬಿಡಿ. ಕೆಲವೊಮ್ಮೆ ಇತರರಿಗೆ ನಮ್ಮ ಅಭಿಪ್ರಾಯವಾಗಲಿ, ನಮ್ಮ ಪ್ರಶ್ನೆಗಳಾಗಲಿ ಬೇಕಾಗಿರುವುದಿಲ್ಲ. ಕೆಲವರು ಸಹವರ್ತಿಗಳನ್ನಷ್ಟೇ ಬಯಸುತ್ತಾರೆ. ನಾವು ಅವರೊಂದಿಗೆ ಇದ್ದೇವೆ, ಅವರ ನೋವು ಅಥವಾ ದುಃಖಗಳನ್ನು ಹಂಚಿಕೊಳ್ಳಲು ಯಾರೋ ಇದ್ದಾರೆ ಎಂಬುದಷ್ಟೇ ಸಾಕಾಗುತ್ತದೆ.

- ಅಥವಾ ಅವರನ್ನು ಅವರಷ್ಟಕ್ಕೆ ಶಾಂತವಾಗಿ ಇರಲು ಬಿಡಿ. ಜಾಸ್ತಿ ಒತ್ತಡದ ಪರಿಸ್ಥಿತಿಗಳಲ್ಲಿ, ಕೆಲವೊಮ್ಮೆ ನಾವು ನೀಡಬಹುದಾದ ದೊಡ್ಡ ಉಡುಗೊರೆಯೆಂದರೆ ಅವರ ಖಾಸಗಿತನವನ್ನು ಗೌರವಿಸುವುದು. ಸಂಘರ್ಷವನ್ನು ಆದಷ್ಟು ಬೇಗ ಕೊನೆಗಾಣಿಸಬೇಕು ಎಂದು ನಿಮಗೆ ಎಷ್ಟೇ ಅನಿಸಿದರೂ, ಇತರ ವ್ಯಕ್ತಿಯು ತೀವ್ರವಾದ ಒತ್ತಡದಲ್ಲಿದ್ದರೆ, ಅವರನ್ನು ಏಕಾಂಗಿಯಾಗಿ ಬಿಟ್ಟುಬಿಡುವುದರಿಂದ ಅವರಿಗೆ ಹೆಚ್ಚಿನ ಲಾಭವಾದೀತು. ಅವರು ನಮ್ಮ ಮೇಲೆ ಕೋಪಗೊಂಡಿದ್ದರೂ ಸಹ, ಜಾಗರೂಕತೆಯ ವಿಧಾನವು ಕೆಲವೊಮ್ಮೆ ಹೇಗಿರಬಹುದೆಂದರೆ ಅವರು ಕೋಪಗೊಳ್ಳಲು ಅನುಮತಿಸುವುದು ಮತ್ತು ಹಿಮ್ಮೆಟ್ಟುವುದು.

ಮೆಟ್ಟಾ ಭಾವನೆ/ ದಯೆ, ಪ್ರೀತಿಯ ಪಾಲನೆ

ಸಂಸ್ಕೃತ ಭಾಷೆಯಲ್ಲಿ ಮೆಟ್ಟಾ ಭಾವನೆ ಅಂದರೆ ಪ್ರೀತಿ, ದಯೆಯನ್ನು ಅಳವಡಿಸಿಕೊಳ್ಳುವ ಅಭ್ಯಾಸ ಎಂದರ್ಥ.

ನಮ್ಮ ಮನಸ್ಸು ಬೇರೆಯವರ ಕುರಿತು ಅಸಮಾಧಾನದಿಂದ ತುಂಬಿರುವುದು ಮತ್ತು ಅವರೊಂದಿಗಿನ ಅಪೂರ್ಣತೆಯಿಂದಾಗಿ ನಾವು ಆಗಾಗ್ಗೆ ಪ್ರಸ್ತುತ ಕ್ಷಣದಲ್ಲಿ ಇರಲು

ಸಾಧ್ಯವಾಗುವುದಿಲ್ಲ. ಆದರೂ, ಈ ಪುಸ್ತಕದ ಆರಂಭದಲ್ಲಿ ನೋಡಿದಂತೆ, ಏಕಕಾಲಕ್ಕೆ ಭೂತಕಾಲ ಮತ್ತು ವರ್ತಮಾನದಲ್ಲಿ ಇರುವುದು ಸಾಧ್ಯವಿಲ್ಲದ ಮಾತು.

ನಾವು ನಂಬಿಕೆ ಇಟ್ಟವರು ನಮಗೆ ತೊಂದರೆಯನ್ನುಂಟು ಮಾಡಿದರೆ ಅಥವಾ ನಮ್ಮನ್ನು ಕೆಟ್ಟದಾಗಿ ನಡೆಸಿಕೊಂಡರೆ ಅಥವಾ ನಮ್ಮ ಪ್ರೀತಿ ಮತ್ತು ಸ್ನೇಹಕ್ಕೆ ಪ್ರತಿಕ್ರಿಯಿಸದಿದ್ದರೆ, ಅಂಥವರ ಬಗ್ಗೆ ನಮ್ಮಲ್ಲಿ ಮೂಡಿದ ಪ್ರತಿಕೂಲ ಭಾವನೆಯನ್ನು ಹೇಗೆ ಬಿಡುವುದು?

ಮೆಟ್ಟಾ ಭಾವನೆ ಎಂಬುದು ಐದು ಹಂತಗಳನ್ನು ಒಳಗೊಂಡ ಬೌದ್ಧ ಧರ್ಮದ ಧ್ಯಾನ. ಅದು ನಮ್ಮನ್ನು ಪ್ರಸ್ತುತ ಕ್ಷಣದಿಂದ ವಿಮುಕ್ತಗೊಳಿಸುವ ನಮ್ಮ ಕೋಪವನ್ನು ಶಾಂತಗೊಳಿಸಿ, ನಕಾರಾತ್ಮಕ ಭಾವಗಳನ್ನು ಪ್ರೀತಿ, ಅರ್ಥೈಸುವಿಕೆ ಮತ್ತು ಸ್ನೇಹವನ್ನಾಗಿ ಮಾರ್ಪಡಿಸುತ್ತದೆ.

'ಪ್ರೇಮಪೂರ್ಣ ದಯೆ' ಎಂಬ ಅರ್ಥವುಳ್ಳ ಮೆಟ್ಟಾ ಭಾವನೆಯನ್ನು ಅಭ್ಯಾಸ ಮಾಡಬೇಕಾದರೆ, ಈ ಕೆಳಗಿನ ಐದು ಹಂತಗಳನ್ನು ನೀವು ಅಭ್ಯಾಸ ಮಾಡಬೇಕಾಗುತ್ತದೆ.

1. ಕುಳಿತುಕೊಂಡು, ಆತ್ಮೀಯತೆ, ದಯೆಯ ಮತ್ತು ಸದ್ಭಾವನೆಯ ಭಾವಗಳನ್ನು ನಿಮಗೆ ನೀವೇ ನೀಡಿ. ಈ ಭಾವನೆಗಳನ್ನು ಆಲೋಚಿಸುವ ಬದಲು ಅನುಭವಿಸಲು ಪ್ರಯತ್ನಿಸಿ.

2. ಈಗ ನಿಮ್ಮ ಒಬ್ಬ ಸ್ನೇಹಿತರ ಬಗ್ಗೆ ಆಲೋಚಿಸಿ. ಅವರು ನಿಮ್ಮ ಸಂಗಾತಿ ಅಥವಾ ಸಂಬಂಧಿಕರಾಗಿರಬಾರದು. ಆ ವ್ಯಕ್ತಿಯ ಕುರಿತು ಬಹಳ ದೊಡ್ಡ ಮಟ್ಟದ ಪ್ರೀತಿಯ ಭಾವನೆಯನ್ನು ಹೊಂದಿರುವಂತೆ ಯೋಚಿಸಿ.

3. ಈಗ ಒಬ್ಬ ತಟಸ್ಥ(ಸ್ನೇಹಿತನೂ ಅಲ್ಲದ, ವೈರಿಯೂ ಅಲ್ಲದ) ವ್ಯಕ್ತಿಯ ಕುರಿತು ಆಲೋಚಿಸಿ. ಅವರ ಬಗ್ಗೆ ನೀವು ಉದಾಸೀನರಾಗಿರಬಹುದು, ಅಂದರೆ ಯಾವುದೇ ನಕಾರಾತ್ಮಕ ಅಥವಾ ಸಕಾರಾತ್ಮಕ ಭಾವನೆ ಇಲ್ಲದೇ ಇರುವುದು. ಅವರಿಗೆ ಅನುರಾಗ ಮತ್ತು ಮಾನವೀಯತೆಯ ಭಾವನೆಗಳನ್ನು ರವಾನಿಸುವ ಬಗ್ಗೆ ಗಮನ ಕೇಂದ್ರೀಕರಿಸಿ. ಅವರ ಮಾನವೀಯತೆಯನ್ನು ಅಪ್ಪಿಕೊಳ್ಳಿ.

4. ನಂತರ, ನಿಮಗೆ ಕಷ್ಟವೆನಿಸುವ ಅಥವಾ ವೈರಿಯಾಗಿರುವ ವ್ಯಕ್ತಿಯ ಬಗ್ಗೆ ಆಲೋಚಿಸಿ. ನೀವು ತೀವ್ರವಾಗಿ ಇಷ್ಟಪಡದೇ ಇರುವ ವ್ಯಕ್ತಿಯಾಗಿರಲಿ. ಅವರಿಗೆ ಆತ್ಮೀಯತೆಯ, ಸದ್ಭಾವನೆಯ ಮತ್ತು ಸಹಾನುಭೂತಿಯ ಭಾವನೆಗಳನ್ನು ರವಾನಿಸುವ ಪ್ರಯತ್ನ ಮಾಡಿ.

5. ಅಂತಿಮವಾಗಿ, ಈ ನಾಲ್ಕೂ ಮಂದಿಯನ್ನು ಅಂದರೆ, ನೀವು, ನಿಮ್ಮ ಸ್ನೇಹಿತ, ತಟಸ್ಥ ವ್ಯಕ್ತಿ ಹಾಗೂ ಶತ್ರುವನ್ನು ನಿಮ್ಮ ಮನಸ್ಸಿಗೆ ತಂದುಕೊಂಡು ನಾಲ್ವರಿಗೂ ಸದ್ಭಾವನೆಯನ್ನು ರವಾನಿಸಲು ಯತ್ನಿಸಿ. ಆಗ ನಿಮ್ಮ ಸುತ್ತಲೂ, ನಿಮ್ಮ ನಗರದಲ್ಲೂ, ನಿಮ್ಮ ದೇಶದಲ್ಲೂ ಮತ್ತು ಇಡೀ ಜಗತ್ತಿನಲ್ಲೂ ಈ ಪ್ರೀತಿಯ ಅಲೆ ಆವರಿಸುವುದನ್ನು ಕಣ್ತುಂಬಿಕೊಳ್ಳಿ.

ಇಡೀ ಜಗತ್ತೇ ಆಹ್ವಾನಿತವಾಗಿದೆ

ಇತರರಿಗೆ ನಿಮ್ಮ ಸಂಪೂರ್ಣ ಗಮನ ನೀಡುವುದನ್ನು ಸಂಘರ್ಷದಲ್ಲಿ ಮತ್ತು ನೋವಿನ ಸಂದರ್ಭದಲ್ಲಿ ಮಾತ್ರ ಶಿಫಾರಸು ಮಾಡಲಾಗಿಲ್ಲ. ಈ ಹಿಂದಿನ ಅಧ್ಯಾಯದಲ್ಲಿ ಚರ್ಚಿಸಿರುವಂತೆ, ಅದು ಸಾಮಾಜಿಕ ವ್ಯವಸ್ಥೆಯಲ್ಲೂ ಬಹಳ ಪ್ರಯೋಜನಕಾರಿ.

ಇದು ಸಂಭ್ರಮಾಚರಣೆಯ ರೀತಿಯಲ್ಲಿ ಹೇಗೆ ಕೆಲಸ ಮಾಡುತ್ತದೆ ಎಂದು ತಿಳಿಯಬೇಕಾದರೆ, ಜಿಮ್ ಹೇನ್ಸ್‌ನ ವಿಶಿಷ್ಟ ಪ್ರಕರಣವನ್ನು ನೋಡೋಣ. ಹೇನ್ಸ್ ಅಮೆರಿಕದವರು. ಅವರು ಸಾಮಾನ್ಯ ರೀತಿ–ನೀತಿಗಳನ್ನು ಅನುಸರಿಸುತ್ತಿದ್ದಿಲ್ಲ, ಅವರು ಪ್ಯಾರಿಸ್ ನಿವಾಸಿಯಾಗಿದ್ದು, ಈ ಪುಸ್ತಕ ಬರೆದು ಮುಗಿಸುವ ಹೊತ್ತಿಗೆ ಅವರಿಗೆ 84 ವರ್ಷ ವಯಸ್ಸು.

ಹೇನ್ಸ್ ಒಬ್ಬ ಬಂಡಾಯ ಸಂಸ್ಕೃತಿ ಹೋರಾಟಗಾರನಾಗಿದ್ದು, ಫ್ರೆಂಚ್ ರಾಜಧಾನಿಯಲ್ಲಿ ಜೀವಂತ ದಂತಕತೆಯಾಗಿದ್ದಾನೆ. ಫ್ರೆಂಚ್ ಕಲಾವಿದನಾದ ಮ್ಯಾಟಿಸ್‌ಗೆ ಸೇರಿದ್ದ ಮಾಂಟ್‌ಪಾರ್ನಸ್ ಸ್ಟುಡಿಯೊದಲ್ಲಿ ಹೇನ್ಸ್ ಆಯೋಜಿಸುವ ಹೆಸರಾಂತ 'ಸಂಡೇ ಡಿನ್ನರ್ಸ್'(ಭಾನುವಾರದ ರಾತ್ರಿ ಭೋಜನ) ಅದಕ್ಕೆ ಕಾರಣ. ಪ್ರಪಂಚದ ಯಾರು ಬೇಕಾದರೂ ಈ ರಾತ್ರಿ ಭೋಜನಕೂಟದಲ್ಲಿ ಪಾಲ್ಗೊಳ್ಳಬಹುದು. ಅಲ್ಲಿ ಬರುವ ಅತಿಥಿಗಳು ಪ್ರತಿಯೊಬ್ಬರೂ ಅಪರಿಚಿತರೇ ಆದ್ದರಿಂದ ಬಹುಶಃ ಒಬ್ಬರಿಗೊಬ್ಬರು ಮತ್ತೆ ಭೇಟಿಯಾಗಲಾರರು, ಆ ಕಾರಣ ಈ ಕೂಟದ ಸ್ವರೂಪ ಇಚಿಗೊ ಇಚಿಯೆಯಂತಿರುತ್ತದೆ.

ಅದರಲ್ಲಿ ಪಾಲ್ಗೊಳ್ಳಬೇಕಾದರೆ ಹೇನ್ಸ್‌ನ ಫೋನ್ ನಂಬರ್ ಪಡೆದು ಅವನಿಗೆ ಕರೆ ಮಾಡಿ ಕೂಟದಲ್ಲಿ ಪಾಲ್ಗೊಳ್ಳುವುದನ್ನು ತಿಳಿಸಿದರಾಯಿತು. ಅಲ್ಲಿ ಪ್ರತಿ ಬಾರಿ ಬೇರೆ ಪರ್ಷಿಯನ್ ಬಾಣಸಿಗ/ಅಡುಗೆಯವನು ಪ್ರತಿ ಭಾನುವಾರ ಅಡುಗೆ ಸಿದ್ಧಪಡಿಸುತ್ತಾನೆ. (ಅದು ಸಂಪೂರ್ಣ ಉಚಿತ. ಏಕೆಂದರೆ, ಅದು ನೀಡುವ ವೈಯಕ್ತಿಕ ಸಂಪರ್ಕಗಳಿಂದ ಸಂಪನ್ಮೂಲಗಳು, ಅನೂಕೂಲಗಳು ಅಥವಾ ಮಾಹಿತಿಯನ್ನು ಪಡೆಯುವ ಸಂಭಾವ್ಯ ಸಾಮರ್ಥ್ಯವೇ ಅದಕ್ಕೆ ಸಂದಾಯವಾದಂತೆ). ಆಯೋಜಕರ ಗುರಿ ಎಂದರೆ, 'ಇಡೀ ಜಗತ್ತೇ ಆಹ್ವಾನಿತವಾಗಿದೆ'.

ಪಟ್ಟಣದ ಹೊರಭಾಗದಿಂದ ಬರುವವರು ಊಟ ಮತ್ತು ಪಾನೀಯಕ್ಕಾಗಿ ಸ್ವಲ್ಪ ಮೊತ್ತ ಪಾವತಿಸುತ್ತಾರೆ. ಆದರೆ ಇಡೀ ಕೂಟದ ಆಕರ್ಷಣೆ ಎಂದರೆ, ಕೂಟವನ್ನು ಹೇನ್ಸ್ ನಡೆಸಿಕೊಡುವ ರೀತಿ. ಅವರು ಕೂಟವನ್ನು ನಡೆಸಿಕೊಡುವ ರೀತಿಯು ಸಾಮೂಹಿಕ ಜಾಗೃತಾವಸ್ಥೆಗೆ ಅತ್ಯುತ್ತಮ ನಿದರ್ಶನ.

ಒಂದೆಡೆ ಭೋಜನಕೂಟವನ್ನು ಆಸ್ವಾದಿಸುತ್ತಲೇ, ಅತಿಥಿಗಳು ಪುಸ್ತಕಗಳನ್ನು ಜೋಡಿಸಿಟ್ಟಿರುವ ಶೆಲ್ಫ್‌ಗಳಿಂದ ಪುಸ್ತಕಗಳನ್ನು ತೆರೆದು ಕಣ್ಣಾಡಿಸುತ್ತಾರೆ. ಅವುಗಳಲ್ಲಿ ಕೆಲವು ಹೇನ್ಸ್‌ನ ಪುಸ್ತಕಗಳಾಗಿರುತ್ತವೆ–'ವರ್ಕರ್ಸ್ ಆಫ್ ದಿ ವರ್ಲ್ಡ್', 'ಯುನೈಟ್ ಅಂಡ್ ಸ್ಟಾಪ್ ವರ್ಕಿಂಗ್!' ಮತ್ತು 'ಥ್ಯಾಂಕ್ಸ್ ಫಾರ್ ಕಮಿಂಗ್! ಆನ್ ಅಟೊಬಯಾಗ್ರಫಿ'– ಅವುಗಳನ್ನು ಅವರದೇ ಕಂಪೆನಿಯ ಪ್ರಕಾಶನವಾದ ಹ್ಯಾಂಡ್‌ಶೇಕ್ ಎಡಿಷನ್ಸ್ ಹೊರತಂದಿದೆ. ನಾವು ಭೇಟಿ ನೀಡಿದ ಸಂದರ್ಭದಲ್ಲಿ, ಅವರು 'ಕುಕಿಂಗ್ ಫಾರ್ ಎ ಹಂಡ್ರೆಡ್' ಎಂಬ ಹೊಸ ಪುಸ್ತಕವನ್ನು ಬರೆಯುವ ಉಮೇದಿನಲ್ಲಿದ್ದರು.

ಇಂತಹ ವಿಶಿಷ್ಟವಾದ ರಾತ್ರಿ ಭೋಜನಕೂಟದಲ್ಲಿ ಅಪರಿಚಿತರಿಗಾಗಿ ಆಯೋಜಕರು ಹೇಗೆ ಸಂಪೂರ್ಣ ಗಮನಹರಿಸುತ್ತಾರೆ ಎಂಬುದನ್ನು ನೋಡೋಣ. ಒಂದು ಸ್ಟೂಲ್ ಮೇಲೆ ನಿಂತುಕೊಂಡು, ಹೇನ್ಸ್ ತನ್ನ ಸ್ಟುಡಿಯೊದಲ್ಲಿ ಒಂಟಿಯಾಗಿ ಅಥವಾ ಗುಂಪಿನಿಂದ ಬೇರ್ಪಟ್ಟು ನಿಂತಿರುವ ಜನರನ್ನು ಗಮನಿಸಿ, ಯಾರು ಯಾರೊಂದಿಗೆ ಮಾತನಾಡಬೇಕು ಎಂದು ಸೂಚನೆ

ಕೊಡುತ್ತಾರೆ.

ಅಂತಹ ಕೆಲವು ಉದಾಹರಣೆಗಳನ್ನು ನೋಡೋಣ:

"ಓ ಅಲ್ಲಿ ಹಳದಿ ಸ್ವೆಟರ್ ಧರಿಸಿರುವ ವ್ಯಕ್ತಿ! ಆ ಪುಸ್ತಕವನ್ನು ಕೆಳಗಿಟ್ಟು ಕೌಚ್‌ನಲ್ಲಿ ಗ್ಲಾಸ್ ಹಿಡಿದು ಕುಳಿತಿರುವ ಹುಡುಗಿಯೊಂದಿಗೆ ಮಾತನಾಡಿಕೊಂಡು ಬನ್ನಿ" .

"ಅಲ್ಲಿ ನಿಂತಿರುವ ಇಬ್ಬರು ಗಮನಿಸಿ. ಓ ಹೌದು ನೀವೇ... ನೀವು ಸ್ವಲ್ಪ ಹೊತ್ತಿನಿಂದ ಮಾತನಾಡುತ್ತಿದ್ದೀರಿ. ನನ್ನ ಸಲಹೆ ಏನೆಂದರೆ ನೀವು ಅದೋ ಅಲ್ಲಿ ಇರುವ ವಿಚಿತ್ರವಾಗಿ ಕಾಣುವ ಆ ಇಬ್ಬರು ಹುಡುಗರನ್ನು ಮಾತನಾಡಿಸಿ".

"ನೋಡಿ ಅಲ್ಲೊಬ್ಬ ಜಪಾನಿ ಮಹಿಳೆ ದೀಪದ ಅಡಿಯಲ್ಲಿ ನಿದ್ದೆ ಹೋಗುತ್ತಿದ್ದಾರೆ. ಅವರನ್ನು ಯಾರೂ ಮಾತನಾಡಿಸುವುದಿಲ್ಲವೇ?"

ಯಾರೂ ಗುಂಪಿನಿಂದ ಬೇರ್ಪಟ್ಟು, ಹೊರಗೆ ಉಳಿಯಬಾರದು ಎಂಬುದಷ್ಟೇ ಇದರ ಉದ್ದೇಶ.

ಹೇನ್ಸ್ ಸ್ಟೂಲ್‌ನಲ್ಲಿ ನಿಂತುಕೊಂಡೇ, ತಮ್ಮ ಮುಂದಿರುವ ಜನರ ಬಗ್ಗೆ ಸಂಪೂರ್ಣ ಗಮನ ಹರಿಸುತ್ತಾರೆ. ಅಪರಿಚಿತರನ್ನು ಒಬ್ಬರಿಗೊಬ್ಬರು ಪರಿಚಯಿಸಿಕೊಡುತ್ತಾ ಪ್ರತಿಯೊಬ್ಬರನ್ನೂ ಜಾಗೃತ ಸ್ಥಿತಿಯಲ್ಲಿರಿಸುತ್ತಾರೆ. ಅವರು ಪರಿಭಾವಿಸುವ ರೀತಿ ಮತ್ತು ಧೋರಣೆ ಹೇಗಿರುತ್ತದೆ ಎಂದರೆ, ಜನರು ಪರಸ್ಪರ ಸಂವಾದಿಸಬೇಕು ಎಂಬಂತಿರುತ್ತದೆ. ಈ ರಾತ್ರಿ ಭೋಜನ ಕೂಟದಿಂದಾಗಿ ಒಂದಕ್ಕಿಂತ ಹೆಚ್ಚು ಮದುವೆ ಅಥವಾ ಜೀವನಪರ್ಯಂತ ಸ್ನೇಹವೂ ಸಂಭವಿಸಿದ್ದುಂಟು. ಭಾನುವಾರದ ಏಕತಾನತೆಗೆ ಹೊಸ ಸಂವೇದನೆ ಕೊಟ್ಟಿರುವುದು ಅದುವೇ.

ಪರಿಚಯಿಸುವುದರಲ್ಲಿ ಚಾಂಪಿಯನ್ ಆಗಿರುವ ಹೇನ್ಸ್, ಪ್ರತಿ ಭಾನುವಾರ ಇಚಿಗೊ ಇಚಿಯೆಯನ್ನು ಸೃಷ್ಟಿಸಲು ಶುರು ಮಾಡಿ ಮೂರು ದಶಕಗಳೇ ಕಳೆದಿವೆ. 1624ರಲ್ಲಿ ಜಾನ್ ಡೋನ್ನೆ ಬರೆದ ಹೆಸರಾಂತ ಪದ್ಯದ ತತ್ವವನ್ನು ಇದು ಸಾರುವಂತೆ ತೋರುತ್ತದೆ:

ಯಾವುದೇ ಮನುಷ್ಯ ತನ್ನಷ್ಟಕ್ಕೆ ಒಂದು ದ್ವೀಪ ಅಲ್ಲ. ಪ್ರತಿಯೊಬ್ಬನೂ ಅಖಂಡದ ಒಂದು ಭಾಗ, ಇಡಿಯ ಒಂದು ಭಾಗ. ಭೂಮಿಯ ಒಂದು ತುಣುಕನ್ನು ಸಮುದ್ರ ಬಾಚಿಕೊಂಡರೆ ಖಂಡವು ಕಡಿಮೆಯಾಗುತ್ತದೆ. ಅಂತೆಯೇ ಯಾರೊಬ್ಬ ಮನುಷ್ಯನು ಅಳಿದರೆ, ಅಥವಾ ಅವನ ತನ್ನ ಮನೆಯನ್ನು ಕಳೆದುಕೊಂಡರೆ ಮಾನವ ಕುಲಕ್ಕೂ ಹೀಗೆಯೇ ಆಗುತ್ತದೆ. ಹಾಗಾಗಿ ನೀನು ಪ್ರತ್ಯೇಕ ಎಂದು ತಿಳಿಯಬೇಡ. ಇನ್ನು ಮುಂದೆ ಅಳಿಯುವ ಬಾರಿ ಯಾರದು ಎಂದು ಕೇಳಬೇಡ....ಏಕೆಂದರೆ ಅಳಿಯುವವನ ಜೊತೆ ನಿನ್ನ ಒಂದು ಭಾಗವೂ ಹೋಗುತ್ತದೆ.

ಈ ಕ್ಷಣಕ್ಕೆ ಮರಳುವುದು

ಸ್ಟೀವ್ ಜಾಬ್ಸ್ ಮತ್ತು ಬೌದ್ಧ ಮತಕ್ಕೆ ಸಂಬಂಧಿಸಿದ ಅಧ್ಯಾಯದಲ್ಲಿ, ನಮ್ಮದೇ ಮನಸ್ಸನ್ನು ಪರೀಕ್ಷಿಸುವ ನಮ್ಮ ಸಾಮರ್ಥ್ಯದ– ಮೆಟಾಕಾಗ್ನಿಷನ್– ಬಗ್ಗೆ ಪ್ರಸ್ತಾಪಿಸಿದ್ದೆವು. ಆಪಲ್‌ನ ಸ್ಥಾಪಕರಾದ ಸ್ಟೀವ್ ಜಾಬ್ಸ್, ಗೋಡೆಗೆ ಅಭಿಮುಖವಾಗಿ ಪದ್ಮಾಸನದಲ್ಲಿ ಕುಳಿತು (ಝಾಝೆನ್ ಭಂಗಿ) ಇದನ್ನು ಅಭ್ಯಾಸ ಮಾಡಿದ್ದರು.

ಆದರೆ ನಿಮ್ಮ ಆಲೋಚನೆಗಳನ್ನು ಗಮನಿಸುವ ಸಲುವಾಗಿ ಧ್ಯಾನದ ಮೆತ್ತನೆ ದಿಂಬಿನ ಮೇಲೆ ಕುಳಿತು ನಿಮ್ಮ ಬೆನ್ನಿಗೆ ಒತ್ತಡ ನೀಡುವ ಅಗತ್ಯವೇನೂ ಇಲ್ಲ ಅಥವಾ ಝೆನ್ ಮಾಸ್ಟರ್‌ನ ಪ್ರೇರಣೆ ಪಡೆಯಬೇಕಾಗಿಲ್ಲ. ನಿಶ್ಶಬ್ದವಾದ ಸ್ಥಳದಲ್ಲಿ ಸುಮ್ಮನೆ ಕುಳಿತು, ನಿಮ್ಮ ಮನಸ್ಸಿನಲ್ಲಿ ಯಾವ್ಯಾವ ಸಂಗತಿಗಳು ಓಡುತ್ತಿವೆ ಎಂಬುದನ್ನಷ್ಟೇ ಗಮನಿಸಿದರೆ ಸಾಕು. ಅವುಗಳ ಬಗ್ಗೆ ಯಾವುದೇ ಹಂತದಲ್ಲೂ ತೀರ್ಮಾನಕ್ಕೆ ಬರಬಾರದು.

ನಾವು ಮಾಡುತ್ತಿರುವುದೇನೆಂದರೆ, ನಮ್ಮ ಗಮನವನ್ನು ನಮ್ಮೊಳಗೆ ತಂದುಕೊಂಡು "ನಾನೇನು ಆಲೋಚಿಸುತ್ತಿದ್ದೇನೆ?" ಎಂದು ನಮ್ಮನ್ನು ನಾವು ಪ್ರಶ್ನಿಸಿಕೊಳ್ಳುವುದು ಅಷ್ಟೇ.

ನಾವು ನಿರ್ಲಿಪ್ತರಾಗಿ ಗಮನಿಸಿದರೆ, ನೆನಪುಗಳು, ಉಪಾಯಗಳು, ಆಹ್ಲಾದಕರವಾದ ಅಥವಾ ಗೊಂದಲದ ಭಾವನೆಗಳು, ನಂಬಿಕೆಗಳು, ತರ್ಕಬದ್ಧ ಅಥವಾ ಅಸಂಬದ್ಧ ಆಲೋಚನೆಗಳು ನಮ್ಮ ಮನಸ್ಸಿನಲ್ಲಿ ಹಾದು ಹೋಗುವುದನ್ನು ನಾವು ನೋಡುತ್ತೇವೆ.

ನಿಮ್ಮ ಮನಸ್ಸಿನ ಆಂತರಿಕ ಪರದೆಯಲ್ಲಿ ಕಾಣಿಸಿಕೊಳ್ಳುವುದು ಭ್ರಮಣೆಯಂತಿದ್ದರೂ ಸಹ, 'ನೀವು ನಿಮ್ಮ ಆಲೋಚನೆಗಳಲ್ಲ' ಎಂಬ ಗ್ರಹಿಕೆಯಿಂದ ದೂರವಾಗದಂತೆ ನಿಮ್ಮ ವರ್ತನೆ ತಟಸ್ಥ/ನಿರ್ಲಿಪ್ತವಾಗಿರಬೇಕು. ಈ ಮೆಟಾಕಾಗ್ನಿಷನ್ ಅಭ್ಯಾಸದಲ್ಲಿ, ನಾವು ಗಮನಿಸಿದ್ದನ್ನು ನೋಡುಗನಿಂದ ಪ್ರತ್ಯೇಕಿಸಿದರೆ, ನಾವು ನಮ್ಮನ್ನು ನಮ್ಮ ಮನಸ್ಸಿನಿಂದ ಬೇರ್ಪಡಿಸಲು ಸಾಧ್ಯವಾಗಿಬಿಡುತ್ತದೆ ಮತ್ತು ಅದೇ ಸಮಯದಲ್ಲಿ ಅದರ ಪ್ರಕ್ರಿಯೆಗಳನ್ನು ಗಮನಿಸಲು ಸಾಧ್ಯವಾಗುತ್ತದೆ. ಪ್ರಶಾಂತತೆಯ ಸ್ಥಿತಿಯನ್ನು ತಲುಪಲು ನಮಗೆ ಇದು ನೆರವಾಗುತ್ತದೆ.

ನಮ್ಮನ್ನು ನಾವು ನಮ್ಮ ಆಲೋಚನೆಗಳೊಂದಿಗೆ ಗುರುತಿಸಿಕೊಳ್ಳುವುದನ್ನು ನಿಲ್ಲಿಸಿದಾಗ, ನಮ್ಮ ಅಹಂ ಕರಗಿ, ಆ ಕ್ಷಣದೊಂದಿಗೆ ನಾವು ಪೂರ್ಣವಾಗಿ ಹರಿಯುತ್ತೇವೆ, ಅದೇ ಸಮಯದಲ್ಲಿ

ನಾವು ಆಳವಾಗಿ ಮತ್ತು ಅಂತರ್ಬೋಧೆಯಿಂದ ಸತ್ಯದ ವಾಸ್ತವ ಸ್ವರೂಪವನ್ನು ಅರಿಯುತ್ತೇವೆ. ಸಾಕ್ಷಾತ್ಕಾರದ ಈ ಒಂದೊಂದು ಕ್ಷಣವೂ ಇಚಿಗೊ ಇಚಿಯೆಯೇ ಆಗಿರುತ್ತವೆ. ಇವು ಎಷ್ಟೊಂದು ನಿಚ್ಚಳ/ಸ್ಪಷ್ಟವಾಗಿರುತ್ತವೆ ಎಂದರೆ ಅವು ಇಡೀ ಜೀವಮಾನವನ್ನೇ ಒಳಗೊಂಡಿರುತ್ತವೆ.

ಮಹರ್ಷಿಗಳ ಉತ್ತರ

ಹಿಂದೂ ಧರ್ಮದ ಮೂಲದಲ್ಲಿ ಇರುವ ಐಕ್ಯತೆಯ ಅತೀಂದ್ರಿಯ ಅನುಭವವಾದ ಅದ್ವೈತದ ಕುರಿತಾದ ಲೇಖನದಲ್ಲಿ, ಪ್ರಬಂಧಕಾರ ಅನ್ನಾ ಸೋಲಿಯೊಮ್ ಅವರು 1944ರಲ್ಲಿ ಆಧ್ಯಾತ್ಮಿಕ ಗುರುಗಳಾದ ಪಾಪಾಜಿ ಮತ್ತು ಮಹರ್ಷಿಗಳ ನಡುವಿನ ಮುಖಾಮುಖಿಯನ್ನು ನೆನಪಿಸಿಕೊಳ್ಳುತ್ತಾರೆ, ಯುವ ಪಾಪಾಜಿ ಅವರು ಮಹಾನ್ ಭಾರತೀಯ ಗುರುಗಳಾದ ಮಹರ್ಷಿಗಳಿಗೆ ಪ್ರಶ್ನೆಯನ್ನು ಕೇಳಿದರು, "ನೀವು ನನಗೆ ದೇವರನ್ನು ತೋರಿಸಬಹುದೇ? ನೀವಲ್ಲದಿದ್ದರೆ ಅದನ್ನು ಸಾಧ್ಯವಾಗಿಸಬಹುದಾದ ಯಾರನ್ನಾದರೂ ನೀವು ಬಲ್ಲಿರೆ?" ಇದನ್ನು ಅವರು ತಮ್ಮ ಸುದೀರ್ಘ ಆಧ್ಯಾತ್ಮಿಕ ಅನ್ವೇಷಣೆಯಲ್ಲಿ ಭೇಟಿಯಾದ ಎಲ್ಲಾ ಗುರುಗಳು ಮತ್ತು ಪವಿತ್ರ ಜನರಿಗೂ ಕೇಳಿದ್ದರು.

"ನಾನು ನಿನಗೆ ದೇವರನ್ನು ತೋರಿಸಲಾರೆ ಅಥವಾ ದೇವರನ್ನು ಕಾಣಲು ನಿನಗೆ ಅನುವು ಮಾಡಿಕೊಡಲಾರೆ. ಏಕೆಂದರೆ, ದೇವರೆಂದರೆ, ನೋಡಬಹುದಾದ ವಸ್ತುವಲ್ಲ. ದೇವರು ಎಂದರೆ ವೀಕ್ಷಕ/ನೋಡುಗ. ನೋಡಬಹುದಾದ ವಸ್ತುಗಳ ಬಗ್ಗೆ ಚಿಂತಿಸಬೇಡ. ನೋಡುಗ ಯಾರು ಎಂಬುದನ್ನು ಕಂಡುಹಿಡಿ" ಎಂದು ಮಹರ್ಷಿ ಉತ್ತರಿಸಿದರು.

ಅವನಿಗೆ ದೇವರ ಬಗೆಗಿನ ನೋಟವನ್ನು ದಕ್ಕಿಸಿಕೊಡುವ ಬದಲು, ಮಹರ್ಷಿಯು ಪಾಪಾಜಿಯನ್ನು ತನ್ನ ಸ್ವಂತ ಅಸ್ತಿತ್ವದ ಕಡೆಗೆ ಸಾಗುವಂತೆ ಮಾರ್ಗದರ್ಶನ ನೀಡಿದರು. ಕ್ವಾಂಟಮ್ ಭೌತಶಾಸ್ತ್ರದಂತೆಯೇ ವೀಕ್ಷಕನು ಅವಲೋಕಿಸಿದ್ದರ ಜೊತೆಗೆ ಬೆಸೆಯುವಂತೆ ಅವರು ಮಾಡಿದರು. ಅದು ಪಾಪಾಜಿಯವರ ಜ್ಞಾನೋದಯದ ಆರಂಭ.

ಇಚಿಗೊ ಇಚಿಯೆಯ ಶತ್ರುಗಳು

ಈ ಕ್ಷಣವನ್ನು ನಮ್ಮೊಂದಿಗೆ ಬೆಸೆಯುವ, ಜ್ಞಾನೋದಯಕ್ಕೆ ಸಂಬಂಧಿಸಿದ ಝೆನ್ ದೃಷ್ಟಿಕೋನವಾದ ಸಟೋರಿಗೆ ನಾವು ಹತ್ತಿರವಾಗುತ್ತಿರುವಾಗ, ವರ್ತಮಾನದ ಶತ್ರುಗಳನ್ನು, ಪ್ರಸಕ್ತ ಸಮಯ ಎಂಬ ಕೊಡುಗೆಯನ್ನು ನಮ್ಮಿಂದ ಕಸಿಯುವ ನಮ್ಮ ಹವ್ಯಾಸಗಳು ಮತ್ತು ವರ್ತನೆಗಳನ್ನು ಗುರುತಿಸಲು, ಅವಿಸ್ಮರಣೀಯವಾದ ಕ್ಷಣಗಳನ್ನು ಅನುಭವಿಸುವುದನ್ನು ತಡೆಯುವ ಸಂಗತಿಗಳನ್ನು ಗುರುತಿಸಲು ಸಣ್ಣದೊಂದು ವಿರಾಮ ತೆಗೆದುಕೊಳ್ಳೋಣ.

- *ಪ್ರಕ್ಷೇಪಗಳು.* ಈ ಪುಸ್ತಕದ ಮೊದಲ ಭಾಗದಲ್ಲಿ ನಾವು ನೋಡಿದಂತೆ, ನಮ್ಮ ಮನಸ್ಸು ನೋವು ಮತ್ತು ಅಸಮಾಧಾನಗಳನ್ನು ಒಳಗೊಂಡ ಭೂತಕಾಲಕ್ಕೆ ಪ್ರಯಾಣಿಸಿದಾಗ, ಅಥವಾ ಭಯ ಮತ್ತು ಚಿಂತೆಗಳ ಗೂಡಾದ ಭವಿಷ್ಯದಲ್ಲಿ ತೇಲಿದಾಗ ನಾವು ಪ್ರಸ್ತುತ ಕ್ಷಣದಿಂದ ದೂರ ಹೋಗುತ್ತೇವೆ.

- *ಚಿತ್ತ ಚಾಂಚಲ್ಯಗಳು.* ನಾವು ಏಕಕಾಲದಲ್ಲಿ ಹಲವಾರು ಕೆಲಸಗಳನ್ನು ಮಾಡಲು

ಪ್ರಯತ್ನಿಸದಿದ್ದಲ್ಲಿ ಮಾತ್ರ ನಾವು ವರ್ತಮಾನವನ್ನು ಸಂಪೂರ್ಣವಾಗಿ ಅನುಭವಿಸಲು ಸಾಧ್ಯ. ಕಾಡಿನಲ್ಲಿ ಅಡ್ಡಾಡುತ್ತಾ ತನ್ನ ಫೋನ್‌ನಲ್ಲಿ ಸಾಮಾಜಿಕ ಮಾಧ್ಯಮದಲ್ಲಿ ಕಾಲಕಳೆಯುವ ವ್ಯಕ್ತಿ ಈ ಕ್ಷಣದಲ್ಲಿ ಬದುಕುತ್ತಿಲ್ಲ. ವಾಸ್ತವವಾಗಿ ಅವನು ಕಾಡಿನಲ್ಲೂ ಇಲ್ಲ.

• ಬಳಲಿಕೆ. ರಾತ್ರಿ ನಿದ್ದೆ ಸರಿಯಾಗಿ ಆಗದಿದ್ದರೆ ಅಥವಾ ಅತಿಯಾದ ದುಡಿಮೆಯಿಂದಾಗಿ ಈ ಕ್ಷಣದ ಖುಷಿಯನ್ನು ಅನುಭವಿಸಲು ನಮಗೆ ಸಾಧ್ಯವಾಗದೇ ಇರಬಹುದು. ಮೊದಲನೆಯ ಸಂದರ್ಭದಲ್ಲಿ, ನಾವು ವಿಪರೀತ ದಣಿದಿರುವುದು ಕಾರಣವಾದರೆ ಎರಡನೆಯ ಸಂದರ್ಭದಲ್ಲಿ ನಾವು ಮಾನಸಿಕವಾಗಿ ಅತಿಯಾದ ಕ್ರಿಯಾಶೀಲರಾಗಿದ್ದ ಕಾರಣ ನಮ್ಮ ಉದ್ರೇಕವನ್ನು ತಕ್ಷಣ ನಿಯಂತ್ರಿಸಲು ಸಾಧ್ಯವಾಗದೇ, ವರ್ತಮಾನದಲ್ಲಿ ಬದುಕಲು ನಮಗೆ ಆಗದೇ ಇರಬಹುದು. ಒಂದು ಸರಳ ಉದಾಹರಣೆಯನ್ನು ನೋಡೋಣ. ನಾವು ಸಿನಿಮಾ ನೋಡಲಿಕ್ಕೆಂದು ಕಚೇರಿಯಿಂದ ಲಗುಬಗೆಯಿಂದ ಧಾವಿಸುತ್ತೇವೆ. ಆದರೆ ಒಮ್ಮೆ ನಾವು ಕುಳಿತಮೇಲೆ ನಮ್ಮ ಮುಂದೆ ಏನು ನಡೆಯುತ್ತಿದೆ ಎಂಬುದರ ಮೇಲೆ ಗಮನವಿರಿಸಲು ನಮಗೆ ಆಗುವುದಿಲ್ಲ, ಏಕೆಂದರೆ ನಾವು ಎದುರಿಸುತ್ತಿರುವ ಸಮಸ್ಯೆಗಳು ನಮ್ಮ ತಲೆಯಲ್ಲಿ ತುಂಬಿಕೊಂಡಿರುತ್ತವೆ.

• ಅಸಹನೆ. ಏನಾದರೂ ನಡೆಯಬೇಕು ಎಂದು ಬಯಸುವಾಗ– ಉದಾಹರಣೆಗೆ, ಮೊದಲ ಚುಂಬನಕ್ಕಾಗಿ ಹಪಹಪಿಸುತ್ತಿರುವ ಪ್ರೇಮಿ– ಇದೂ ಸಹ ನಾವು ಪ್ರಸ್ತುತ ಕಾಲದಲ್ಲಿ ಇರಲು ಅವಕಾಶ ಮಾಡಿಕೊಡುವುದಿಲ್ಲ. ಯಾವುದೇ ನಿರೀಕ್ಷೆಗಳಿಲ್ಲದೆಯೇ ನಮ್ಮ ಅನುಭವಕ್ಕೆ ಬರುವ (ನಾವು ಅನುಭವಿಸುವ) ಸಂಗತಿಗಳಿಗೆ ನಮ್ಮನ್ನು ನಾವು ಕೊಡಬೇಕು ಎಂದು ಇಚಿಗೊ ಇಚಿಯೆ ಬಯಸುತ್ತದೆ. ಏನು ನಡೆಯುತ್ತಿದೆಯೋ ಅದು ನಮ್ಮ ಅತ್ಯುತ್ತಮ ಅನುಭವವಾಗಿದೆ. ಏಕೆಂದರೆ, ನಾವು ಅದನ್ನು **ಈ ಕ್ಷಣದಲ್ಲಿ** ಅನುಭವಿಸುತ್ತಿದ್ದೇವೆ!

• ವಿಶ್ಲೇಷಣೆ. 'ನೀವು ಸಂತೋಷವಾಗಿರಲು ಬಯಸುವುದಾದರೆ ಎಲ್ಲವನ್ನೂ ವಿಶ್ಲೇಷಿಸಬೇಡಿ' ಎಂಬ ಮಾತಿದೆ. ನಾವು ಈ ಕ್ಷಣವನ್ನು ವಿಶ್ಲೇಷಿಸಲು ಹೋದರೆ, ಅದನ್ನು ನಾಶಪಡಿಸುವ ಅಪಾಯವಿರುತ್ತದೆ. ಪ್ರತಿಯೊಂದರ ಅರ್ಥವನ್ನು ಕಂಡುಕೊಳ್ಳುವ ಅವಶ್ಯಕತೆ ಏನಿದೆ? ನಾವು ಏನನ್ನು ಅನುಭವಿಸುತ್ತಿದ್ದೇಯೋ ಅದು ನಮಗೆ ಏಕೆ ಸಂತೋಷವನ್ನು ನೀಡುತ್ತಿದೆ ಎಂಬುದನ್ನು ಅರ್ಥ ಮಾಡಿಕೊಳ್ಳಲು ಹೋದರೆ ಆ ಕ್ಷಣ ಆ ಸಂತೋಷವು ನಾಶವಾಗುತ್ತದೆ. ನಾವು ಅನುಭವಿಸುವ ಪ್ರಸಕ್ತ ಕ್ಷಣದ ಸಂತೋಷವನ್ನು ವ್ಯಾಖ್ಯಾನಿಸುವುದು, ವಿಂಗಡಿಸುವುದು ಅಥವಾ ಅರ್ಥ ಮಾಡಿಕೊಳ್ಳುವುದು ಸಾಧ್ಯವಿಲ್ಲ. ಆ ಕ್ಷಣವನ್ನು ಜೀವಿಸುವುದು ಮಾತ್ರ ನಮಗೆ ಸಾಧ್ಯ.

ಕಾಲ ಸ್ಥಗಿತವಾದಾಗ

ನೀವು ಆನಂದಿಸುವ ಯಾವುದೋ ಚಟುವಟಿಕೆಯಲ್ಲಿ ನೀವು ತೊಡಗಿರುವಾಗ, ಈ ಕಾಲ ಎಂಬುದಕ್ಕೆ ಅರ್ಥವೇ ಇಲ್ಲ ಎಂದು ಎಂದಾದರೂ ನಿಮಗೆ ಅನಿಸಿದ್ದಿದೆಯೇ? ನಾವು ನೀರಿಗೆ ಧುಮುಕಿದಾಗ, ನಮಗೆ ಭಾಸವಾಗುವ ಒಂದೇ ಒಂದು ಅಂಶವೆಂದರೆ ನಮ್ಮ ದೇಹವು ಮತ್ತೊಂದು ಅಂಶದ ಶೀತಲತೆಯಲ್ಲಿ ಹಾಯುತ್ತಿದೆ ಎಂದು, ನಮ್ಮನ್ನು ಆವರಿಸಿಕೊಳ್ಳುವ ಚಟುವಟಿಕೆಯೊಂದಿಗೆ ನಾವು ಹರಿವನ್ನು ಅನುಭವಿಸಿದಾಗ ಮಾನಸಿಕವಾಗಿ ನಮ್ಮನ್ನು ನಾವು ಸಮಯದಿಂದಾಚೆ ಕಂಡುಕೊಳ್ಳುತ್ತೇವೆ.

ಸಮಯದ ಸಾಪೇಕ್ಷತೆ(ರಿಲೆಟಿವಿಟಿ) ಬಗ್ಗೆ ಕೇಳಿದಾಗ ಆಲ್ಬರ್ಟ್ ಐನ್‌ಸ್ಟೀನ್ ಹೀಗೆ ವಿವರಿಸಿದ್ದರು: "ಒಂದು ನಿಮಿಷ ಬಿಸಿ ಒಲೆಯ ಮೇಲೆ ನಿಮ್ಮ ಕೈಯನ್ನಿಸಿರಿ, ಅದು ಒಂದು

ಗಂಟೆಯಂತೆ ಭಾಸವಾಗುತ್ತದೆ. ಸುಂದರ ಹುಡುಗಿಯೊಂದಿಗೆ ಒಂದು ಗಂಟೆ ಕುಳಿತುಕೊಳ್ಳಿ, ಅದು ಒಂದು ನಿಮಿಷದಂತೆ ಭಾಸವಾಗುತ್ತದೆ. ಅದು ಸಾಪೇಕ್ಷತೆ(ರಿಲೆಟಿವಿಟಿ)" ಎಂದು.

ವಾಸ್ತವವಾಗಿ, ಇಚಿಗೊ ಇಚಿಯೆಯ ಪ್ರತಿಯೊಂದು ಕ್ಷಣವೂ ನಮ್ಮನ್ನು ಕಾಲಾತೀತದಲ್ಲಿ ನೆಲೆಸುತ್ತದೆ. ಆಗ ಸಮಯವನ್ನು ಅಳೆಯುವುದು ಅರ್ಥವಿಲ್ಲದ್ದು ಎನಿಸುತ್ತದೆ. ಏಕೆಂದರೆ, ಐನ್‌ಸ್ಟೀನ್‌ನ ಉದಾಹರಣೆಯಂತೆ, ಒಂದು ಗಂಟೆಯೂ ಒಂದು ಕ್ಷಣದಂತೆ ಭಾಸವಾಗಬಹುದು, ಹೀಗಿರುವಾಗಲೂ ಕೆಲವೊಂದು ಅನುಭವದ ನೆನಪುಗಳು ನಮ್ಮೊಂದಿಗೆ ದಿನಗಟ್ಟಲೆ ಉಳಿಯಬಹುದು, ಕೆಲವೊಮ್ಮೆ ಜೀವನಪರ್ಯಂತವೂ ಉಳಿಯಬಹುದು.

ಇದು ಏಕೆ ಸಂಭವಿಸುತ್ತದೆ ಎಂದರೆ, ನಾವು ಹರಿವನ್ನು ಅನುಭವಿಸಿದಾಗ, ಅಂದರೆ ಜೀವನದೊಂದಿಗೆ ನಾವು ಸರಾಗವಾಗಿ ಸಾಗಿದಾಗ, ಸಮಯಾತೀತವನ್ನು ತಲುಪುತ್ತೇವೆ. ಸಮಯ ಮಾತ್ರವಲ್ಲ ಇಡೀ ಪ್ರಪಂಚವೇ ಕಣ್ಮರೆಯಾದಂತೆ ಭಾಸವಾಗುತ್ತದೆ. ನಾವು ಈಗ ಪರಿಶೀಲಿಸಲಿರುವ ಕೆನ್‌ಶೋ ಮತ್ತು ಸಟೊರಿಗೆ ಹತ್ತಿರವಾದಂತೆ ಭಾಸವಾಗುತ್ತದೆ.

ಡಿ.ಟಿ. ಸುಝುಕಿ ಪ್ರಕಾರ ಸಟೊರಿ

ಝೆನ್ ಬುದ್ಧವಾದದಲ್ಲಿ, ನಮ್ಮ ಭೂತಕಾಲ, ಭವಿಷ್ಯತ್ ಕಾಲ ಮತ್ತು ಐಹಿಕ ಜಗತ್ತನ್ನು ಭ್ರಮೆಯಾಗಿ ಮಾರ್ಪಡಿಸಿ ಪ್ರಸಕ್ತ ಕ್ಷಣವು ನಮ್ಮನ್ನು ಹಿಡಿದಿಟ್ಟುಕೊಂಡಾಗ, ನಾವು ಸಟೊರಿಗೆ ತಲುಪಿದ್ದೇವೆ ಎಂದರ್ಥ.

ಈ ಕ್ಷಣಿಕ ಜ್ಞಾನೋದಯವು, ಕೆಲವೊಮ್ಮೆ ತೀರಾ ಅನಿರೀಕ್ಷಿತವಾಗಿ ಎದುರಾಗುತ್ತದೆ. ಝೆನ್ ಅಭ್ಯಾಸಿಗಳಿಗೆ ಅದೇ ಅಂತಿಮಗುರಿ. ಏಕೆಂದರೆ, ಬ್ರಹ್ಮಾಂಡದ ಎಲ್ಲಾ ಬಗೆಯ ಸೌಂದರ್ಯ ಮತ್ತು ತಿಳುವಳಿಕೆಯನ್ನು ಹೊಂದಿರುವ ಕ್ಷಣ ಅದಾಗಿರುತ್ತದೆ. ಡೈಸೆಟ್ಸು[10] ಟೀಟರೊ ಸುಝುಕಿ ಅವರು ಝೆನ್ ಅನ್ನು ಅಮೆರಿಕಕ್ಕೆ ತಂದವರು. ಅವರು ಪ್ರಕಾಶಿಸಿದ ಮೊದಲ ಇಂಗ್ಲಿಷ್ ಪುಸ್ತಕಗಳು, ಜಪಾನಿನ ಬೌದ್ಧ ಧರ್ಮದ ಈ ಶಾಖೆಯನ್ನು ಅಮೆರಿಕನ್ನರಿಗೆ ದಕ್ಕುವಂತೆ ಮಾಡಿತು.

ಸುಝುಕಿ ಇತರ ಬೌದ್ಧ ಪಂಗಡಗಳ ಸಾಂಪ್ರದಾಯಿಕ ವಸ್ತುಗಳನ್ನು, ಅವುಗಳ ಚಿಹ್ನೆಗಳು, ಆಚರಣೆಗಳು ಮತ್ತು ಪವಿತ್ರ ಗ್ರಂಥಗಳೊಂದಿಗೆ, ತಿರಸ್ಕರಿಸಿದರು. ಏಕೆಂದರೆ ಅವರು ಹೇಳಿದಂತೆ, "ಝೆನ್‌ನಲ್ಲಿ ತಲ್ಲೀನರಾಗಲು ನೀವು ನಿಮ್ಮ ಉಸಿರಾಟದ ಮೇಲೆ, ಚಲನೆಯ ಮೇಲೆ ಅಥವಾ ಖಾಲಿ ಗೋಡೆಯಂತಹ ಸ್ಥಿರವಾದ ಭೂದೃಶ್ಯದ ಮೇಲೆ ಗಮನವನ್ನು ಕೇಂದ್ರೀಕರಿಸಿದರೆ ಸಾಕು".

ಸುಝುಕಿ ಪ್ರಕಾರ, ಝೆನ್ ಅಭ್ಯಾಸಿಗರು ಬಯಸುವ ಹಠಾತ್ ಜ್ಞಾನೋದಯವಾದ ಸಟೊರಿಗೆ ಈ ಕೆಳಗಿನ ಗುಣಲಕ್ಷಣಗಳಿರುತ್ತವೆ:

1. ಅದು ತರ್ಕಹೀನವಾಗಿದೆ. ಅದನ್ನು ತರ್ಕದ ಮೂಲಕ ತಲುಪಲು ಸಾಧ್ಯವಿಲ್ಲ. ಏಕೆಂದರೆ ಅದು ಯಾವುದೇ ರೀತಿಯ ಬೌದ್ಧಿಕ ತಾರ್ಕಿಕತೆಗೆ ಸವಾಲೊಡ್ಡುತ್ತದೆ. ಸಟೊರಿಯನ್ನು ಅನುಭವಿಸಿದವರು ಅದನ್ನು ಸುಸಂಬದ್ಧವಾಗಿ ಅಥವಾ ತಾರ್ಕಿಕವಾಗಿ ವಿವರಿಸಲು ಸಾಧ್ಯವಿಲ್ಲ.
2. ಅದು ಅಂತಃಪ್ರಜ್ಞೆಯಿಂದ ಕೂಡಿದೆ. ಸಟೊರಿಯನ್ನು ವಿವರಿಸಲಾಗದು. ಅದನ್ನು ಕೇವಲ ಜೀವಿಸಬಹುದು ಮತ್ತು ಅನುಭವಿಸಬಹುದು.

---

[10]ಡೈಸೆಟ್ಸು : ಎಂದರೆ ಸರಳತೆ, ಈ ಬಿರುದನ್ನು ಅವರಿಗೆ ಅವರ ಝೆನ್ ಗುರುಗಳಾದ ಸೊಯೆನ್ ಶಕು ಅವರು ನೀಡಿದ್ದು.

3. ಅದು ನೇರ ಮತ್ತು ವೈಯಕ್ತಿಕ. ಪ್ರಜ್ಞೆಯ ಆಳದಿಂದ ಹೊರಹೊಮ್ಮುವ ಗ್ರಹಿಕೆ.

4. ಅದು ಜೀವನದ ದೃಢೀಕರಣವಾಗಿದೆ. ಅಸ್ತಿತ್ವದಲ್ಲಿರುವ ಎಲ್ಲವನ್ನೂ, ಎಲ್ಲಾ ವಿಷಯಗಳನ್ನೂ, ಅವುಗಳಿಗೆ ನೈತಿಕ ಮೌಲ್ಯ ಇರಲಿ ಇಲ್ಲದಿರಲಿ, ಅವು ಹೊರಹೊಮ್ಮುತ್ತಿದ್ದಂತ್ತೇ ಸ್ವೀಕರಿಸುವುದನ್ನು ಅದು ಸೂಚಿಸುತ್ತದೆ.

5. ಅದು ನಮಗೆ ಅತೀತವಾದ ಭಾವವನ್ನು ನೀಡುತ್ತದೆ. ನಾವು ಸಟೊರಿಯನ್ನು ಅನುಭವಿಸಿದಾಗ ಅದು ಬೇರೆ ಕಡೆ ಎಲ್ಲೋ ಬೇರೂರಿದೆ ಎಂದು ನಮಗೆ ಭಾಸವಾಗುತ್ತದೆ. ನಾವು ಸಟೊರಿಯನ್ನು ಅನುಭವಿಸಿದ ಕ್ಷಣದಲ್ಲಿ, ವ್ಯಕ್ತಿತ್ವವನ್ನು ಆವರಿಸುವ ಗಟ್ಟಿಯಾದ, ವೈಯಕ್ತಿಕ ಚಿಪ್ಪು ಒಡೆಯುತ್ತದೆ. ನಂತರದ ಭಾವನೆಯು ಸಂಪೂರ್ಣ ವಿಮೋಚನೆ ಅಥವಾ ಸಂಪೂರ್ಣ ವಿಶ್ರಾಂತಿಯದಾಗಿರುತ್ತದೆ, ಕೊನೆಗೂ ಗಮ್ಯವನ್ನು ತಲುಪಿದ ಭಾವನೆ ಅದಾಗಿರುತ್ತದೆ.

6. ಅದಕ್ಕೊಂದು ನಿರಾಕಾರ ಭಾವವಿದೆ. ಸುಝುಕಿಯ ಮಾತುಗಳಲ್ಲಿ ಹೇಳುವುದಾದರೆ, "ಬಹುಶಃ ಝೆನ್ ಅನುಭವದ ಅತ್ಯಂತ ಗಮನಾರ್ಹ ಅಂಶವೆಂದರೆ ಅದರಲ್ಲಿ ಯಾವುದೇ ವೈಯಕ್ತಿಕ ಭಾವ ಇಲ್ಲ. ಕ್ರೈಸ್ತ ಅತೀಂದ್ರಿಯ ಅನುಭವಗಳಲ್ಲಿ ಇದನ್ನು ಗಮನಿಸಬಹುದಾಗಿದೆ".

7. ಔನ್ನತ್ಯದ ಭಾವನೆ. ಒಬ್ಬ ಪ್ರತ್ಯೇಕ ವ್ಯಕ್ತಿ ಎಂಬ ನಿರ್ಬಂಧವು ಮುರಿದ ಮೇಲೆ, ನಮ್ಮ ಅಸ್ತಿತ್ವದ ಅನಂತ ವಿಸ್ತರಣೆಯನ್ನು ನಾವು ಅನುಭವಿಸುತ್ತೇವೆ.

8. ಕ್ಷಣಿಕತೆ. ಸುಝುಕಿ ಹೇಳುತ್ತಾರೆ, "ಸಟೊರಿ ಒಬ್ಬರ ಮೇಲೆ ಥಟ್ಟನೆ ಬರುತ್ತದೆ. ಆದರೆ ಅದು ಕ್ಷಣಿಕ ಅನುಭವವಾಗಿರುತ್ತದೆ. ವಾಸ್ತವವಾಗಿ, ಅದು ಹಠಾತ್ತನೆ ಮತ್ತು ಕ್ಷಣಿಕವಾಗಿಲ್ಲದೇ ಇದ್ದರೆ ಅದು ಸಟೊರಿಯೇ ಅಲ್ಲ".

ಸಟೊರಿ ಮತ್ತು ಕೆನ್‌ಶೊ

ಸಟೊರಿ, ಅಕ್ಷರಶಃ 'ತಿಳಿವಳಿಕೆ' ಎಂದರ್ಥ. ಇದು ಒಂದು ರೀತಿಯ ಜಾಗೃತಿ ಅಥವಾ ಜ್ಞಾನೋದಯವನ್ನು ಸೂಚಿಸಲು ಝೆನ್‌ನಲ್ಲಿ ಬಳಸಲಾಗುವ ಪದ. ಜ್ಞಾನೋದಯದ ಸ್ಥಿತಿಯನ್ನು ಸೂಚಿಸಲು ಜಪಾನಿ ಬೌದ್ಧ ಧರ್ಮದಲ್ಲಿ ಬಳಸಲಾಗುವ ಇನ್ನೊಂದು ಪದವೇ ಕೆನ್‌ಶೊ.

ಕೆನ್‌ಶೊ ಮತ್ತು ಸಟೊರಿ ನಡುವಿನ ವ್ಯತ್ಯಾಸಗಳನ್ನು ವಿವಿಧ ಲೇಖಕರು ವ್ಯಾಪಕವಾಗಿ ಚರ್ಚಿಸಿದ್ದಾರೆ. ಸುಝುಕಿಯ ಪ್ರಕಾರ, ಕೆನ್‌ಶೊ ಒಂದು ಕ್ಷಣಿಕ ಅನುಭವವಾಗಿದೆ. ಇದರಲ್ಲಿ ನೀವು ನೇರವಾದ ಸುರಂಗದ ಮೂಲಕ ನಿಮ್ಮ ಸ್ವಂತ ಸ್ವಭಾವವನ್ನು ನೋಡುತ್ತೀರಿ. ಸಟೊರಿ ಒಂದು ಆಳವಾದ ಮತ್ತು ಹೆಚ್ಚು ಶಾಶ್ವತವಾದ ರೂಪಾಂತರವಾಗಿದೆ. ಈ ಎರಡೂ ಸ್ಥಿತಿಗಳನ್ನು ನಮ್ಮ ಪ್ರಜ್ಞೆಯು, ವರ್ತಮಾನ ಮತ್ತು ನಮ್ಮ ನೈಜ ಸ್ವಭಾವದೊಂದಿಗೆ ಸಂಪರ್ಕಿಸಲು, ತಲುಪಬಹುದು. ಪ್ರಸ್ತುತ ಕ್ಷಣ ಮತ್ತು ನಮ್ಮ ನೈಜ ಸ್ವಭಾವದೊಂದಿಗೆ ಸಂಪರ್ಕಿಸುವುದು ಎಂದರೆ ಆತಂಕದಲ್ಲಿ ಸಿಲುಕಿಕೊಳ್ಳುವುದರ ಬದಲು ಬ್ರಹ್ಮಾಂಡದೊಂದಿಗೆ ಒಂದಾಗುವುದು.

ಜ್ಞಾನೋದಯದ ಈ ಸ್ಥಿತಿಗಳನ್ನು ತಲುಪದಿದ್ದರೂ, ಯಾವುದೇ ರೀತಿಯ ಧ್ಯಾನವನ್ನು ಅಭ್ಯಾಸ ಮಾಡುವ ಮೂಲಕ ಅವುಗಳೆಡೆಗೆ ಸಾಗಬಹುದು.

ಝೆನ್ ಧ್ಯಾನ

ನಾವಿಬ್ಬರೂ ನಮ್ಮ ಜೀವನದುದ್ದಕ್ಕೂ ವಿಭಿನ್ನ ರೀತಿಯ ಧ್ಯಾನವನ್ನು ಅಭ್ಯಾಸ ಮಾಡಿದ್ದೇವೆ: ಝಾಝೆನ್, ಸಾವಧಾನತೆ ಮತ್ತು ಮೆಟ್ಟಾ ಭಾವನೆ ಅವುಗಳಲ್ಲಿ ಕೆಲವು. ವರ್ತಮಾನದಲ್ಲಿ ಹೆಚ್ಚು ಹೆಚ್ಚು ಜೀವಿಸಲು ಅವೆಲ್ಲವೂ ಪರಿಣಾಮಕಾರಿ ಸಾಧನಗಳೆಂದು ಕಂಡುಕೊಂಡಿರುವ ನಾವು ಯಾವುದೇ ನಿರ್ದಿಷ್ಟ ಪ್ರಕಾರಕ್ಕೆ ಆದ್ಯತೆ ನೀಡುವುದಿಲ್ಲ.

ನೀವು ಈ ಅಭ್ಯಾಸಗಳಿಗೆ ಹೊಸಬರಾಗಿದ್ದರೆ, ನಿಮಗೆ ಸೂಕ್ತವಾದುದನ್ನು, ನಿಮಗೆ ಇಷ್ಟವೆನಿಸಿದ್ದನ್ನು ಅಭ್ಯಾಸ ಮಾಡಿ. ಮೊದಲಿಗೆ ಯಾರಾದರೂ ನಿಮ್ಮ ದೈಹಿಕ ಸ್ಥಿತಿಯನ್ನು ಮೇಲ್ವಿಚಾರಣೆ ಮಾಡಲು ಮತ್ತು ಬರಬಹುದಾದ ಯಾವುದೇ ಅನುಮಾನಗಳನ್ನು ಪರಿಹರಿಸಲು ಉಪಯುಕ್ತವಾಗಬಹುದು. ಅಂತಿಮವಾಗಿ, ನೀವು ಯಾವುದೇ ಬಾಹ್ಯ ಸಹಾಯವಿಲ್ಲದೆ ಧ್ಯಾನವನ್ನು ನಿಮ್ಮ ದಿನಚರಿಯಲ್ಲಿ ಸೇರಿಸಿಕೊಳ್ಳಬಹುದು.

ಆತಂಕ ಹೊಂದಿರುವವರಿಗೆ, ದಿನದಲ್ಲಿ ಐದೇ ನಿಮಿಷವಾದರೂ ಸರಿ, ಧ್ಯಾನ ಮಾಡಲು ಬಳಸಬಹುದಾದ ಅಪ್ಲಿಕೇಶನ್‌ಗಳಿವೆ.

ಈ ಕೆಳಗಿನ ಅತ್ಯುತ್ತಮ ಝೆನ್ ಧ್ಯಾನವನ್ನು ಎಲ್ಲಿ ಬೇಕಾದರೂ ಅಭ್ಯಾಸ ಮಾಡಬಹುದು. ನಿಮ್ಮ ಪ್ರಶಾಂತತೆಯ ಮಟ್ಟವನ್ನು ಮತ್ತು ಕ್ಷಣವನ್ನು ಹಿಡಿದಿಡುವ ನಿಮ್ಮ ಸಾಮರ್ಥ್ಯದಲ್ಲಿ ಅಗಾಧವಾದ ಪ್ರಗತಿಯನ್ನು ನೋಡಲು ದಿನಕ್ಕೆ 20 ನಿಮಿಷ ಬೇಕಾಗಬಹುದು.

1. ಯಾರೂ ಇಲ್ಲದಂತಹ ಶಾಂತವಾದ ಜಾಗದಲ್ಲಿ ಕುಳಿತುಕೊಳ್ಳಿ. ಮೆತ್ತನೆಯ ಹಾಸಿಗೆಯನ್ನೋ, ಸರಳವಾದ ಕುರ್ಚಿಯನ್ನೋ ನೀವು ಧ್ಯಾನಕ್ಕೆ ಬಳಸಬಹುದು. ಆರಾಮವಾಗಿ, ಬೆನ್ನು ನೇರವಾಗಿರುವಂತೆ ಕುಳಿತುಕೊಳ್ಳಿ.
2. ನಿಮ್ಮ ಸಂಪೂರ್ಣ ಗಮನವೂ ನಿಮ್ಮ ಮೂಗಿನ ಹೊಳ್ಳೆಗಳ ಮೂಲಕ ಒಳಹೋಗಿ, ಹೊರಬರುವುದರ ಉಸಿರಿನ ಮೇಲೆಯೇ ಕೇಂದ್ರಿತವಾಗಿರಲಿ. ಈ ಜೀವದಾಯಿ ಪ್ರಕ್ರಿಯೆಯ ಮೇಲಷ್ಟೇ ನಿಮ್ಮ ಗಮನವಿರಲಿ.
3. ಗಮನ ಕೇಂದ್ರೀಕರಿಸುವ ಸಲುವಾಗಿ, ನಿಮ್ಮ ಉಸಿರಾಟವನ್ನು ಹತ್ತರ ಗುಂಪಲ್ಲಿ ಲೆಕ್ಕವಿಟ್ಟುಕೊಳ್ಳಿ. ಯಾವುದೇ ಹಂತದಲ್ಲಿ ಲೆಕ್ಕ ತಪ್ಪಿದರೆ ಅಥವಾ ನಿಮ್ಮ ಗಮನ ಭೂತಕಾಲದತ್ತವೋ, ಭವಿಷ್ಯದತ್ತವೋ ಸೆಳೆಯಲ್ಪಡುತ್ತಿದೆ ಎಂದು ಭಾಸವಾದಲ್ಲಿ, ಪುನಃ ಶುರುವಿನಿಂದ ಲೆಕ್ಕವಿಡುತ್ತಾ ಹೋಗಿ.
4. ಧ್ಯಾನ ಮಾಡುತ್ತಿರುವಾಗ ನಿಮ್ಮ ಮನದಲ್ಲಿ ಎಲ್ಲ ತರಹದ ಆಲೋಚನೆಗಳು ಬಂದರೂ ತಲೆಕೆಡಿಸಿಕೊಳ್ಳಬೇಡಿ. ಅವುಗಳನ್ನು ತೇಲಾಡುತ್ತಿರುವ ಮೋಡಗಳು ಎಂದು ಅಂದುಕೊಳ್ಳಿ. ನಿಮ್ಮ ಆಲೋಚನೆಗಳು ನೀವಲ್ಲ ಎಂಬುದು ನಿಮಗೆ ನೆನಪಿರಲಿ. ಅವುಗಳ ಬಗ್ಗೆ ಯಾವುದೇ ನಿರ್ಣಯಕ್ಕೆ ಬಾರದೇ ಅವುಗಳ ಪಾಡಿಗೆ ಹಾದುಹೋಗಲು ಬಿಡಿ.
5. ಧ್ಯಾನದ ವೇಳೆ ಕೆಲವು ಸೆಕೆಂಡುಗಳ ಮಟ್ಟಿಗಾದರೂ ಎಲ್ಲಾ ಬಗೆಯ ಆಲೋಚನೆಗಳಿಂದ ಮುಕ್ತರಾಗಿರಲು ಸಾಧ್ಯವಾದಲ್ಲಿ, ಅದನ್ನು ಯಶಸ್ಸು ಎಂದೇ ಪರಿಗಣಿಸಿ. ಧ್ಯಾನದ ಅವಧಿ ಮುಗಿದ ಬಳಿಕ, ಗಂಟೆಗಟ್ಟಲೆ ನಿದ್ದೆ ಮಾಡಿದಷ್ಟೇ ನಿರಾಳ ಮತ್ತು ವಿಶ್ರಾಂತಿಯ ಭಾವ ನಿಮ್ಮದಾಗಿರುತ್ತದೆ.
6. ಧ್ಯಾನ ಮುಗಿಸಿದ ತಕ್ಷಣ ಯಾವುದೇ ಕೆಲಸದ ಕಡೆ ಹೊರಳಬೇಡಿ. ಧ್ಯಾನದ ಅವಧಿ ಮುಗಿದ ಬಳಿಕ, ಚಟುವಟಿಕೆಗೆ ಮರಳುವುದಕ್ಕೂ ಮೊದಲು ನಿಮ್ಮ ದೇಹ ನಿಧಾನವಾಗಿ ಅತ್ತ–ಇತ್ತ ಅಲುಗಾಡಲು ಸ್ವಲ್ಪ ಸಮಯ ಕೊಡಿ.

ಹೀಗಾದರೆ...?

ನಮಗೆ ಚಿಂತನೆಗೆ ಹೆಚ್ಚು ಸರಕು ಒದಗಿಸಿದ ಕಾದಂಬರಿಗಳಲ್ಲಿ 'ದಿ ಮ್ಯಾಗಸ್' (ಮ್ಯಾಗಸ್ ಎಂದರೆ ಪುರಾತನ ಪೌರೋಹಿತವರ್ಗದವ ಎಂದು) ಒಂದು. ಅದರ ಲೇಖಕ ಜಾನ್ ಫೌವೆಲ್ಸ್‌ಗೆ ಅದನ್ನು ಬರೆಯಲು ಇಪ್ಪತ್ತು ವರ್ಷಗಳೇ ಬೇಕಾದವು. ಅದು ಲಂಡನ್‌ನಲ್ಲಿ ತನ್ನ ಜೀವನದಿಂದ ಬೇಸತ್ತ ನಿಕೊಲಸ್ ಎಂಬ ಯುವಕನ ಕಥೆಯನ್ನು ಹೇಳುತ್ತದೆ.

ಅವನು ದೂರದ ಗ್ರೀಕ್ ದ್ವೀಪದಲ್ಲಿ ಇಂಗ್ಲಿಷ್ ಶಿಕ್ಷಕನಾಗಿ ನೌಕರಿ ಸ್ವೀಕರಿಸುತ್ತಾನೆ. ಅಲ್ಲಿ ಅವನು ಒಂದು ನಿಗೂಢ ಪಾತ್ರವನ್ನು ಅಂದರೆ, ಕಾಂಚಿಸ್ ಎಂಬ ಹೆಸರಿನ, (ಇಲ್ಲಿ ಮ್ಯಾಗಸ್) ವಿಲಕ್ಷಣ ಮಿಲಿಯನೇರ್‌ನನ್ನು ಭೇಟಿಯಾಗುತ್ತಾನೆ. ಅವನು ತನ್ನ ಪ್ರತಿ ಭೇಟಿಯನ್ನು ಆಟವಾಗಿ ಪರಿವರ್ತಿಸುತ್ತಾನೆ. ಅದರಲ್ಲಿ ಕನಸು ಮತ್ತು ವಾಸ್ತವದ ನಡುವಿನ ಗಡಿಗಳು ಮಸುಕು ಮಸುಕಾಗಿರುತ್ತವೆ.

ನಾವು ಈ ಕಾದಂಬರಿಯನ್ನು ಓದುವಾಗ, ಊಹಿಸಬಹುದಾದ ಮಿತಿಗಳನ್ನು ದೂರ ಮಾಡುವ ಭರವಸೆಯಲ್ಲಿ, ದ್ವೀಪದ ನಿರಾಶಾದಾಯಕ ವಾತಾವರಣದಿಂದ ಈ ವಿಲಕ್ಷಣ ಸನ್ನಿವೇಶಗಳನ್ನು ಸೃಷ್ಟಿಸಲು ಮ್ಯಾಗಸ್ ಪ್ರೇರೇಪಿಸಲ್ಪಟ್ಟಿದ್ದಾನೆ ಎಂದು ನಾವಿಬ್ಬರೂ ಒಪ್ಪಿಕೊಂಡೆವು.

ಈ ಕೆಳಗಿನ ಮಾತು ಅದಕ್ಕೆ ಅನ್ವಯಿಸುವಂತಿದೆ: 'ನಿಮಗೆ ವಾಸ್ತವ ಇಷ್ಟವಾಗದಿದ್ದರೆ ನಿಮಗೆ ಜೀವಿಸಲು ಇಷ್ಟವಾಗುವಂತಹ ಇನ್ನೊಂದನ್ನು ಸೃಷ್ಟಿಸಿ'. ನಾವಿಬ್ಬರೂ ಈ ಸಲಹೆಯನ್ನು ಹಲವಾರು ಬಾರಿ ಪಾಲಿಸಿದ್ದೇವೆ– ನಾವು ವಾಸಿಸುವ ಸ್ಥಳದಲ್ಲಿ ಆಮೂಲಾಗ್ರ ಬದಲಾವಣೆಗಳು, ಹಲವಾರು ವೃತ್ತಿ ಬದಲಾವಣೆಗಳು ಮತ್ತು ಜಪಾನಿನ ಓಕಿನಾವ ದ್ವೀಪದ ಹಳ್ಳಿಯಂತಹ ದೂರದ ಸ್ಥಳಗಳ ತನಿಖೆ– ಹೀಗೆ. ಓಕಿನಾವ ದ್ವೀಪದ ತನಿಖೆಯು ನಮ್ಮ ಪುಸ್ತಕ ಇಕಿಗಾಯ್‌ಗೆ ಪ್ರೇರಣೆಯಾದದ್ದು.

ಒಂದು ಮಾಂತ್ರಿಕ ಪ್ರಶ್ನೆ

ಮಕ್ಕಳಿಗೆ ಬಣ್ಣದ ಪೆನ್ಸಿಲ್ ಕೊಟ್ಟಾಗ ಖಾಲಿ ಕಾಗದದ ಮೇಲೆ ತಮ್ಮದೇ ಆದ ಹೊಸ ಪ್ರಪಂಚವನ್ನು ಚಿತ್ರಿಸುವಂತೆ, ದೊಡ್ಡವರೂ ಕೂಡಾ ಬೇಸರಿಕೆಯಿಂದ ತಪ್ಪಿಸಿಕೊಳ್ಳಲು ಬೇರೆ ಬೇರೆ ವಾಸ್ತವಗಳನ್ನು ಸೃಷ್ಟಿಸಬಹುದು.

ಪ್ರತಿಯೊಬ್ಬರೂ ಸೃಜನಶೀಲ ಮಾಂಸಖಂಡವನ್ನು ಹೊಂದಿದ್ದಾರೆ. ಕೆಲವರು ಅದನ್ನು ಬಳಸಿಕೊಂಡರೆ ಇನ್ನು ಕೆಲವರು ಬಳಸಿಕೊಳ್ಳುವುದಿಲ್ಲ.

ಕೆಲವರು ತಾವು ಸೃಜನಶೀಲರಲ್ಲ ಎಂದು ಅಂದುಕೊಳ್ಳುತ್ತಾರೆ. ಆದರೆ ಅದು ಯಾರ ಸಂದರ್ಭದಲ್ಲಿಯೂ ನಿಜವಲ್ಲ. ಮಾನವರು ಹೊಂದಿಕೊಳ್ಳಲು, ಆವಿಷ್ಕರಿಸಲು, ಕಲಿಯಲು, ರೂಪಾಂತರ ಮಾಡಲು ಮತ್ತು ರೂಪಾಂತರಗೊಳ್ಳಲು ಸೃಷ್ಟಿಯಾಗಿದ್ದಾರೆ. ಯಾವುದೇ ಮನುಷ್ಯನ ಜೀವನವು ಹುಟ್ಟಿದ ಕ್ಷಣದಿಂದಲೂ ಸೃಜನತೆಯ ನಿರಂತರ ಕ್ರಿಯೆಯಾಗಿರುತ್ತದೆ.

ನಮಗೆ ಬೇಸರವಾದಾಗ ಮತ್ತು ಜೀವನದಲ್ಲಿ ಚೈತನ್ಯ ಕಳೆದುಕೊಂಡಿದ್ದೇವೆ ಎಂದು ಅನಿಸಿದಾಗ, ಇಟಾಲಿಯನ್ ಬರಹಗಾರ ಮತ್ತು ಶಿಕ್ಷಣ ತಜ್ಞನಾದ ಗಿಯಾನಿ ರೊಡಾರಿ ತತ್ವಜ್ಞಾನಿಗಳ ಕಲ್ಲು ಎಂದು ಪರಿಗಣಿಸಿದ ಮಾಂತ್ರಿಕ ಪ್ರಶ್ನೆಯನ್ನು ಕೇಳಿಕೊಳ್ಳಬಹುದು.

ಕಥೆ ಬರೆಯಲು ಬೇಕಾದ– ಅಥವಾ ನಿಮ್ಮ ಜೀವನದ ಸ್ಕ್ರಿಪ್ಟ್(ಲಿಪಿ) ಬರೆಯಲು ಅಥವಾ ಅದನ್ನು ಮರುಶೋಧಿಸಲು ಕೇಳಬೇಕಿರುವ ಪ್ರಶ್ನೆಯೇನೆಂದರೆ –

ಹೀಗಾದರೆ...?

ನಾವು ಈ ಪ್ರಶ್ನೆ ಕೇಳಿದಾಗ, ನಾವು ನಮ್ಮನ್ನು ನಿರ್ಬಂಧಿಸದೇ ಇರಲು, ಮತ್ತು ಇಚಿಗೊ ಇಚಿಯೆಯಿಂದ ತುಂಬಿರುವ ಜಗತ್ತಿನಲ್ಲಿ ಹೆಜ್ಜೆ ಹಾಕಲು ಅಗತ್ಯವಿರುವ ಸೃಜನಶೀಲ ಹರಿವಿಗೆ ನಾವು ಪ್ರವಾಹದ ಬಾಗಿಲುಗಳನ್ನು ತೆರೆಯುತ್ತೇವೆ. ಜನರು ಸಾಮಾನ್ಯವಾಗಿ ಜೀವನದಲ್ಲಿ ತಾತ್ಸಾರವನ್ನು ಅನುಭವಿಸುವ ಮೂರು ಸಂದರ್ಭಗಳಲ್ಲಿ ಈ ಪ್ರಶ್ನೆಯನ್ನು ಹೇಗೆ ಬಳಸುವುದು ಎಂಬುದರ ಕುರಿತು ಕೆಲವು ಉದಾಹರಣೆಗಳನ್ನು ನೋಡೋಣ.

1. ಸ್ವಲ್ಪ ಹೊತ್ತಿನಿಂದ ನಾನು ನನ್ನ ಕೆಲಸದಲ್ಲಿ ಬೇಸರಗೊಂಡಿದ್ದು, ಏನು ಮಾಡಬೇಕು ಎಂದು ತಿಳಿಯುತ್ತಿಲ್ಲ. ನಾನು ರಜೆ ತೆಗೆದುಕೊಂಡಿದ್ದರೆ ಅಥವಾ ಕೆಲವು ತಿಂಗಳು ಬದುಕಲು ಸಾಕಾಗುವಷ್ಟು ಉಳಿತಾಯ ಮಾಡಿದ್ದರೆ ಹಾಗೂ ಇತರ ಸಾಧ್ಯತೆಗಳನ್ನು ಅನ್ವೇಷಿಸಲು ನನಗೆ ನಾನು ಅವಕಾಶ ನೀಡಿದ್ದರೆ ಏನಾಗುತ್ತಿತ್ತು?

2. ನಾನು ಮತ್ತು ನನ್ನ ಸಂಗಾತಿ ನಿರಂತರವಾಗಿ ವಾದ ಮಾಡುತ್ತಿದ್ದೇವೆ. ಕೆಲವೊಮ್ಮೆ ನಾವು ಜಗಳವಾಡಬಾರದು ಎಂದು ಪರಸ್ಪರ ಮಾತನಾಡುವುದನ್ನೇ ತಪ್ಪಿಸುತ್ತೇವೆ. ಆಟದ ಒಂದು ಅವಧಿ ಮುಗಿಯುವವರೆಗೂ ಇನ್ನೊಬ್ಬರ ಬಗ್ಗೆ ನಕಾರಾತ್ಮಕವಾಗಿ ಯೋಚಿಸಬೇಡಿ ಅಥವಾ ದೂರಬೇಡಿ ಎಂದು ಸವಾಲೊಡ್ಡುವ ಐಲ್ಯಾಂಡ್ ಆಫ್ ಹಾರ್ಮೊನಿ ಆಟವನ್ನು ನಾವು ಆಡಿದರೆ?

3. ನನಗೆ ಒಂದು ಸಮಸ್ಯೆ ಇದೆ. ನನ್ನ ಜೀವನದ ಬಗ್ಗೆ ಸಂತೃಪ್ತಿ ಇಲ್ಲ. ಆದರೆ ಏಕೆ ಎಂದು ನನಗೆ ಗೊತ್ತಿಲ್ಲ. ಒಂದು ವೇಳೆ ಮುಂದಿನ ಕೆಲವು ತಿಂಗಳವರೆಗೂ ನಾನು ನಾನಾಗಿರದೆ, ಬೇರೆ ಯಾರೋ ಆಗಿರಲು ಅಥವಾ ಇನ್ನೂ ಅನೇಕ ಜನರು ಆಗಿರಲು ಯತ್ನಿಸಿದರೆ?

ನಾವು ನಮ್ಮ ಅಸ್ವಸ್ಥತೆಯನ್ನು 'ಹೀಗಾದರೆ...?' ಎಂಬ ಪ್ರಶ್ನೆಯಾಗಿ ಪರಿವರ್ತಿಸಿದ ತಕ್ಷಣ, ನಾವು ಚಲನೆಯನ್ನು ಪಡೆದುಕೊಳ್ಳುತ್ತೇವೆ. ಏಕೆಂದರೆ, ನಮ್ಮ ಜೀವನಕ್ಕಾಗಿ ಸೃಜನಶೀಲ ಕಲ್ಪನೆಗಳನ್ನು ಕಟ್ಟುವುದು ಬದಲಾವಣೆಯನ್ನು ವಾಸ್ತವಕ್ಕೆ ತರುವ ಮೊದಲ ಹೆಜ್ಜೆಯಾಗಿರುತ್ತದೆ.

ಈ ಪುಸ್ತಕವನ್ನು ಓದಿದ ನಂತರ, ನೀವು ಬದುಕುವ ರೀತಿಯಲ್ಲಿ ನೀವು ನಿಜವಾದ ಬದಲಾವಣೆಗಳನ್ನು ಮಾಡಿದರೆ? ಆಗ ನಿಮ್ಮ ಜೀವನ ಹೇಗಾಗುವುದು?

ಇಚಿಗೊ ಇಚಿಯೆ ಸೂತ್ರ

ನಾವು ಪುಸ್ತಕದ ಕೊನೆಯ ಹಂತವನ್ನು ತಲುಪಿದ್ದೇವೆ. ಇದೊಂದು ರೀತಿಯಲ್ಲಿ ನಿಮಗೆ ಅತ್ಯಂತ ಮುಖ್ಯವಾಗಿರುವ ಜನರೊಂದಿಗೆ, ನಿಮ್ಮಿಂದಲೇ ಪ್ರಾರಂಭಿಸಿ, ಅನೇಕ ಅವಿಸ್ಮರಣೀಯ ಕ್ಷಣಗಳನ್ನು ಆನಂದಿಸಲು ನಿಮಗೆ ಸ್ಪೂರ್ತಿಯಾಗಬಹುದು.

ನಾವು ನಮ್ಮ ಸಾಹಸವನ್ನು ಆರಂಭಿಸಿದ್ದು ಕ್ಯೋಟೋದಲ್ಲಿನ ಒಂದು ಚಹಾ ಮನೆಯಲ್ಲಿ, ಮಾಸ್ಟರ್ ಇಕ್‌ಕ್ಯೂ ಹೇಳಿದಂತೆ, ಗಾಳಿ ಮತ್ತು ಮಳೆ ಕಳುಹಿಸಿದ ಪ್ರೇಮಪತ್ರಗಳನ್ನು ಓದುತ್ತಾ. ವಸಂತ ಋತುವಿನಲ್ಲಿ ಸಕುರಾ ಹೂವುಗಳ ಅರುಳುವಿಕೆಯು, ಹಿಂದಿನ ಎಲ್ಲಾ ಪುಟಗಳಲ್ಲಿ ನೋಡಿದ ಸಂಗತಿಗಳಿಂದ, ಇಚಿಗೊ ಇಚಿಯೆಯ ಸೂತ್ರವನ್ನು ಸಂಯೋಜಿಸಲು ನಮಗೆ ನೆರವಾಗುತ್ತದೆ.

ಚನೋಯುವಿನಂತಹ ಆಚರಣೆಯು ನಮ್ಮ ಮನವನ್ನು ಸೆಳೆದರೆ ಅದು ನಮ್ಮ ಹೃದಯದಲ್ಲಿ ಅಚ್ಚಳಿಯದೆ ಉಳಿದುಬಿಡುತ್ತದೆ. ಮಾಯಾ ಏಂಜೆಲೊ ಹೇಳಿದಂತೆ, “ನೀವು ಹೇಳಿದ್ದನ್ನು ಜನ ಮರೆತುಬಿಡಬಹುದು, ನೀವು ಮಾಡಿದ್ದನ್ನೂ ಮರೆತುಬಿಡಬಹುದು, ಆದರೆ ನೀವು ಅವರಿಗೆ ಯಾವ ಅನುಭವವನ್ನು ನೀಡಿದಿರಿ ಎಂಬುದನ್ನು ಅವರು ಎಂದಿಗೂ ಮರೆಯಲಾರರು”.

ಈ ಪದಗಳನ್ನು ಜೀವಿಸಬೇಕಾದರೆ, ನಮ್ಮ ಜೀವನದಲ್ಲಿ ನಾವು ಸಮಾರಂಭಗಳ ಮಾಸ್ಟರ್‌ಗಳಾಗಬೇಕು. ಪ್ರತಿ ಕ್ಷಣಕ್ಕೂ ಬೆಲೆ ಕೊಡುತ್ತಾ, ನಮ್ಮ ಭವಿಷ್ಯದಲ್ಲಿ ನಾಸ್ಟಾಲ್ಜಿಯಾವನ್ನು(ಉತ್ಕಂಠತೆ/ಹಳೆಯ ನೆನಪು) ಸೃಷ್ಟಿಸಬಲ್ಲ ಕ್ಷಣಗಳನ್ನು ಈ ಹೊತ್ತಿನಲ್ಲಿ ಸೃಷ್ಟಿಸುತ್ತಾ ಹೋಗಬೇಕು. ಹಾಗೆ ಮಾಡಬೇಕಾದರೆ, ಸ್ಕಾಟ್ ಮ್ಯಾಥ್ಯೂ ಹಾಡುವ ನಮ್ಮ ನೆಚ್ಚಿನ ಹಾಡಿನಂತೆ, "ಅದನ್ನು ಈ ಕ್ಷಣವೇ ಸುಂದರಗೊಳಿಸು!".

ಇಚಿಗೊ ಇಚಿಯೆಗೆ ಒಳ್ಳೆಯ ಸಾಂಗತ್ಯವೂ ಅತ್ಯವಶ್ಯ. ಯಾವುದೇ ರೀತಿಯ ಮೋಜನ್ನು ಅನುಭವಿಸಲಾರದವರ ಸಾಂಗತ್ಯದಲ್ಲಿ ನಮ್ಮ ಕೂಟ ಅಥವಾ ಸಮಾವೇಶದ ಖುಷಿ ಹಾಳಾದೀತು. ಆಯ್ಕೆಯ ಅವಕಾಶ ನಿಮಗಿದ್ದರೆ, ಖುಷಿಯ, ಸ್ಫೂರ್ತಿದಾಯಕ ಜನರೊಂದಿಗೆ, ಪ್ರತಿ ಕ್ಷಣದ ಸೌಂದರ್ಯಕ್ಕೆ ಬೆಲೆ ಕೊಟ್ಟು ಹಂಚಿಕೊಳ್ಳಬಲ್ಲ ಹಾಗೂ ನಿಮ್ಮ ಮಾತುಗಳನ್ನು ಸರಿಯಾಗಿ ಆಲಿಸುವ ಸಾಮರ್ಥ್ಯವಿರುವ ಜನರೊಂದಿಗೆ ಬೆರೆಯಿರಿ.

ಒಂದು ವೇಳೆ ನೀವು ಒಂಟಿಯಾಗಿದ್ದೀರಿ ಎಂದು ಅನಿಸಿದರೆ, ನಿಮಗೆ ನೀವೇ ಒಳ್ಳೆಯ ಸಂಗಾತಿಯಾಗಬಲ್ಲಿರಿ ಎಂಬುದನ್ನು ಖಚಿತಪಡಿಸಿಕೊಳ್ಳಿ! ಉತ್ತಮ ಉಲ್ಲಾಸದೊಂದಿಗೆ, ನಿಮಗೆ ನೀವೇ ಚಹಾವನ್ನು ಪೂರೈಸಿ ಆ ಕ್ಷಣವನ್ನು ಅವಿಸ್ಮರಣೀಯವಾಗುವಂತೆ ಸಂಭ್ರಮಿಸಿರಿ.

ಈ ಕ್ಷಣವನ್ನು ಸಂಭ್ರಮಿಸಲು ಸ್ಫೂರ್ತಿದಾಯಕ ಸ್ಥಳವನ್ನು ಆರಿಸಿಕೊಳ್ಳಿ. ಏಕೆಂದರೆ, ಕೆಲವು ಸ್ಥಳಗಳು ಒಳ್ಳೆಯ ಮಾತುಕತೆಗೆ ಮತ್ತು ಉತ್ತಮ ಭಾವನೆಗಳನ್ನು ಹೊರಹೊಮ್ಮಿಸುತ್ತವೆ. ಒಳ್ಳೆಯ ಕೆಫೆ, ನಿಮ್ಮ ಬಾಲ್ಯವನ್ನು ನೆನಪಿಸುವ ರೆಸ್ಟೋರೆಂಟ್, ಯಾವುದೋ ಲೋಕಕ್ಕೆ ಕೊಂಡೊಯ್ಯುವಂತಹ ಶಾಂತವಾದ ಬೀದಿ, ತನ್ನ ಕಾವ್ಯಾತ್ಮಕ ಮತ್ತು ತಾಜಾ ಗಾಳಿಯಿಂದ ನಮ್ಮ ಬುದ್ಧಿಭಾವಗಳನ್ನು ಬಡಿದೆಬ್ಬಿಸುವ ಯಾವುದೋ ಕಾಡು... ಹೀಗೆ.

ನಿಮ್ಮ ಮನೆಯೂ ಅಥವಾ ಕೆಲಸ ಮಾಡುವ ಸ್ಥಳವೂ, ಇಚಿಗೊ ಇಚಿಯೆಯ ದೇವಸ್ಥಾನವಾಗಬಹುದು. ಆಹ್ಲಾದಕರ ಬೆಳಕು- ಬಹುಶಃ ಸಂಜೆಯ ಹೊತ್ತಿಗೆ ಮೇಣದದೀಪಗಳು ಆದೀತು- ಸಕಾರಾತ್ಮಕ ಭಾವನೆಗಳನ್ನು ಬಡಿದೆಬ್ಬಿಸುವ ಚಿತ್ರಗಳು ಮತ್ತು ವಸ್ತುಗಳು, ನಿಮ್ಮೆದೆಯಲ್ಲಿ ಸೂಕ್ತ ಭಾವವನ್ನು ಹುಟ್ಟುಹಾಕುವ ಸಂಗೀತ- ಇವೆಲ್ಲವೂ ಇರಬಹುದು. ಸರಿಯಾಗಿ ಆಸ್ವಾದಿಸಲು ನಿಮಗೆ ಗೊತ್ತಿದ್ದರೆ, ವರ್ತಮಾನವೆಂಬುದು ನಿಮಗೊಂದು ಕೊಡುಗೆಯಾಗುವುದರಲ್ಲಿ ಸಂಶಯವಿಲ್ಲ.

ಇಚಿಗೊ ಇಚಿಯೆ ಎಂಬುದು ಪ್ರತಿ ಕ್ಷಣವನ್ನೂ ಆಲಿಸುವ, ನೋಡುವ, ಸ್ಪರ್ಶಿಸುವ, ಆಘ್ರಾಣಿಸುವ ಮತ್ತು ಆಸ್ವಾದಿಸುವ ನಮ್ಮ ಸಾಮರ್ಥ್ಯವನ್ನು ಅವಲಂಬಿಸಿರುತ್ತದೆ. ಒಂದು ಬಾರಿಗೆ ಒಂದೇ ಕೆಲಸವನ್ನು ಮಾಡುತ್ತಾ, ನಮ್ಮ ಮನಸ್ಸು ಮತ್ತು ಹೃದಯವನ್ನು ಅದಕ್ಕೆ ಸಮರ್ಪಿಸುತ್ತಾ, ಈ ಭೂಮಿ ಮೇಲೆ ಅದುವೇ ನಮ್ಮ ಕಟ್ಟಕಡೆಯ ಅನುಭವ ಎಂಬಂತೆ ಭಾವಿಸುವುದು ನಮಗೆ ತಿಳಿದಿದ್ದರೆ ಅದು ಸಾಧ್ಯವಾಗುತ್ತದೆ.

ಸಕುರಾ ಹೂವುಗಳ ಉಳಿದ ದಳಗಳು ಬಿರಿಯುವುದನ್ನು ನಾವು ಅನುಭವಿಸಲು ಮುಂದಾದರೆ ಸಮಯಾತೀತವೆನ್ನುವುದು ತಾನಾಗಿಯೇ ಕಾಣಿಸಿಕೊಳ್ಳುತ್ತದೆ. ನಮ್ಮ ಭಾವನೆಗಳನ್ನು ಜಾಗೃತಗೊಳಿಸುವ ಆಚರಣೆ, ಅತ್ಯುತ್ತಮ ಸಾಂಗತ್ಯದಲ್ಲಿ- ಅದು ನಮ್ಮದೇ ಆಗಿದ್ದರೂ ಸಹ- ಸ್ಫೂರ್ತಿದಾಯಕವಾದ ನೆಲೆಯಲ್ಲಿ ಮತ್ತು ಸರಿಯಾದ ಮನಃಸ್ಥಿತಿಯೊಂದಿಗೆ ನಡೆಸುವ ಇಂತಹ ಆಚರಣೆ, ನಮ್ಮನ್ನು ಹರಿಯುವಂತೆ ಮಾಡುತ್ತದೆ ಮತ್ತು ಆ ಹರಿವಿನಲ್ಲಿ ನೆನ್ನೆ ಮತ್ತು ನಾಳೆಗಳು ಕಣ್ಮರೆಯಾಗುತ್ತವೆ ಮತ್ತು ಸಾಗುತ್ತಲೇ ಇರುವ ಪ್ರಸ್ತುತದಲ್ಲಿ ಸಮಯವು ನಿಂತೇ ಹೋಯಿತೇನೋ ಎಂಬಂತೆ ನಮಗೆ ಭಾಸವಾಗುತ್ತದೆ. ಬಹುಶಃ ನಾವು ಸಟೋರಿಯನ್ನು ಸಹ ಅನುಭವಿಸುತ್ತೇವೆ.

ಇದು ಸಾಧ್ಯವಾಗಬೇಕಾದರೆ, ನಮ್ಮ ಕೈಗಡಿಯಾರ ಮತ್ತು ಮೊಬೈಲ್ ಫೋನ್‌ಗಳನ್ನು ದೂರವಿಡಬೇಕಾಗುತ್ತದೆ. ಪ್ರಸ್ತುತ ಕ್ಷಣವು ಒಬ್ಬ ಮತ್ಸರಿ ಪ್ರೇಮಿಯ ಹಾಗೆ, ನಾವು ನಮ್ಮನ್ನು ಪೂರ್ಣವಾಗಿ ಅದಕ್ಕೆ ಸಮರ್ಪಿಸಿಕೊಳ್ಳಲಿ ಎಂದು ಅದು ಬಯಸುತ್ತದೆ.

ಮತ್ತೆಂದೂ ಮರುಕಳಿಸಲಾರದ ಕ್ಷಣವೆಲ್ಲವೂ ಸಂತೋಷದ ಪುಟ್ಟ ಓಯಸಿಸ್‌ನಂತೆ. ಎಷ್ಟೋ ಓಯಸಿಸ್‌ಗಳು ಒಟ್ಟು ಸೇರಿ ಸಂತೋಷದ ಸಾಗರವೇ ನಿರ್ಮಾಣವಾಗುತ್ತದೆ.

///

ಉಪಸಂಹಾರ

ಇಚಿಗೊ ಇಚಿಯೆಯ 10 ನಿಯಮಗಳು

ಈ ಪುಸ್ತಕದಲ್ಲಿ ನಾವು ಕಲಿತ 10 ತತ್ವಗಳನ್ನು ಕ್ರೋಢೀಕರಿಸುವ ಮೂಲಕ ಈ ಸಮಾರಂಭವನ್ನು ನಾವು ಇಲ್ಲಿ ಕೊನೆಗಾಣಿಸೋಣ.

1. **ವಿಶೇಷ ಕ್ಷಣಗಳನ್ನು ಮುಂದೂಡಬೇಡಿ:** ಪುಸ್ತಕದ ಆರಂಭದಲ್ಲಿ ನೋಡಿದಂತೆ, ಕತೆಯಲ್ಲಿ ಬೇಟೆಗಾರನು ಶಾಂಭಲಾದ ಪ್ರವೇಶದ್ವಾರ ತೆರೆದಿರುವುದನ್ನು ಕಂಡುಕೊಂಡ ಹಾಗೆ, ಪ್ರತಿಯೊಂದು ಅವಕಾಶವೂ ಒಮ್ಮೆ ಮಾತ್ರ ಒದಗಿಬರುತ್ತದೆ. ನೀವು ಅದನ್ನು ಸ್ವೀಕರಿಸದೇ ಹೋದಲ್ಲಿ ಅದು ಶಾಶ್ವತವಾಗಿ ಕಳೆದುಹೋಗುತ್ತದೆ. 'ಈಗ ಅಥವಾ ಎಂದಿಗೂ ಇಲ್ಲ' ಎಂಬುದೇ ಜೀವನವಾಗಿದೆ.

2. **ಜೀವನದಲ್ಲಿ ಇದೊಂದೇ ಬಾರಿ ಇದು ಸಂಭವಿಸುವುದು ಎಂಬಂತೆ ಬದುಕಿ:** ಅರ್ಧ ಸಹಸ್ರಮಾನಕ್ಕೂ ಹಿಂದೆ ಟೀ ಮಾಸ್ಟರ್ ನೀಡಿರುವ ಸಲಹೆ ಇಂದಿಗೂ ನಿಜವಾಗಿದೆ. ಅದಕ್ಕಾಗಿಯೇ ನಾವು ನಮ್ಮ ಆಪ್ತೇಷ್ಟರನ್ನು ಇಚಿಗೊ ಇಚಿಯೆಯೊಂದಿಗೆ ಸ್ವಾಗತಿಸಿ, ವಿದಾಯ ಹೇಳುವುದು ಸ್ಫೂರ್ತಿದಾಯಕವಾಗಿರುತ್ತದೆ. ಪ್ರತಿ ಭೇಟಿಯೂ ಅನನ್ಯ ಮತ್ತು ಜೀವನಮಾನದಲ್ಲಿ ಒಂದೇ ಬಾರಿ ಸಂಭವಿಸುವಂಥದ್ದು ಎಂಬ ಅರಿವನ್ನು ಅದು ನಮಗೆ ಮೂಡಿಸುತ್ತದೆ.

3. **ವರ್ತಮಾನದಲ್ಲಿ ಜೀವಿಸಿ:** ಭೂತಕಾಲ ಮತ್ತು ಭವಿಷ್ಯದ ಪ್ರಯಾಣಗಳು ಸಾಮಾನ್ಯವಾಗಿ ನೋವಿನಿಂದ ಕೂಡಿರುತ್ತವೆ, ಬಹುತೇಕ ನಿಷ್ಪ್ರಯೋಜಕವೂ ಆಗಿರುತ್ತವೆ. ಹಿಂದೆ ಏನಾಯಿತು ಎಂಬುದನ್ನು ಬದಲಾಯಿಸಲಾಗದು. ಮುಂದೆ ಏನಾಗುತ್ತದೆ ಎಂಬುದು ನಮಗೆ ತಿಳಿದೇ ಇಲ್ಲ. ಆದರೆ ಈ ಕ್ಷಣ, ಪ್ರಸ್ತುತ ಕ್ಷಣದಲ್ಲಿ ಪ್ರಪಂಚದ ಎಲ್ಲಾ ಸಾಧ್ಯತೆಗಳು ಜೀವಂತವಾಗಿರುತ್ತವೆ.

4. **ಹಿಂದೆ ಎಂದೂ ಮಾಡಿರದ ಯಾವುದಾದರೂ ಕೆಲಸ ಮಾಡಿ:** ಐನ್‌ಸ್ಟೀನ್ ಹೇಳಿದಂತೆ –ನೀವು ಪದೇ ಪದೇ ಒಂದೇ ಸಂಗತಿಯನ್ನು ಮಾಡುತ್ತಾ ಬೇರೆ ಬೇರೆ ಫಲಿತಾಂಶವನ್ನು ನಿರೀಕ್ಷಿಸಲು ಸಾಧ್ಯವಿಲ್ಲ. ಅವಿಸ್ಮರಣೀಯ ಕ್ಷಣವನ್ನು ಸಾಧಿಸುವ ಇನ್ನೊಂದು ರೀತಿ ಎಂದರೆ, ಕೈಕಾಗೆ ನಿಮ್ಮನ್ನು ಅರ್ಪಿಸಿಕೊಂಡು, ನಿಮ್ಮೊಳಗೆ ಹೊಸ ಅರಳುವಿಕೆಗೆ ಅವಕಾಶ ಮಾಡಿಕೊಡುವುದು.

5. **ಝೂರ್ಝೆನ್ ಅಭ್ಯಾಸ ಮಾಡಿ:** ಧ್ಯಾನದ ಮೆತ್ತನೆಯ ದಿಂಬಿನ ಮೇಲೆ ಅಥವಾ ಹಾಗೇ ಎಲ್ಲಾದರೂ ಕುಳಿತುಕೊಂಡು ಜೀವನದ ಪವಾಡಗಳನ್ನು ಗಮನಿಸಿ. ದೈನಂದಿನ ಆತುರ ಮತ್ತು ಕಟ್ಟುಪಾಡುಗಳ ಸುಂಟರಗಾಳಿಯಿಂದ ದೂರ ಸರಿಯುವುದರಿಂದ ನಿಮ್ಮ ಯೋಗಕ್ಷೇಮದ ಹೆಬ್ಬಾಗಿಲು ತೆರೆದುಕೊಳ್ಳುತ್ತದೆ.

6. **ನಿಮ್ಮ ಪಂಚೇಂದ್ರಿಯಗಳಿಗೆ ಸಾವಧಾನತೆಯನ್ನು ಅನ್ವಯಿಸಿ:** ಮಾನವ ಗ್ರಹಿಕೆಯ ಶ್ರೀಮಂತಿಕೆಯನ್ನು ಪ್ರತಿ ಕ್ಷಣಕ್ಕೂ ಅನ್ವಯಿಸುವ ಉದ್ದೇಶದಿಂದ ನೋಡುವ, ಕೇಳುವ, ಆಘ್ರಾಣಿಸುವ, ಸ್ಪರ್ಶಿಸುವ ಮತ್ತು ರುಚಿಸುವ ಕಲೆಯನ್ನು ಚುರುಕುಗೊಳಿಸುವ ತರಬೇತಿ ನಿಮಗೆ ನೀವೇ ಕೊಟ್ಟುಕೊಳ್ಳಿ. ಇದು ಇತರರ ಬಗ್ಗೆ ಹೆಚ್ಚು ಜಾಗರೂಕರಾಗಿರಲು ಮತ್ತು ನಿಮ್ಮ ಸಮಾನ-ಅನುಭೂತಿ(ಎಂಪತಿ-ಬೇರೆಯವರು ಅನುಭವಿಸುತ್ತಿರುವುದನ್ನು ಅರ್ಥಮಾಡಿಕೊಳ್ಳುವುದು) ಮತ್ತು ಪ್ರಭಾವದ ಮಟ್ಟವನ್ನು ಹೆಚ್ಚಿಸಲು ಅನುವು ಮಾಡಿಕೊಡುತ್ತದೆ.

7. **ಕಾಕತಾಳೀಯಗಳನ್ನು ಗಮನಿಸಿ:** ಬ್ರಹ್ಮಾಂಡದಿಂದ ರವಾನೆಯಾಗುವ ಸೂಚನೆಗಳನ್ನು ಇನ್ನಷ್ಟು ಚೆನ್ನಾಗಿ ಓದುವಲ್ಲಿ, ಕಾಕತಾಳೀಯಗಳ ಬಗ್ಗೆ ಜಾಗೃತರಾಗಿರುವುದು ನಮಗೆ ನೆರವಾಗುತ್ತದೆ. ದೈನಂದಿನ ಮ್ಯಾಜಿಕ್ ಕ್ಷಣಗಳ ಟಿಪ್ಪಣಿಯನ್ನು ಪುಸ್ತಕದಲ್ಲಿ ಬರೆದಿಡುವುದು ವಾಸ್ತವದ ಅದೃಶ್ಯ ಎಳೆಗಳನ್ನು ಅನುಸರಿಸುವ ನಮ್ಮ ಸಾಮರ್ಥ್ಯವನ್ನು ಹೆಚ್ಚಿಸುತ್ತದೆ.

8. **ಪ್ರತಿ ಸಮಾವೇಶವನ್ನೂ ಸಮಾರಂಭವಾಗಿಸಿ:** ಅಸಾಧಾರಣವಾದ ಅನುಭವವನ್ನು ದಕ್ಕಿಸಿಕೊಳ್ಳಲು ರಜೆ, ಪ್ರವಾಸ, ಜನ್ಮ ದಿನದಂತಹ ನಿಖರವಾದ ಸನ್ನಿವೇಶಗಳಿಗಾಗಿ ಕಾಯಬೇಡಿ. ಒಳ್ಳೆಯ ಮನಸ್ಥಿತಿಯಿದ್ದರೆ ಪ್ರತಿ ದಿನವೂ ಸಂಭ್ರಮದಿಂದ ಕೂಡಿರಬಹುದು.

9. **ಇರುವುದರಲ್ಲಿ ತೃಪ್ತಿ ಸಿಗದಿದ್ದರೆ ವಿಭಿನ್ನವಾದುದನ್ನು ಸೃಷ್ಟಿಸಿ:** ಬದಲಾಗುತ್ತಿರುವುದು ಮಾನವರ ಸಹಜ ಗುಣ. ಎಷ್ಟು ಬಾರಿ ಬೇಕಾದರೂ ತಮ್ಮನ್ನು ಮರುರೂಪಿಸಿಕೊಳ್ಳುವ ಶಕ್ತಿ ಅವರಲ್ಲಿದೆ. ನಿಮ್ಮ ವಾಸ್ತವವು ತೀರಾ ಮಂಕಾಗಿದ್ದರೆ, ಯಾಂತ್ರಿಕವಾಗಿದ್ದರೆ ಮತ್ತು ಇಚಿಗೊ ಇಚಿಯೆಯೊಂದಿಗೆ ಬದುಕುವ ಒತ್ತಾಸೆ ನಿಮಗಿದ್ದರೆ ನಿಮಗಾಗಿ ಹೊಸ ವಾಸ್ತವವನ್ನು ಸೃಷ್ಟಿಸಿಕೊಳ್ಳುವ ಅವಕಾಶ ನಿಮಗಿರುತ್ತದೆ.

10. **ವಿಶೇಷ ಕ್ಷಣಗಳಿಗಾಗಿ ಹೊಂಚುಹಾಕಿ:** ಇತರ ಯಾವುದೇ ಚಟುವಟಿಕೆಯಂತೆ, ಇದನ್ನು ನೀವು ಹೆಚ್ಚು ಹೆಚ್ಚು ಅಭ್ಯಾಸ ಮಾಡಿದಷ್ಟೂ ಉತ್ತಮ ಮತ್ತು ಹೇರಳ ಫಲಿತಾಂಶಗಳನ್ನು ಕಾಣುತ್ತಾ ಹೋಗಬಹುದು.

ನಮ್ಮೊಂದಿಗೆ ಇಷ್ಟು ದೂರ ಬಂದಿದ್ದಕ್ಕೆ ಕೃತಜ್ಞತೆಗಳು. ಇದು ಆರಂಭವಷ್ಟೇ. ನೀವು ಈ ಪುಸ್ತಕವನ್ನು ಮುಚ್ಚಿದಾಗ, ನಿಮಗ ಬದುಕನ್ನು ತೆರೆಯುತ್ತೀರಿ. ಅಲ್ಲಿ ನಿಮಗಾಗಿ ಅವಿಸ್ಮರಣೀಯ ಕ್ಷಣಗಳು ಕಾಯುತ್ತಿವೆ. ಇಚಿಗೊ ಇಚಿಯೆ!

– ಹೆಕ್ಟರ್ ಗಾರ್ಸಿಯಾ ಮತ್ತು ಫ್ರಾನ್ಸಿಸ್ಕ್ ಮಿರಾಯೆಸ್

❐ ❐ ❐

ಪುಸ್ತಕವನ್ನು ಓದಿದ ನಂತರ, ನಿಮ್ಮ ಅಭಿಪ್ರಾಯವನ್ನು ಈ ಕೆಳಗಿನ ಮಿಂಚಂಚೆ ವಿಳಾಸಕ್ಕೆ ಕಳುಹಿಸಬಹುದು:
books.feedback@tejgyan.org

ಕೃತಿಕಾರರ ಕುರಿತು

ಹೆಕ್ಟರ್ ಗಾರ್ಸಿಯಾ ಮತ್ತು ಫ್ರಾನ್ಸಿಸ್ಕ್ ಮಿರಾಯೆಸ್ ಅವರು ಇಕಿಗಾಯ್: ದಿ ಜಪಾನೀಸ್ ಸೀಕ್ರೆಟ್ ಟು ಎ ಲಾಂಗ್ ಅಂಡ್ ಹ್ಯಾಪಿ ಲೈಫ್ ಕೃತಿಯ ಸಹ ಲೇಖಕರು. ಅದು ಅಂತರರಾಷ್ಟ್ರೀಯ ಮಟ್ಟದಲ್ಲಿ ಬೆಸ್ಟ್ ಸೆಲ್ಲರ್ ಕೃತಿಯಾಗಿದ್ದು, 40ಕ್ಕಿಂತಲೂ ಹೆಚ್ಚು ಭಾಷೆಗಳಲ್ಲಿವೆ. ಹೆಕ್ಟರ್, ಜಪಾನಿ ಪ್ರಜೆಯಾಗಿದ್ದು, ದಶಕಕ್ಕೂ ಹೆಚ್ಚು ಕಾಲ ಅಲ್ಲಿ ಬಾಳಿದವರು. ಅವರು 'ಎ ಗೀಕ್ ಇನ್ ಜಪಾನ್'ನ ಕರ್ತೃವೂ ಹೌದು. ಅದು ಜಪಾನ್‌ನಲ್ಲಿ ನಂಬರ್ ಒನ್ ಬೆಸ್ಟ್ ಸೆಲ್ಲರ್ ಕೃತಿ. ಫ್ರಾನ್ಸಿಸ್ಕ್ ಅವರು ಅನೇಕ ಬೆಸ್ಟ್ ಸೆಲ್ಲರ್ ಕೃತಿಗಳ ಕರ್ತೃವಾಗಿದ್ದಾರೆ. ಸ್ವಯಂ ಸಹಾಯ ಮತ್ತು ಸ್ಫೂರ್ತಿದಾಯಕ ಕೃತಿಗಳು ಮತ್ತು 20 ಭಾಷೆಗಳಿಗೆ ಅನುವಾದಗೊಂಡಿರುವ 'ಲವ್ ಇನ್ ಲೋವರ್‌ಕೇಸ್' ಕೃತಿಯನ್ನು ಬರೆದಿದ್ದಾರೆ.

ವಾವ್ ಪ್ರಕಾಶನದಿಂದ ಪ್ರಕಾಶನಗೊಂಡ ಈ ಲೇಖಕರ ಇನ್ನಿತರ ಕೃತಿಗಳು

Pages : 168
Price : ₹195/-

ಇಕಿಗಾಯ್– ದೀರ್ಘ ಹಾಗು ಸಂತಸಭರಿತ ಜೀವನಕ್ಕೆ ಜಪಾನಿಯರ ಗುಟ್ಟು

ಪ್ರತಿ ಮುಂಜಾನೆ ಹಾಸಿಗೆಯಿಂದ ಪುಟಿದೇಳುವಂತೆ ಮಾಡುವ 'ಇಕಿಗಾಯ್', ಜೀವನದ ಉದ್ದೇಶ, ಪ್ರತಿಯೊಬ್ಬನಲ್ಲಿಯೋ ಇರುತ್ತದೆ. ಅದನ್ನು ನಾವು ಈ ಪುಸ್ತಕದ ಮೂಲಕ ಕಂಡುಕೊಳ್ಳಬಹುದು. ಸ್ಫೂರ್ತಿದಾಯಕ ಮತ್ತು ಹಿತಕರವಾದ ಈ ಪುಸ್ತಕವು ನಮ್ಮ ವೈಯಕ್ತಿಕ 'ಇಕಿಗಾಯ್'ನ್ನು ಅನಾವರಣಗೊಳಿಸುವ ಜೀವನಶೈಲಿ ಬದಲಾವಣೆಗೆ ಬೇಕಾದ ಸಾಧನಗಳನ್ನು ನಮಗೆ ನೀಡುತ್ತದೆ.

Pages : 218
Price : ₹245/-

ಇಕಿಗಾಯ್ ಪಯಣ

ಈ ಪುಸ್ತಕವು 'ಇಕಿಗಾಯ್'ನ ಉತ್ತರ ಭಾಗವಾಗಿದೆ. ಇದು ನಮ್ಮ ಬಾಳಿನಲ್ಲಿ ಸಂತಸ ಮತ್ತು ಉದ್ದೇಶವನ್ನು ಕಂಡುಕೊಳ್ಳುವ ಒಂದು ಪ್ರಾಯೋಗಿಕ ಮಾರ್ಗದರ್ಶಿ. ಈ ಪುಸ್ತಕದಲ್ಲಿ ನಿಮ್ಮ ವೈಯಕ್ತಿಕ 'ಇಕಿಗಾಯ್'ನ್ನು ಸಾಧಿಸಲು 35 ತರಬೇತಿ ವಿಷಯಗಳನ್ನು ಉಲ್ಲೇಖಿಸಲಾಗಿದೆ. ಎಲ್ಲರೂ ಓದಲೇಬೇಕಾದ ಪುಸ್ತಕವಿದು.

ವಾವ್ (WOW) ಪ್ರಕಾಶನದ ಇತರ ಕನ್ನಡ ಪುಸ್ತಕಗಳು

೧. ಇಕಿಗಾಯ್ – ದೀರ್ಘ ಹಾಗು ಸಂತಸಭರಿತ ಜೀವನಕ್ಕೆ ಜಪಾನಿಯರ ಗುಟ್ಟು
೨. ಇಕಿಗಾಯ್ ಪಯಣ – ಬಾಳಿನಲ್ಲಿ ಸಂತಸ ಮತ್ತು ಉದ್ದೇಶವನ್ನು ಕಂಡುಕೊಳ್ಳಲು ಒಂದು ಪ್ರಾಯೋಗಿಕ ಮಾರ್ಗದರ್ಶಿ
೩. ಬದುಕಿನ ಅರ್ಥದ ಹುಡುಕಾಟದಲ್ಲಿ ಮನುಷ್ಯ
೪. ಅಭ್ಯಾಸ ಬಲ
೫. ವಾಬಿ–ಸಾಬಿ
೬. ವಿಚಾರ ನಿಯಮ – ದಿ ಪಾವರ್ ಆಫ್ ಹ್ಯಾಪ್ಪಿ ಥಾಟ್ಸ್
೭. ಸ್ವಸಂವಾದ–ಒಂದು ಜಾದು : ನಿಮ್ಮ ರಿಮೋಟ್ ಕಂಟ್ರೋಲನ್ನು ಹೇಗೆ ಪಡೆದುಕೊಳ್ಳುವುದು
೮. ಸ್ವಯಂ ಜೊತೆ ಸಮರ – ಹರ್ಕ್ಯುಲಿಸ್‌ನ ಆಂತರಿಕ ಶೋಧ
೯. ಸಂಪೂರ್ಣ ಲಕ್ಷ್ಯ – ಸಂಪೂರ್ಣ ವಿಕಾಸವನ್ನು ಹೇಗೆ ಕೈಗೊಳ್ಳುವುದು
೧೦.ಸ್ವೀಕಾರದ ಜಾದು – ತ್ವರಿತ ಆನಂದವನ್ನು ಪಡೆಯುವುದು ಹೇಗೆ
೧೧. ಮೃತ್ಯು ನಂತರದ ಜೀವನ – ಮಹಾಜೀವನ
೧೨.ಜಾಗೃತಿ ಮೂಡಿಸುವ ಉತ್ತರಗಳು – ಜೀವನದ ೧೧೧ ಜಿಜ್ಞಾಸೆಗಳ ಪರಿಹಾರ
೧೩. ಆಲಸ್ಯದಿಂದ ಮುಕ್ತಿಗೆ ೧೪ ಹೆಜ್ಜೆಗಳು
೧೩. ಕ್ಷಮೆಯ ಜಾದು– ಮನದಲ್ಲಿಯೇ ಕ್ಷಮೆಯಾಚಿಸಿ ಎಲ್ಲ ದುಃಖಗಳಿಂದ ಮುಕ್ತಿ ಪಡೆಯುವುದು ಹೇಗೆ
೧೪. ದ ಮ್ಯಾಜಿಕ್ ಆಫ್ ಗಾಡ್ ಬ್ಲೆಸ್ ಯು
೧೫. ಕಾನ್ಸಂಟ್ರೇಶನ್ – ಏಕಾಗ್ರ ಮನಸ್ಸಿನ ಚಮತ್ಕಾರ
೧೬. ಜನ್ಮಜನ್ಮಾಂತರದ ಪಾಠಗಳು ಮತ್ತು ಸ್ಮೃತಿಗಳ ಉಪಚಾರ

Visit Us :
www.gethappythoughts.org
www.wowpublishings.com
9011013210

ತೇಜಜ್ಞಾನ ಫೌಂಡೇಶನ್ ಮೂಲಕ ಪ್ರಸ್ತುತ ಸೋಶಿಯಲ್ ಮೀಡಿಯಾ

You Tube ಮುಖಾಂತರ ಪ್ರಾರ್ಥನೆ:

Good Morning Prayer: 6.15am-6.25am IST

Dhyan Prarthana Beej

3.30pm-3.45pm & 9pm-9.15pm IST

You Tube ಮುಖಾಂತರ ಸರ್ಶ್ರೀಯವರ ಪ್ರವಚನಗಳ ಲಾಭವನ್ನು ಪಡೆಯಲು ಇಂದೇ ಯೂ ಟ್ಯೂಬ್ ಚೆನಲ್‌ಗಳಿಗೆ ಶಬ್ಸ್ಕ್ರಯಿಬ್ ಮಾಡಿ

YouTube **channels**

1. Happy Thoughts -Param Gyan(Hindi)
2. Happy Thoughts -Tejgyan(Hindi)
3. Sirshree - Tejgyan(Hindi)
4. Happy Thoughts-Sirshree (English)
5. Youth Win Energy-Happy Thoughts(Hindi)
6. Youth Win Energy-Happy Thoughts(English)

Happy Thoughts App

Contact No. : 9921008060/75

For Android

Discover self-learning, personal development, and guided programs at your fingertips.

Guided Meditations, Tejgyan Bhajans, Guided Programs, Daily Inspirations, Track Progress, Upcoming Shivirs, Annual Subscription.

Download the Happy Thoughts App today and embark on a journey of self-discovery, inner peace, and personal growth.

Follow Us

Facebook -hindi | Instagram -hindi | LinkedIn | Pinterest | Twitter

Join our Whatsapp Channel for updates
Happy thoughts - Tejgyan

Instagram- English

E-mail - mail@tejgyan.com

ಮಹಾಆಸಮಾನಿ ಪರಮ ಜ್ಞಾನ

ಶಿಬಿರದ ಪರಿಚಯ ಮತ್ತು ಲಾಭಗಳು(ನಿವಾಸಿ)

Self Development to Self Realization
Towards Self Stabilization

ನೀವು ಉಚ್ಚತಮ ಆನಂದವನ್ನು ಪಡೆಯಬಯಸುವಿರೆ? ಯಾವುದೇ ಕಾರಣದ ಮೇಲೆ ಅವಲಂಬಿತವಾಗಿರದ, ಸಮಯದೊಂದಿಗೆ ಹೆಚ್ಚುತ್ತಲೇ ಹೋಗುವ ಆ ಆನಂದ, ಅದು ನಿಮ್ಮದಾಗಬೇಕೆ? ನೀವು ಇದೇ ಜೀವನದಲ್ಲಿ ಪ್ರೇಮ, ವಿಶ್ವಾಸ, ಶಾಂತಿ, ಸಮೃದ್ಧಿ ಪರಮ ಸಂತುಷ್ಟಿ ಪಡೆಯಬಯಸುವಿರೆ? ನೀವು ಶಾರೀರಿಕ, ಮಾನಸಿಕ, ಆರ್ಥಿಕ, ಸಾಮಾಜಿಕ ಹಾಗು ಆಧ್ಯಾತ್ಮಿಕ ಸ್ತರಗಳಲ್ಲಿ ಸಫಲರಾಗಬೇಕೆನ್ನುವಿರೆ? ನೀವು 'ನಾನು ಯಾರು' ಈ ಪ್ರಶ್ನೆಯ ಉತ್ತರವನ್ನು ಅನುಭವದಿಂದ ಪಡೆಯಬಯಸುವಿರೆ?

ಒಂದುವೇಳೆ ನಿಮ್ಮಲ್ಲಿ ಈ ಎಲ್ಲ ಪ್ರಶ್ನೆಗಳ ಉತ್ತರವನ್ನು ಪಡೆಯುವ ಮತ್ತು 'ಅಂತಿಮ ಸತ್ಯ'ವನ್ನು ಪಡೆಯಬೇಕೆಂಬ ತೀವ್ರ ಹಂಬಲವಿದ್ದರೆ ತೇಜಜ್ಞಾನ ಫೌಂಡೇಶನ್ ಮುಖಾಂತರ ಆಯೋಜಿಸಲಾದ 'ಮಹಾಆಸಮಾನಿ ಶಿಬಿರ್'ನಲ್ಲಿ ನಿಮಗೆ ಸ್ವಾಗತವಿದೆ. ಈ ಶಿಬಿರ ಪೂರ್ಣತಃ ಸರಶ್ರೀಯವರ ಶಿಕ್ಷಣವನ್ನು ಆಧರಿಸಿದೆ.

ಮಹಾಆಸಮಾನಿ ಪರಮಜ್ಞಾನ ಶಿಬಿರದ ಉದ್ದೇಶ:

ಈ ಶಿಬಿರಿನ ಉದ್ದೇಶವೇನೆಂದರೆ, 'ವಿಶ್ವದ ಪ್ರತಿಯೊಬ್ಬ ಮನುಷ್ಯ ನಾನು ಯಾರು? ಈ ಪ್ರಶ್ನೆಯ ಉತ್ತರವನ್ನು ಅರಿತು ಸರ್ವೋಚ್ಚ ಆನಂದದಲ್ಲಿ ಸ್ಥಾಪಿತವಾಗಲಿ ಎಂದು. ಅವನಿಗೆ ಪ್ರತಿಕ್ಷಣ ವರ್ತಮಾನದಲ್ಲಿ ಇರುವ ಕಲೆಯನ್ನು ತಿಳಿಹೇಳುವ ಜ್ಞಾನವು ಲಭಿಸಲಿ. ಭೂತಕಾಲದ ಭಾರ ಹಾಗೂ ಭವಿಷ್ಯದ ಚಿಂತೆ ಇವೆರಡರಿಂದಲೂ ಅವನು ಮುಕ್ತಿಯನ್ನು ಪಡೆಯಲಿ. ಪ್ರತಿಯೊಬ್ಬ ಮನುಷ್ಯನ ಜೀವನದಲ್ಲಿ ಸ್ಥಿರವಾದ ಖುಷಿ, ಸರಿಯಾದ ತಿಳುವಳಿಕೆ ಮತ್ತು ಸಮಸ್ಯೆಗಳನ್ನು ಕರಗಿಸುವ/ವಿಲೀನಗೊಳಿಸುವ ಕಲೆಯು ಬರಲಿ. ಮನುಷ್ಯ ಜೀವನದ ಉದ್ದೇಶ ಪೂರ್ಣಗೊಳ್ಳಲಿ. ನಾನು ಯಾರು? ನಾನು ಇಲ್ಲಿ ಏಕಿದ್ದೇನೆ? ಮೋಕ್ಷವೆಂದರೇನು? ಮೋಕ್ಷವು ಇದೇ ಜನ್ಮದಲ್ಲಿ ಪ್ರಾಪ್ತವಾಗಬಹುದೇ? ಈ ಪ್ರಶ್ನೆಗಳು ನಿಮ್ಮಲ್ಲಿದ್ದರೆ ಬನ್ನಿ ಮಹಾಆಸಮಾನಿ ಪರಮಜ್ಞಾನ ಶಿಬಿರ ಇದರ ಉತ್ತರವಾಗಿದೆ.

www.ingramcontent.com/pod-product-compliance
Lightning Source LLC
Chambersburg PA
CBHW022105240926
51848CB00008B/146
* 9 7 8 9 3 9 0 1 3 2 1 7 1 *